D1680158

கார்த்திகைப் பாண்டியன்

1981ஆம் வருடம் மதுரையில் பிறந்த கார்த்திகைப் பாண்டியன் பொறியியலில் முனைவர் பட்டம் பெற்றவர். தற்போது கோவையில் தனியார் பொறியியல் கல்லூரியொன்றில் பேராசிரியராகப் பணிபுரிகிறார். எஸ்.ராமகிருஷ்ணனை தனது ஆதர்ஷமாகக் கொண்டவர். சிறுகதைகள் எழுதுவதோடு மொழிபெயர்ப்பிலும் தீவிர ஆர்வம் செலுத்தி வருகிறார். நல்லதொரு இலக்கிய வாசகனாக அடையாளம் காணப்படுவதே தனக்குத் திருப்தியளிப்பதாகச் சொல்கிறார்.

இதுவரை வெளியாகியுள்ள படைப்புகள்.

சிறுகதைகள்

மர நிறப் பட்டாம்பூச்சிகள்

மொழிபெயர்ப்புகள்

எருது (உலகச் சிறுகதைகள்–1)
சுல்தானின் பீரங்கி (உலகச் சிறுகதைகள்–2)
துண்டிக்கப்பட்ட தலையின் கதை (உலகச் சிறுகதைகள்–3)
ஈராக்கின் கிறிஸ்து (உலகச் சிறுகதைகள் – 4)
ஒரு முகமூடியின் ஒப்புதல் வாக்குமூலம் – யுகியோ மிஷிமா (நாவல்)
காஃப்கா – கடற்கரையில் – ஹருகி முரகாமி (நாவல்)
நரகத்தில் ஒரு பருவகாலம்– ஆர்தர் ரைம்போ (கவிதைகள்)
கற்பனையான உயிரிகளின் புத்தகம் – ஹோர்ஹே லூயிஸ் போர்ஹெஸ் (புனைவு)

தொடர்புக்கு: 98421 71138
மின்னஞ்சல்: karthickpandian@gmail.com

ஒரு சாகசக்காரனின் கதை

சிறுகதைகள்

கார்த்திகைப் பாண்டியன்

எதிர்
வெளியீடு

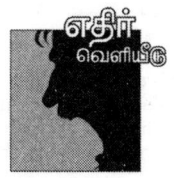

ஒரு சாகசக்காரனின் கதை
சிறுகதைகள்
கார்த்திகைப் பாண்டியன்

முதல் பதிப்பு: ஜனவரி 2024

எதிர் வெளியீடு,
96, நியூ ஸ்கீம் ரோடு, பொள்ளாச்சி - 642 002
தொலைபேசி: 04259 - 226012, 99425 11302

விலை: ரூ. 250

Oru SaakasakaaRanin Kathai
Sirukathaikal
Karthigai Pandian

First Edition: January 2024

Published by
Ethir Veliyeedu, 96, New Scheme Road, Pollachi - 2
email: ethirveliyedu@gmail.com
www.ethirveliyeedu.com

ISBN: 978-81-19576-40-1
Cover Design: Santhosh Narayanan
Printed at Jothy Enterprises, Chennai.

All rights reserved. No part of this book may be reprinted or reproduced or utilised in any form or by any electronic, mechanical or other means, now known or hereafter invented, including Photocopying and recording, or in any information storage or retrieval system, without permission in writing from the Publisher.

எப்போது எங்கு பார்த்தாலும் "நீ ஒரு சிறுகதை எழுத்தாளன், உன் கதைகளை எழுது" என்று வலியுறுத்திக் கொண்டேயிருந்த நண்பர்கள் **லக்ஷ்மி சரவணகுமார் – அகரமுதல்வன்** இருவருக்கும் அன்பு

நன்றி

ந ஜயபாஸ்கரன் – எஸ் ராமகிருஷ்ணன்
போகன் சங்கர் – பா திருச்செந்தாழை – வா மு கோமு – இல சுபத்ரா
காலபைரவன் – பாலை நிலவன் – மனுஷ்யபுத்திரன் – ஸ்வாதி முகில்
சுதேசமித்திரன் – அடவி முரளி – க விக்னேஷ்வரன் – மணிகண்டன் (நத்தம்)

இதழ்கள்

நம் நற்றிணை – அடவி – கனலி – நடுகல் – தனிமை–வெளி
உயிர்மை – ஆவநாழி

நினைவின் உருவங்கள் – எஸ் ராமகிருஷ்ணன்	11
வண்ணத்துப்பூச்சிக்கெல்லாம் ஒரே நிறம்	15
பிளவு	27
ஒரு சாகசக்காரனின் கதை	43
உலகின் சின்னஞ்சிறு காதல் கதை	60
சுழலும் சக்கரங்கள்	76
அ.கொ.தீ.க. உங்களை அன்புடன் வரவேற்கிறது	95
அம்மன்குடில்	113
சாமி	125
தேரின் நிழல் – நினைவின் குற்றம் – அகரமுதல்வன்	155

நினைவின் உருவங்கள்

எஸ் ராமகிருஷ்ணன்

கார்த்திகைப் பாண்டியனின் சிறுகதைகள் வடிவரீதியிலும் கதைமொழியிலும் புதிதாக இருக்கின்றன. தனிமையால் பீடிக்கப்பட்டவர்களே அவரது நாயகர்கள். குற்றவுணர்வே அவர்களை வழிநடத்துகிறது. எல்லாக் கதைகளிலும் குற்றத்தின் சுழல்விளக்கு தனது செந்நிறத்தைப் படரவிடுகிறது.

ஒவ்வொரு உடலும் தனக்கெனப் பிரத்தியேக நினைவுகள் கொண்டிருப்பதாக கதையின் ஓர் இடத்தில் கார்த்திகைப் பாண்டியன் குறிப்பிடுகிறார். அந்த நினைவுகள் இன்னொரு உடலால் மீள்உருவாக்கம் செய்யப்படுகின்றன. அவரது கதைகளுக்கான பொதுசரடாகவே இதனைக் கருதுகிறேன். தனித்துவமான கதைமொழியும் உணர்வுகளை முழுமையாக வாசகனிடம் கடத்தி விடும் திறனும் கொண்ட கார்த்திகைப் பாண்டியனின் எழுத்து பாராட்டிற்குரியது.

முதற்கதையில் தனிமையுற்ற ஒருவன் அதிலிருந்து விடுபடுவதற்காக மலைப்பகுதியைத் நாடிச் செல்கிறான். நிகழ்வின் விசித்திரம் அல்லது விசித்திர நிகழ்வு எனப் பாதிக்கப்படுகிறான். கேரம் போர்ட் விளையாடுவது போல கதையில் ஒரு நிகழ்வால் இன்னொரு நிகழ்வு சிதறடிக்கப்படுகிறது.

நேர்கோட்டில் கதையை வளர்த்துச் செல்வதற்குப் பதிலாக நிகழ்வுகளைச் சிதறவிட்டு கதையை உருவாக்குகிறார். வண்ணத்துப்பூச்சி என்பது நிலைகொள்ளாமையின், எதிர்பாராமையின் அடையாளம் தானே. கதையில் வரும் ஊஞ்சலாடும் பகுதி அழகாக எழுதப்பட்டிருக்கிறது.

இன்றைய வாழ்க்கையில் பொருந்தமுடியாதவர்களே அதிகம் நினைவில் சஞ்சரிக்கிறார்கள். நினைவு விசித்திரமானது. நாம் எதை மறக்க விரும்புகிறோமோ அது மறைவதேயில்லை. எதை மறக்கக்கூடாது என்று நினைக்கிறோமோ அது எப்படியோ மறந்துபோய்விடுகிறது.

அன்றாடம் நாம் சந்திக்கும் மனிதர்களும் நிகழ்வுகளும் இடமும் இயற்கையும் எதையோ நினைவுபடுத்திக் கொண்டேயிருக்கின்றன. எதிர்காலம் நோக்கிப் பறக்கும் நமக்கு நினைவுகளும் நிகழ்வாழ்வும்தான் இரண்டு சிறகுகள் போலும். ஒற்றைச் சிறகு கொண்ட பறவை இருக்கிறதா என்ன.

கால ஓட்டத்தில் இடமும் பொருட்களும் நினைவின் உருவமாக மாறிவிடுகின்றன. இந்தத் தொகுப்பில் அப்படித்தான் மதுரை நினைவுருவமாக விரிகிறது.

நானும் மதுரையில் சுற்றியலைந்திருக்கிறேன். மதுரை ஒரே நேரத்தில் வேறுவேறு நூற்றாண்டுகளில் வாழுகிறது. யவனமதுவைப் போல மதுரை பழமையானது. மதுரை அதன் மனிதர்களைப் பகடைக்காய்களாக்கி உருட்டி விளையாடுகிறது. இந்த சூதில் அவரவர் வாழ்க்கைதான் பந்தயப்பொருள். இதில் வென்றவர்கள் குறைவு. தோற்றவர்களை மதுரை தனது ஏவலாட்களாக்கி விடுகிறது. இன்றைக்கும் நரியைப் பரியாக்கிய நிகழ்வு மதுரையில் நடந்து கொண்டேதானிருக்கிறது.

மதுரையைப் பற்றிய கார்த்திகைப் பாண்டியனின் அவதானிப்புகள் அபாரமானவை. குறிப்பாக மதுரையின் இருண்ட முட்டுச்சந்துகள், தேநீர்க்கடைகள், சினிமா தியேட்டர், ரோட்டுக்கடைகள், மதுக்கடைகள், சிறுவணிகர்கள், மதுரைக்கென தனித்துவமாக உள்ள மனிதர்கள். அவர்களின் விசித்திர இயல்புகள் குறித்து மிக அழகாக எழுதியிருக்கிறார்.

எங்கிருந்தோ பிழைப்பதற்காக மதுரைக்கு வந்த மாரி நகரின் இருண்ட வீதிகளுக்குள் ஓடியலையும் எலியைப்

போலவே வாழுகிறார். சில நேரங்களில் அவர் மதுரையை மதுவைப் போல குடிக்கிறார். போதை முற்றி மூத்திரசந்தில் விழுந்துகிடக்கிறார். மகளைக் காணாமல் புகார் கொடுக்க காவல்நிலையம் செல்லும் போது காவலர்களால் மிக மோசமாக அவமதிக்கப்படுகிறார். கதையில் காவல்நிலைய விசாரணை சிறப்பாக எழுதப்பட்டிருக்கிறது. மகளைக் காணாத மாரியின் தவிப்பு அசலாக வெளிப்படுகிறது. கதையின் முடிவில் மாரியிடம் வெளிப்படும் மாற்றம் அதிர்ச்சியானது.

காமிக்ஸ் புத்தகத்தில் நாம் படித்த அ,கொ.தீ.க பற்றி இதில் ஒரு கதையிருக்கிறது. அக்கதை குற்றத்தின் நகர்வுகளையும் விளைவுகளையும் பட்டியலிடுகிறது. இக்கதையின் வடிவம் புதுமையானது. பின்நவீனத்துவ பாணியில் கதை சிறப்பாக எழுதப்பட்டிருக்கிறது.

இந்தத் தொகுப்பில் எனக்கு மிகவும் பிடித்த கதை சாமி. மதுரையின் ரயில்வே காலனியைப் பற்றி இவ்வளவு விரிவாக, நுட்பமாக யாரும் எழுதியதில்லை.

ரயில்வே காலனிக்குள் அம்மாவும் மகனும் வீடு கண்டறிய நடக்கும் போது நாமும் அவர்களுடன் நடந்து செல்கிறோம். புது வீட்டில் குடியேறுகிறோம். ரயில்வே காலனிக்கென்றே தனிசுபாவமிருக்கிறது. அழகிருக்கிறது. ரயில்வே காலனியின் மதியவேளை என்பது அலாதியானது. ரயில்வே காலனியில் வசிப்பவர்கள் நகரின் சுபாவத்திலிருந்து மாறுபட்டவர்கள். அவர்களிடம் வெளியே காட்டிக் கொள்ளாத கவலைகளும் வேதனையும் இருப்பதைக் கண்டிருக்கிறேன்.

சாமியின் நண்பர்கள் அவனது வீட்டில் ஒன்று கூடி நீலப்படம் பார்க்கிறார்கள். குழாயடியில் அமர்ந்து ஊர்க்கதை பேசுகிறார்கள். ஒரு நாவலாக விரிவு கொள்ள வேண்டிய கதையிது. ஆனாலும் சிறுகதைக்குள்ளாகவே அத்தனை மடிப்புகளையும் அழகாக உருவாக்கியிருக்கிறார்.

சாமி தனக்குக் கிடைத்த அற்பவாழ்க்கையைப் பற்றிக் கொண்டு வாழுகிறான். எதிர்பாராத நெருக்கடிகள் அவனை வீழ்த்துகின்றன. திருமணத்திலும் தடை ஏற்படுகிறது. ஆனால் நிச்சயக்கப்பட்ட பெண்ணைத் திருமணம் செய்வதில் உறுதியாக இருக்கிறான். சாமி கனவுகள் அற்றவன். அவனது வாழ்க்கை காற்றில் அடித்துச் செல்லப்படும் இறகைப் போலிருக்கிறது. இறுதியில்

ரயில்வே மருத்துவமனையில் மரணப்படுக்கையிலிருக்கும் சாமியின் உருக்குலைந்த தோற்றம் நம்மிடம் எழுப்பும் கேள்வி இவ்வளவுதானா வாழ்க்கை என்பதே.

நினைவுகளை எழுப்பும் நிகழ்வுகளையும் நினைவாக மாறும் நிகழ்வுகளையும் கொண்ட இந்த எட்டுக்கதைகள் புனைவின் புதிய சாத்தியங்களை உருவாக்குகின்றன. கார்த்திகைப் பாண்டியனுக்கு எனது மனம் நிறைந்த பாராட்டுகள்.

வண்ணத்துப்பூச்சிக்கெல்லாம் ஒரே நிறம்

மிதக்கும் உடல்

நீண்டு விரிந்த சமவெளி. பூமியெங்கும் ரத்தச்சிவப்பில் பூத்துக்குலுங்கும் மலர்கள். காற்றில் படகினைப்போல பூக்களின் மீதாக மிதந்து செல்லும் உடல். பதினைந்து வயதும் நிரம்பியிராத சிறுமியின் உடலை வண்ணத்துப்பூச்சிகள் சுமந்து செல்கின்றன. அடர்நீல வானை வெறிக்கும் அவளது கண்களில் உறைந்திருக்கும் வலியின் புன்னகை. குளிர்காலத்துக்கென சீனிக்கட்டியை இழுத்துச் செல்லும் எறும்புகளைப்போல தொலைதூர வானில் ஒளிரும் செஞ்சூரியனை நோக்கி தங்களுக்குப் பிரியமான அவ்வுடலை இழுத்துச் செல்லும் வண்ணத்துப்பூச்சிகள்.

இலக்கற்ற பயணி

மழை பெய்தோய்ந்த குளிர்காலத்தின் மாலைப்பொழுது. கொடிக்கம்பிகளில் வரிசை கட்டும் நீர்த்தாரைகளாய் வாகனங்கள் மலைப்பாதையில் வளைந்தும் நெளிந்தும் ஊர்ந்து கொண்டிருந்தன. வெண்ணிற நிழற்போர்வையாய் சிகரங்களில் மிதக்கும் பனிமூட்டம். மூடப்பட்ட ஜன்னல்களினூடாகக் கேட்ட காற்றின்

ஊளைச்சத்தத்தோடு மெலிதாய் கசியும் குளிர். தன்னுடைய கருநீல ஜெர்கினை கெட்டியாக இழுத்துப் போர்த்திக் கொண்டான். மனதின் குழப்பங்களை எளிதில் வெளிக்காட்டும் முகம். யாரோ தன்னை உற்றுப்பார்ப்பதாகப் பதற்றம் கொண்டு சுற்றுமுற்றும் தேடிப் பார்த்தான். பேருந்தின் உள்ளேயிருந்த வெகு சொற்பமான மனிதர்களும் அசையாமல் முடக்கப்பட்ட பொம்மைகளைப் போல் தூங்கிக் கொண்டிருந்தார்கள். மணிக்கணக்காய் பயணித்த ஆயாசத்தோடு மனச்சோர்வும் சேர்ந்து கொள்ள கண்களை மூடி அவனும் தன் இருக்கையில் சாய்ந்தான்.

ஒரு திருப்பத்தில் பேருந்து நின்றது. ஜன்னலைத் திறந்து வெளியே எட்டிப்பார்க்க நீர்த்துளிகள் முகத்தில் தெறித்தன. முன்னால் நிறைய வண்டிகள் நின்று கொண்டிருந்தன. சாலையின் ஓரமாக நடந்து சென்ற மனிதர்கள் சற்றுத் தொலைவில் மண்சரிவு நிகழ்ந்திருப்பதாகச் சொன்னார்கள். எல்லாவற்றையும் சரி செய்து கிளம்ப நிறைய நேரமாகலாம். எதற்காக யாரிடமிருந்து தப்ப இங்கு வந்திருக்கிறோம் என்பது தெரியாத நிலையில் போக வேண்டிய இடத்தை வேகமாய்ச் சென்றடைவதற்கான எந்தக் காரணமும் அவனிடமில்லை. நம்பிக்கைகளைத் தொலைத்த மனிதனின் இருப்பு எல்லா விதத்திலும் அர்த்தமற்றதாகிப் போகிறது. சாவகாசமாய் இருக்கையில் சாய்ந்து மீண்டும் கண்களை மூடிக்கொண்டான்.

பேருந்து நிலையத்துக்குள் வண்டி நுழைந்தபோது நேரம் பத்து மணியைத் தாண்டியிருந்தது. ஆட்டோ எடுத்துக்கொண்டு தனக்குச் சொல்லப்பட்டிருந்த முகவரியின் அருகாமையை வந்தடைந்தான். ஊரிலிருந்து சற்றே விலகியிருந்த பகுதி. கல்லறைகளின் மௌனத்தில் அங்கங்கே உறைந்திருக்கும் வீடுகள். அவன் சொன்ன இடம் மேட்டுநிலத்தில் இருந்ததால் இறங்கி சிறிது தூரம் நடந்து போகவேண்டும் என்றார் ஆட்டோக்காரர். சிவப்புநிறப்பையைத் தோளில் போட்டு நடக்கத் தொடங்கினான்.

மூன்றே அறைகளைக் கொண்ட வீடு. அவனுடைய வருகைக்காக வெகு நேர்த்தியாக ஒழுங்கு செய்யப்பட்டிருந்தது. முன்னறையில் டிராயிங் போர்டும் சில சார்ட் பேப்பர்களும் சுவரோரமாய் சார்த்தி வைக்கப்பட்டிருந்தன. வீட்டுக்குள் அவனை வரவேற்று அழைத்து வந்த நண்பன் பையை உள்ளறைக்குள் வைத்து வெளியேறி வந்தான். அவன் இரண்டு சிகரெட்டுகளை எடுத்துப்

பற்ற வைத்து ஒன்றை மற்றவனிடம் நீட்டினான். இருவரும் வீட்டின் வாசலுக்கு வந்து புகைக்கத் தொடங்கினார்கள்.

"எங்க இருக்கோம், என்ன ஏதுன்னு ஏதாவது தகவல் வந்ததா?"

அவன் இல்லை என்பதாய்த் தலையசைத்தான். இருட்டிலும் சிகரெட் புகையிலும் கசியும் மௌனம். மற்றவன் வேறெதுவும் கேட்கவில்லை. தான் கேட்பதை அவன் விரும்ப மாட்டான் என்பதையும் நண்பன் அறிந்திருந்தான். அவனுக்கு வேண்டிய அனைத்தும் வீட்டுக்குள் இருப்பதாகவும் வேறு ஏதேனும் தேவைப்பட்டால் தன்னை அழைக்கும்படியும் சொல்லிக் கிளம்பிப் போனான். நண்பனை அனுப்பி விட்டு வீட்டினுள்ளே நுழைந்தவன் படுக்கையில் அசதியோடு விழுந்தான். ஆனால் உறங்கவிடாமல் ஏதோவொரு சத்தம் இரவெல்லாம் அவனை துரத்திக் கொண்டேயிருந்தது.

சீசன் நாட்கள் கிடையாது என்பதால் சுற்றுலாப்பயணிகள் வெகு குறைவான அளவில் மட்டுமே தென்பட்டார்கள். வழக்கத்துக்கு மாறாக வானம் தெளிவான நீலத்தில் மேகங்களற்றிருந்தது. ஏரியைச் சுற்றிய குறுகலான சாலைகளில் இளைஞர்களும் புதிதாய் மணமானவர்களும் சைக்கிள்களில் உலாவினார்கள். பழுப்பு நிற ஸ்வெட்டரோடு குழந்தைகள் தங்களுக்குள் பாடியபடி பள்ளிக்குச் சென்றன. நகரங்களின் இயல்பான பரபரப்பில் இருந்து தன்னை முற்றிலும் துண்டித்துக் கொண்ட தனியானதொரு உலகம். கரையோரம் அடர்ந்திருந்த ஆகாயத்தாமரைகளின் பச்சையமும் நிழல் படர்ந்த நீரின் அடர்நீலமும் சூரியனின் பிரகாசமான பொன்மஞ்சளும் இணைந்து மூன்று வெவ்வேறு நிறங்களில் மின்னியது ஏரி. தனக்குப் பிடித்தமானதொரு சூழலில் இருந்தும் எதையும் வரைகிற எண்ணமில்லாது ஒரு விருப்பமற்ற பார்வையாளனாய் நாள் முழுதும் அவன் ஏரிக்கரைகளில் வெறுமனே சுற்றிக் கொண்டிருந்தான். நன்றாக இருட்டிய பிறகு வீடு திரும்பி சாப்பிட்டு சிறிது மது அருந்திய பிறகு படுத்துக் கொண்டான். அழ வேண்டும் போல் இருந்தது. கண்கள் மூடி உறங்க முற்பட்டவனை நேற்றிரவு ஒலித்த அதே சத்தம் கலைத்தது.

எங்கோ கதவு உரக்கத் தட்டப்படும் சத்தம். மெல்ல எழுந்து ஜன்னலின் அருகே வந்தான். சுற்றியிருந்த வீடுகளனைத்தும் இருளில் மூழ்கியிருக்க ஒரேயொரு வீட்டின் முன்பு மஞ்சள் நிற ஜீரோ வாட்ஸ் சோகையாய் ஒளிர்ந்து கொண்டிருந்தது. நாற்பது

வயதைத் தாண்டிய நரை விழுந்த மனிதனொருவன் அவ்வீட்டின் கதவை ஓங்கி அறைந்து கொண்டிருந்தான். சிறிது நேரத்தில் கதவு திறந்து அந்த மனிதனை விழுங்கிக்கொள்ள அவன் படுக்கையில் வந்து விழுந்தான். எவ்வளவு நேரம் உறங்கியிருப்பான் என்று தெரியவில்லை. மீண்டும் கதவு தட்டும் சத்தம் கேட்டு எழுந்தான். ஜன்னலின் அருகே வந்து பார்க்க இம்முறை ஒரு போலிஸ்காரன் அந்த வீட்டின் கதவைத் தட்டிக் கொண்டிருந்தான். கதவு அதிகம் தாமதியாமல் திறந்து போலிஸ்காரனை உள்வாங்கிக் கொண்டது. ஏதோவொரு சுவாரசியம் உந்தித்தள்ள ஜன்னலின் அருகே அமர்ந்து சிகரெட்டைப் பற்ற வைத்தான். ஏறத்தாழ அரை மணி நேரத்துக்குப் பிறகு போலிஸ் வீட்டை விட்டு வெளியேறிச் சென்றான். வேறு யாரும் அங்கே வருவார்களா என்கிற எதிர்பார்ப்பு அவனுள் உருவானது. ஆனால் சற்று நேரத்தில் வெளியே எரிந்து கொண்டிருந்த விளக்கு தன்னிருப்பை நிறுத்தி அணைந்து போக மீண்டும் படுக்கையில் விழுந்தான்.

வெகுநேரம் கழித்து மறுபடியும் கதவு தட்டப்படும் சத்தம் கேட்டு எழுந்தவனின் கண்கள் நெருப்பாய்த் தகித்தன. கடிகார முட்கள் அதிகாலை நாலு மணியைக் காட்டின. எரிச்சலோடு ஜன்னலுக்கு வந்தான். அந்த வீட்டின் முன் மஞ்சள் விளக்கு இப்போது எரிந்து கொண்டிருந்தது. இளம் பிராயத்துச் சிறுவனொருவன் ஆங்காரமாகக் கத்தியபடி கதவைத் தட்டிக் கொண்டிருந்தான். சிறுவன் எவ்வளவு சத்தம் போட்டும் கதவு திறக்காமலிருக்க தரையில் கிடந்த கல்லை எடுத்து வீட்டின் மீது விசிறியடித்தான். சற்று நேரம் தான் நின்ற இடத்தில் நின்றபடி வீட்டையே வெறித்துப் பார்த்துக் கொண்டிருந்தவன் திடீரென்று இருளுக்குள் ஓடி மறைந்தான். ஏதோவொரு மர்மம் அந்த வீட்டில் உறைந்திருப்பதாக அவனுக்குத் தோன்றியது. குழப்பமாய்ச் சென்று படுக்கையில் வீழ்ந்து உறங்கிப் போனான். மறுநாள் காலை வீட்டுக்கு வந்த நண்பனிடம் விசாரித்தபோது மற்றவன் சிரித்தபடி சொன்னான்.

"அந்த வீட்டுல ஒரு ரூட்டு இருக்குது. நாங்க செல்லமா ஜல்குத் ராணின்னு சொல்லுவோம். ஒனக்கு அதெல்லாம் ஆகாது."

ஒவ்வொரு இரவும் வீட்டுக்கு வந்து போகும் மனிதர்களுக்கென கதவினைத் திறந்து மூடும் முகமறியாதவளின் கைகள் அவனுடைய நினைவுகளை இறுகப் பற்றியிருந்தன.

சூரியன் மங்க ஆரம்பிக்கையில் அவன் தன் வீட்டிலிருந்து வெளியேறி நடந்தான். குறிப்பிட்ட வீட்டின் முன் ஒரு கணம் நிதானித்தவன் நெருங்கிச் சென்று கதவைத் தட்டி விட்டு உள்ளிருந்து வரும் சத்தத்துக்காகக் காத்து நின்றான். சிறிது நேரம் கழித்து கதவு திறந்து நீண்ட கைகளின் முடிவில் அவளுடைய முகம் தென்பட்டது. வயது முப்பதுக்குள் தான் இருக்க வேண்டும். தேர்ந்த ஓவியனால் வரையப்பட்ட தீர்க்கமான கோடுகளாலான லட்சணமான முகம். மிகக் கூர்மையான புருவங்கள். உதடுகளில் நிரந்தரமாய்க் குடியிருப்பதான உணர்வைத் தோற்றுவிக்கும் புன்னகை. சற்றே நிமிர்ந்து அவளுடைய கண்களை உற்றுப் பார்த்தவன் திடுக்கிட்டான். இடது கண்ணருகே ஆழமாக வெட்டுப்பட்டதைப் போன்றதொரு வடு. கண் இருக்க வேண்டிய இடத்தில் அவளுக்கு செயற்கைக்கண் பொருத்தப்பட்டிருந்தது. சாம்பலும் நீலமும் கலந்த பளபளப்பான கோலிக்குண்டைப் போன்ற பளிங்குக்கண். ஓவியத்தின் சட்டகத்துக்குள் பொருந்தாமல் துருத்திக் கொண்டிருக்கும் ஒற்றை வண்ணத் தீற்றலென அவள் முகம் வெளிப்படுத்திய உணர்வுகளில் எதனோடும் தனக்கு உறவில்லாததைப்போல அந்தப் பளிங்குக்கண் வெறுமைக்குள் ஆழ்ந்திருந்தது. அவனை உள்ளே வருமாறு அழைத்தாள். வேண்டாம் என்று மறுத்தவன் தடுமாற்றத்தோடு குடிக்கக் கொஞ்சம் தண்ணீர் கிடைக்குமாவெனக் கேட்டான். தண்ணீரை வேகவேகமாகச் சரித்து விட்டுத் திரும்பி அங்கிருந்து விலகி ஓடத் தொடங்கினான். அறைந்து மூடப்பட்ட கதவின் பின்னால் ஒளிக்கற்றை எதன் மீதோ பட்டுத் தெறித்து ஒரு புள்ளியாக மின்னி மறைந்தது.

பளிங்குக்கண்

ஜன்னல் கம்பியில் தொங்கிய கண்ணாடியில் தன் முகத்தை அவள் பார்த்தாள். அவசர அவசரமாக, காத்துக் கொண்டிருப்பவனின் ரசனைக்கேற்ப பௌடர் பூசும் முகம் அங்கில்லை. வெகுகாலத்துக்கு முன்னால் அவளுக்குப் பரிச்சயமானதாயிருந்த அனேகமாக அவள் மறந்திருந்த முகம். அப்படி மறந்ததை எண்ணி அவள் கவலைப்பட்டதில்லை. ஒற்றைக்கண்ணின் வழியாக மட்டுமே இந்த உலகைப் பார்க்க அவள் பழகியிருந்தாள். அது அவளுக்கு ஏதுவாகவும் இருந்தது. வகுப்புத்தோழி கண்ணில் காம்பஸைச் செருகிய நாள் தொடங்கி பழகியதாய் மாறிப்போன வலி. வாழ்நாள் முழுதும் துயரங்கள் அவளைத் துரத்தினாலும்

எதையும் அதனியல்பில் ஏற்றுக்கொள்ளவும் காரண காரியங்கள் தேடாமலிருக்கவும் பழகியிருந்தாள். ஆனால் இன்று வந்தவனின் பார்வை அவளைத் தொல்லை செய்தது. தன்னைப் பார்த்தவுடன் அவனது முகத்தில் ஏற்பட்ட மாற்றத்தை அவள் கவனித்திருந்தாள். ஆனால் அது தன் கண்ணின் காரணமாக ஏற்பட்ட ஒன்றல்ல என்பதுதான் அவளுக்கு ஆச்சரியமாக இருந்தது. அத்தோடு தான் உள்ளே அழைத்தும் வர மறுத்து விலகிப்போனது இனம்புரியாததொரு இணக்கத்தை அவன் மீது ஏற்படுத்தியது. நிரந்தரமாய்ச் சூழ்ந்திருக்கும் இருளின் நடுவே எப்போதாவது தோன்றும் வெளிச்சக்கீற்று அவன்.

தடதடத்தோடும் ரயிலின் வாசலில் அவனும் அவளும் நிற்கிறார்கள். காற்று முகத்தில் விசையோடு வீச அவளது ஒற்றைக்கண்ணில் நீர் வழிந்தோடுகிறது. ஆவேசத்தோடு இடது கண்ணில் விரலை நுழைத்து பளிங்குக்கண்ணைப் பிடுங்கி எங்கோ வீசியெறிகிறாள். ஆழமான கண்குழியைத் தன் விரல்களால் அவன் மிருதுவாகத் தீண்டுகிறான். விரல்களில் பனியின் சில்லிப்பு. அவள் அவனை இறுகக் கட்டியணைக்கிறாள். மெல்லக் குனிந்து நரம்புகளோடும் குழியில் அழுந்த முத்தமிடுகிறான். சட்டென்று கதவினை யாரோ பலமாகத் தட்ட நிகழ்காலத்துக்கு மீண்டவள் அங்கிருந்து நகர்ந்தாலும் மறுபடியும் அவன் தன்னைத் தேடி வருவான் என்று உள்மனம் ஆழமாக நம்பியது.

வண்ணங்களின் நிழல்

அணைக்கட்டு அமைதியில் ஆழ்ந்திருந்தது. தேங்கிய நீரின் மேற்புறத்தில் அங்கங்கே அலைகள் சின்னதாய்த் தளும்பிக் கொண்டிருந்தன. நிலவு வெளிக்கிளம்பிய பிறகும் மறைந்த சூரியனின் செந்நிறம் வானில் அடர்த்தியாய்ப் பாவிக்கிடந்தது. கரையோரப் புதர்களில் ரீங்கரிக்கும் பூச்சிகளின் சப்தம். அவன் நடைபாதைப்பகுதியில் அமர்ந்திருந்தான். எதிர்பாராத கணத்தில் ஒரு நீர்க்காகம் அவனுக்கு இடப்புறமிருந்து மேலெழும்பியது. அவன் பார்த்திருக்க உயர உயரப் பறந்து பின் அருவியின் ஒற்றை நீர்க்கோடென சரேலென்று கீழ்நோக்கி விழுந்து அணையின் விளிம்புப்பகுதியில் தேங்கியிருந்த சிறிதளவு நீரில் மூழ்கிப்போனது. கண்களை இறுக மூடிக்கொண்டான். இப்போது கீழே விழும் பறவையின் முகம் அவனுடைய முகமாய் மாறிட தரையில் தன்

முகம் மோதிச்சிதறும் கணத்துக்காக ஆவலோடு காத்திருந்தவனை அந்தக்குரல் உலுக்கியது.

"அங்கிள்... ஒரு நிமிசம்... அசையாதீங்க..."

அதுவொரு பெண்பிள்ளையின் குரல். அவன் அசையாமல் நின்றான். காலடிகள் முதுகுப்பக்கமாக நெருங்கி வந்தன. அவள் தன் கைகளை உயர்த்துவதை இவனுக்கு முன்னால் விழுந்த நிழல் படம்பிடித்துக் காட்டியது. சொடுக்குவதைப்போல ஒருகணம் அவன் தோள்களைத் தட்டி அவளது கை நீங்கியது. திரும்பிப் பார்க்கையில் மூடிய கைகளுக்குள் எதையோ வைத்துக்கொண்டு அந்த சிறுமி சந்தோசமாகக் குதித்துக் கொண்டிருந்தாள்.

"மாட்டிக்கிட்டியா... மாட்டிக்கிட்டியா..."

வயது பனிரெண்டு அல்லது பதிமூன்று இருக்கலாம். அடர்த்தியான கறுப்பு நிறம். வட்ட முகத்தில் மூக்கின் வலதுபுறம் சின்னதாய் மூக்குத்தி. கேசம் அழகாகப் பின்னி வலதுபுறத்தோளில் தவழ கோவில் சிலையொன்று உயிர்பெற்று வந்ததாய் நின்றிருந்தாள். சாம்பல் நிறத்தில் நீளமான கவுன். சிரிப்பதற்கு இதழ்கள் பிரிந்தபோது மலரொன்று மலர்ந்தது. இதழ்களோடு விழிகளும் சேர்ந்து சிரித்தன. அவளின் அருகாமையில் போய் நின்றான். இன்னும் தன் விரல்களை அவள் மூடியபடியே இருந்தாள்.

"உள்ளே என்னடா குட்டிம்மா வச்சிருக்க?"

தன் விரல்களை சிறுமி மெல்ல விரித்தாள். சிறகுகளை அசைத்தபடி ஒரு பெரிய வண்ணத்துப்பூச்சி. அடர்த்தியான பச்சை நிறம். விரிந்திருந்த மேற்புற சிறகுகளில் நீளமான போர்வாட்களென நீலத்தில் இரு தீற்றல்கள். சிறகுகளை விரிக்கும் ஒவ்வொரு முறையும் கால்களை துடுப்புப் போடுவதாக அந்த ஜீவன் அசைத்துக் கொண்டிருந்தது.

"பார்த்தீங்களா... தன் கால்களை வச்சு எப்படி றெக்கைக்குள்ள சிக்கெடுக்குறான்னு... சேட்டைக்காரி...." சொல்லிக்கொண்டே சிறுமி சிரித்தாள்.

"இது *Banded Peacock* தானே?"

விரிந்து ஆச்சரியம் பெருகும் கண்களால் அவனை உற்றுப்பார்த்தாள்.

"உங்களுக்கு இதப்பத்தியெல்லாம் தெரியுமா அங்கிள்?"

தனக்குப் பிரியமான வண்ணத்துப்பூச்சிகளைப் பற்றிப் பேசுவதற்கு ஒரு துணை கிடைத்ததாக அதன்பிறகு அவள் பேசிக் கொண்டேயிருந்தாள். தன்னிடமிருந்த சிறு ஓலைப்பெட்டியை எடுத்துக் காட்டினாள். இன்னுமொரு வண்ணத்துப்பூச்சி. அதற்குள் தன் கையிலிருந்த வண்ணத்துப்பூச்சியையும் வைத்து மூடினாள். அவை தன்னுடைய தோழர்கள் என்றும் அவற்றோடு மட்டும்தான் விளையாடுவேன் என்றும் சொன்னாள். அந்த வண்ணத்துப்பூச்சிகள் தன்னை நீங்கிப் பறந்து விடும் என்கிற எந்த பயமும் அவளிடமில்லை. உண்மையில் அவள் கூடையைத் திறந்து அவற்றைப் பறக்கவிட்டபோதும் சொல்லி வைத்தாற்போல அவை மீண்டும் அவளிடம் திரும்பி வந்தன. அன்றைய தினத்தின் அவர்களுடைய கண்ணாமூச்சி ஆட்டத்தில் சற்றே விலகி வந்த வண்ணத்துப்பூச்சிதான் அவளை அவனிடம் கொண்டு வந்து சேர்த்திருந்தது. அவனுக்கு ஆச்சரியமாக இருந்தது. அவளது வீடு எங்கேயிருக்கிறதெனக் கேட்டான். அணைக்கட்டிலிருந்து சற்றே விலகியிருந்த மலையுச்சியைக் காட்டினாள். அங்கே தொலைதூரத்தில் காட்டுத்தீ போல எரிந்து கொண்டிருந்த, அணிவகுத்துச் செல்லும் வாகனங்களின், விளக்குகள் மட்டுமே தென்பட்டன.

தன்னையும் நண்பனாக ஏற்றுக் கொள்ள முடியுமாவென்கிற கேள்விக்கு சிரித்தபடி தலையசைத்தவள் மலையின் திசையில் துள்ளிக்குதித்து மறைந்து போனாள். அதன் பிறகு அணைக்கட்டுப் பகுதிக்கு தினமும் வருவதென்பது அவர்களின் வாடிக்கையாக மாறியது. வண்ணத்துப்பூச்சிகள் பற்றிப் பேச அவளிடம் அத்தனை விசயங்கள் இருந்தன. ஓவியங்களுக்காக வனங்களில் அலைந்து திரிந்த காலங்கள் இப்போது அவனை அவளுக்கு நெருக்கமானவனாக மாற்றியிருந்தன. இழுத்துப் பறித்து ஓடிக்கொண்டிருந்த தன் வாழ்க்கைக் கடிகாரத்தின் தவிர்க்க முடியாத முள்ளாக அவளை அவன் உணர்ந்தான். அவளின் அருகாமையில் தன் துயரங்களை மறக்கவும் பழகிக்கொண்டான்.

ஊஞ்சல் விளையாட்டு

எப்போதும் போன்றதொரு மாலைப்பொழுதில் சிறுமி அவனிடம் கேட்டாள்.

"அங்கிள்... நான் இதுவரைக்கும் ஊஞ்சலே ஆடினதில்லை. ஆனா இன்னைக்கு ஆசையாயிருக்கு. விளையாடலாமா?"

அணைக்கட்டின் அடிவாரத்திலிருந்த பூங்காவை அவர்கள் வந்தடைந்தார்கள். ஹோவென்ற இரைச்சலுடன் குழந்தைகள் பூங்காவை ஆக்கிரமத்திருந்தார்கள். வாய் பிளந்த யானைகளின் வழியே சறுக்கு விளையாடும், குதிரைகளில் குடை ராட்டினம் சுற்றும், ஊஞ்சல்களில் ஆடும் குழந்தைகள். கால்கள் புழுதியைக் கிளப்ப அவர்களைத் துரத்திக் கொண்டோடும் பெரியவர்கள். உற்சாகம் ததும்பி வழியும் சூழலுக்குள் மணலில் கால் புதைத்து நடந்தவர்கள் சற்றே ஒதுக்குப்புறமாக இருந்த ஊஞ்சலுக்கு வந்தார்கள். கனமான இரும்புச்சங்கிலிகளின் ஒரு பகுதி சற்றே இறங்கியிருக்க தாழ்வாயிருந்த இருக்கையில் அவள் ஏறியமர்ந்தாள். தரையில் கால்களை உந்தித்தள்ளி மேலெழும்பி அவளுடல் முன்னும் பின்னுமாய் ஆடத் தொடங்கியது. அவள் மேல் தான் கொண்டிருக்கும் பிரியத்தை என்னவென்று விளங்கிக் கொள்வது? அவன் பார்த்தபடியே நின்றிருந்தான்.

"அங்கிள்... மேலே... இன்னும் மேலே... நீங்க தள்ளி விடுறீங்களா?"

பின்னால் சென்று, தன்னை நோக்கி வந்தவள் அமர்ந்திருந்த பலகையை இறுகப்பற்றி ஒரே மூச்சாகத் தள்ளினான். உடல் உயரத்துக்குப் போக அவளது சந்தோசம் இன்னும் அதிகமானது. மேலே மேலே என்று அலறியபடி இருந்தவளை கெட்டியாகப் பிடித்துக் கொள்ளச் சொல்லி அழுத்தமாக உந்தித் தள்ளினான். ஆகாயத்தில் பறப்பதாய் அவள் உணர்ந்தாள். சந்தோசத்தில் சற்றே நகர்ந்தவளின் உடல் ஊஞ்சலின் திசையை மாற்ற இறங்கி வருகையில் அவளது உடல் அவன்மீது விசையோடு மோதியது.

நரம்புகள் தெறிக்க உடம்பில் எலும்புகளின் வெம்மை கூடி அவனுடல் திடுக்கிட்டு நகர்ந்தது. ஒவ்வொரு உடலும் தனக்கென எப்போதும் பிரத்தியேகமான சில நினைவுகளைக் கொண்டிருக்கும். தன் மீது வந்து மோதிய சிறுமியின் உடல் அவனுக்குள் தொலைந்து போயிருந்த நினைவுகளைக் கிளர்த்தி பல வினோத முடிச்சுகளை அவிழ்த்ததில் அதிர்ந்தவன் சட்டென்று அங்கிருந்து விலகி நடக்க ஆரம்பித்தான். என்ன நடந்ததென்று புரியாமல் அங்கிள் அங்கிள் என்று அழைத்தவளின் குரல் காற்றில் தேய்ந்து மறைந்தது.

மறுநாள் எங்கெங்கோ சுற்றி அணைக்கட்டுக்கு நேரந்தாழ்ந்து வந்து சேரும்வரை அவள் அவனுக்காகக் காத்திருந்தாள். எப்போதும் கையில் வைத்திருக்கும் வண்ணத்துப்பூச்சிகளுக்கான பெட்டியும்

அவளிடமில்லை. கண்கள் அழுது சிவந்திருந்தன. அவன் அவளருகே சென்றமர்ந்தான்.

Giant Swallow-Tail

அறைக்குள் கனிந்த பழம்போல இருட்டு நன்கு முற்றி இருந்தது. அவன் விளக்கினைப் போட்டான். மஞ்சளும் பச்சையும் கலந்ததொரு வினோதமான வெளிச்சம் அறையை நிறைக்க இடுக்குக்குள் ஓடி மறைந்தது பல்லியொன்று. படுக்கையைத் தவிர அனைத்து இடங்களிலும் ஒட்டடை படிந்து கிடந்தது. பொருட்களை அதனதன் இடத்தில் ஒதுக்கி எல்லாவற்றையும் சுத்தம் செய்ய அவளும் உதவினாள். அழுக்குப்படிந்த சார்ட் பேப்பர்களை எடுத்து தூசி தட்டி பின் சுவர்களில் மாட்டியவன் தனது சிவப்புநிறப் பையைப் பிரித்து தூரிகையையும் வண்ணங்களையும் வெளியே எடுத்து வைத்தான். அவன் ஓவியன் என்பதை இதுநாள் வரை அவள் அறிந்திருக்கவில்லை. முதல்முறை பள்ளிக்கூடத்துக்குள் நுழையும் குழந்தையின் ஆர்வத்தோடு அவனது செய்கைகளை அவள் கவனித்துக் கொண்டிருந்தாள்.

அவளுக்குப் பிரியமான பச்சை நிறத்தை எடுத்து வரைய ஆரம்பித்தான். சின்னச் சின்னதாய்க் கோடுகளும் வரிகளும் இணைந்து முதலில் உடல் உருவானது. பின் இறக்கைகளும் உணரிகளும். மேற்புற இறக்கைகளில் நீலத்தால் போர்வாட்களை வரைந்தபோது அவன் தனக்குப் பிரியமான மயில் வண்ணத்துப்பூச்சிகளை வரைகிறான் என்பதைக் கண்டுகொண்டாள். கண்களை வரைந்து அந்தப் வண்ணத்துப்பூச்சியை நெருங்கி மூச்சுக்காற்றாய் சட்டென்று ஊதினான். அதன் உணரிகள் மெல்ல அசைந்து பழுத்த திராட்சைப்பழம் போன்ற கண்கள் உயிர்பெற்று மின்னின. சிறகுகளையசைத்து நெருப்பிலிருந்து வெளியேறும் புகைபோல அந்த வண்ணத்துப்பூச்சி படத்திலிருந்து தன்னை விடுவித்துக்கொண்டு வெளியேறி அறைக்குள் பறக்கவாரம்பித்தது. சுற்றிச்சுற்றிப் பறந்த வண்ணத்துப்பூச்சி இறுதியில் அவளது தோள்களில் வந்தமர ஆச்சரியமும் சந்தோசமும் ததும்பி அவள் வாயடைத்துப் போனாள். அவன் மற்றொரு வண்ணத்துப்பூச்சியை வரைய ஆரம்பித்தான்.

தான் இதுவரை பார்த்திருந்த அத்தனை வண்ணத்துப்பூச்சிகளையும் உயிர்பெற்றெழச் செய்யும் வெறியோடு அவன் வரைந்து கொண்டேயிருந்தான்.

அறையின் நடுவில் அவள் நின்றிருக்க, தொட்டிக்குள் அலைந்து கொண்டிருக்கும் வண்ணமீன்களைப் போல வெவ்வேறு நிறங்களில் வெவ்வேறு வண்ணத்துப்பூச்சிகள் அறைக்குள் மிதந்தபடியிருந்தன. அவை வந்தமர்வதற்கான பூக்களையும் அவன் வரைந்தான். அனைத்து நிறங்களிலும் பூக்கள். ரோஜாக்களும் மஞ்சள் கொன்றைகளும் செம்பருத்திகளும் ஊதாநிறப் பூக்களும். பின் சுவர்களில் அடர்ந்து படரும் வேர்கள். மெல்ல மெல்ல அந்த அறை மாறிக்கொண்டிருந்தது ஒரு வனமென. வண்ணத்துப்பூச்சிகளும் மலர்களும் அடர்ந்த வனம். தொலைதூரத்தில் பறவைகளின் சப்தங்கள் அதிர்ந்து ஒலிக்கத் தொடங்கின. கண்களால் காண முடியாத வனத்தின் கதவுகளை அவன் தன் தூரிகையின் வழியே அவளுக்காக மெல்லத் திறந்து விட்டிருந்தான்.

வண்ணமலர்கள் பூத்துக்குலுங்கும் மரமென உடலெங்கும் வண்ணத்துப்பூச்சிகள் மொய்க்கும் ஒரு தேவதையாக அவள் நின்றிருந்தாள். அவற்றின் உடல்களின் மீது பட்டுத்தெறித்த ஒளியில் அவளது முகம் மரகதப் பச்சையாய் மின்னியது. அவன் அவளை நெருங்கி வந்தான். அவனது மூச்சுக்காற்று வெம்மையாய் முகத்தில் படர வயிற்றுக்குள் சிறகசைக்கும் வண்ணத்துப்பூச்சிகளை அவளுணர்ந்தாள். கிறக்கமாயிருக்க கண்களை இறுக மூடிக்கொண்டாள். கிசுகிசுக்கும் குரலில் அவளுடைய காதுக்குள் அவன் பேசினான்.

“உனக்கு *Giant Swallotail* தெரியும்தானே?”

“தெரியும் அங்கிள்... ராட்சச வண்ணத்துப்பூச்சி... ரொம்ப அழகாயிருக்கும்...”

ஏதோவொரு ஆழத்திலிருந்து ஒலிப்பதாய் அவளுடைய குரல் ஒலித்தது. அவன் இன்னும் அவளை நெருங்கினான். முகங்கள் மெலிதாய் உரசிக்கொண்டன. பேசமுடியாமல் தடுமாறும் குரலில் அவன் கேட்டான்.

“வேணுமா... வரையட்டுமா?”

“உம்ம்...”

அவளை நீங்கி அவன் சுவரருகே சென்று நின்று உடைகளைக் களைந்தான். உணர்வுகள் நீங்கி யாவும் களைந்த நிர்வாணம். நீளமானதொரு தூரிகையை எடுத்து தன் உடலில் வர்ணங்களைத் தீட்ட ஆரம்பித்தான். அவனைச் சுற்றிப் பறந்த வண்ணத்துப்பூச்சிகள்

மிரண்டு ஓடுவதைப்போல அங்கிருந்து விலகிப் பறந்தன. அடர்த்தியான கறுப்பு நிறம் உடலெங்கும் பரவ அவனது கால்கள் கரைந்து காற்றில் மிதந்தான். கம்பத்தை இறுகப்பற்றி மேலேறும் கொடிகள் போல வர்ணங்கள் அவனது உடலெங்கும் பரவிப்பூத்தன. கறுப்பும் பச்சையும் நீலமும் கலந்து மெல்ல மெல்ல நிகழும் உருமாற்றம். வெள்ளை நிறத்தில் உடலெங்கும் பூக்கும் புள்ளிகள். உருக்கிய பொன்னாகக் கைகள் குழைந்து உருகி நீர்மமாய் தரையில் வழிந்தோட உடலின் பக்கவாட்டில் இறக்கைகள் தோன்றி படபடவென அடித்தன. பற்கள் உதிர்ந்து காதுகள் உணரிகளாய் நீண்டு முகம் முழுக்க மாறி அறையை நிறைக்குமளவுக்கு பெரிய ராட்சத வண்ணத்துப்பூச்சியாய் அவன் அங்கே நின்றிருந்தான். பூச்சிகளின் சப்தம் சட்டென்று கரைந்து வெளியெங்கும் ஒரு கனத்த மௌனம் நிரம்பியது. அறையின் மாயவெளிக்குள் எல்லாம் கரைந்து போக இரண்டு பச்சைநிற மயில் வண்ணத்துப்பூச்சிகள் மட்டும் அங்கே சுற்றிக் கொண்டிருந்தன.

காற்றில் மிதக்கும் இலையைப்போல அசைந்து ராட்சத வண்ணத்துப்பூச்சி அவளை நெருங்கி கைகள் விரித்து நிற்கும் தேவனாகத் தன் சிறகுகளை அகல விரித்தது உனக்கென நான் காலம் காலமாகக் காத்திருக்கிறேன் என்பதாய். வைரமென மின்னிய கண்களில் நீர்த்துளிகள். வர்ணங்களின் மணம் நாசி நிறைக்க கண்கள் திறந்து பார்த்தவள் மெல்ல நகர்ந்தாள். பனிக்குடம் நுழையும் குழந்தையாய் தன்னுடலை அதன் குளிர்ந்த சிறகுகளினூடாகப் புதைத்தாள். அவளை இறுகக் கட்டியணைப்பதாக வண்ணத்துப்பூச்சி தன் சிறகுகளை மூடிக்கொண்டது.

வெகு நாட்களாக வீடு பூட்டிக்கிடந்ததில் சந்தேகம் கொண்ட பளிங்குக்கண் பெண் மக்களிடம் சொல்லி வீட்டை உடைத்துத் திறந்தபோது அங்கே அழுகிய நிலையில் ஒரேயொரு பிணம் மட்டும் கிடந்தது.

நம் நற்றிணை, 2016

பிளவு

உயரமாய் நின்றிருந்த மரத்தேரின் சக்கரங்கள் இறந்தகாலத்தில் உறைந்திருந்தன. செங்குத்தான சூரியனின் கிரணங்கள் வீதியைச் சுட்டெரிக்க தேரின் நிழல் அகலமான அதன் அடிபாகத்தின் கீழ் ஒளிந்து கிடந்தது. உடலில் வழிந்தோடும் வியர்வையைத் துடைத்தபடி ஒரு கடையின் முன்னால் வேய்ந்திருந்த ஓலைக்கொட்டகையின் கீழ் ஒதுங்கினேன். கூரையினுடைய சல்லடைக்கண்களின் வழி உள்ளே நுழைந்த ஒளி முகத்தில் வெதுவெதுப்பாய் விழுந்து கண்கள் கூசியது. தலையைத் தாழ்த்தி பாக்கெட்டில் இருந்த சிகரெட்டை எடுத்து பற்ற வைத்தேன். மட்டரக சிகரெட்டின் காட்டமான புகையில் உடல் சற்றே தளர்ந்து ஆசுவாசமானது. வாழ்வில் எத்தனை சங்கதிகள் வந்தாலும் புகையும் சுயசம்போகமும் தரும் சுகமே அலாதிதான். புகைத்துக்கொண்டே அன்றைய தினம் வசூலுக்குப் போக வேண்டிய கடைகளை மனதுக்குள் பட்டியலிட்டேன். மஹால் அருகிலிருக்கும் கடைகளை முதலில் முடிக்கலாம் என்றெண்ணி சிகரெட்டை வீசி விட்டு நடக்கத் தொடங்கினேன்.

விளக்குத்தூணின் வியாபாரிகளையும் தள்ளுவண்டிகளையும் தாண்டி கற்சந்துக்குள் நுழைகையில் சாலையின் ஓரமாகக் கிடந்த மனிதர் கண்களில் தட்டுப்பட்டார். தகதகக்கும் தார்ச்சாலையின் வெப்பத்தில் குண்டிச்சூடு

உணராமல் உடைகள் கலைந்து அலங்கோலமாகக் கிடந்தவரை என்னால் அடையாளம் காண முடிந்தது. மூட்டை தூக்கும் மாரிச்சாமி அண்ணன். நான்கைந்து நாட்களாகக் கடைப்பக்கமே வரக்காணோம் என்று தேடியவரை சாலையில் இந்தக்கோலத்தில் பார்க்க நேரிடும் என்பதை நான் எதிர்பார்த்திருக்கவில்லை. குனிந்து அவரை எழுப்ப முயன்றேன். “ஒங்களுக்குத் தெரிஞ்சவரா தம்பி... சரியான தண்ணி... தெனக்கர குடிச்சிருக்காப்ல... காலைலேர்ந்து இங்கனதான் கெடக்காப்டி... நடுரோட்டுல கெடந்தவர நம்ம பசங்கதான் ஓரமா இழுத்துப் போட்டானுக... இப்போதைக்கு எழுப்ப முடியாது. செரமம்.” அருகில் கரும்புஜூஸ் விற்கும் அண்ணாச்சி அலுத்துக்கொண்டார்.

நிமிர்ந்து சுற்றுமுற்றும் பார்த்தேன். மனிதர்கள் அவரவர் வியாபாரத்தில் மும்முரமாயிருந்தார்கள். தெரிந்தவர்கள் யாரும் அக்கம் பக்கத்தில் இல்லை. அப்படித் தெரிந்தவர்களும்கூட பெரிதாய் ஏதும் அவர் மீது அக்கறை காட்டுவார்களெனத் தோன்றவில்லை. மூட்டையை உலுக்குவது போல தோளை பலமாக அசைத்து மாரியை எழுப்ப முயன்றேன். மாரி புரண்டு திரும்பிப் படுத்தாரேயொழிய எழவில்லை. மெல்ல உடலைப் பிடித்திழுத்து அருகில் நிழலாயிருந்த பகுதிக்குள் அவரைக் கிடத்தி விட்டு பிறகு அங்கிருந்து நகர்ந்தேன். அடுத்தடுத்து போக வேண்டிய கடைகள் மூளையை ஆக்கிரமிக்க மாரியை மறந்து வசூலுக்குள் நுழைந்தேன்.

மாலை நேரச் சூரியன் மங்கிய ஒளிக்கற்றைகளால் தன்னிருப்பை உறுதி செய்து கொண்டிருக்க என் கடையில் அமர்ந்திருந்தேன். இறுக்கமான காற்றோடு வானில் மேகங்கள் திரள ஆரம்பித்தன. நரகக்குகையிலிருந்து வெளியேறிப் பறக்கும் வவ்வால்களின் பரபரப்போடு மனிதர்கள் வீதியில் ஓடிக் கொண்டிருந்தார்கள். மழையின் முதல் துளி பூமியைத் தீண்டுமுன் தங்களுக்கான வேலைகளை முடித்து விடும் அவசரம். கண்ணுக்குப் புலப்படாத ஏதோவொரு மிருகம் அவர்களைத் துரத்துவதாகவும் அதன் பிடியிலிருந்து தப்ப அனைவரும் மிரண்டோடுவதைப் போலவும் கற்பனை செய்தேன். சிரிப்பாகவும் சற்று பிரமிப்பாகவும் இருந்தது. வாழ்க்கையென்பது வெறுமனே மூச்சு விடத்தானா என்று அச்சலாத்தியாகவும் வந்தது. பிறகு எனக்குள் நானே சொல்லிக் கொண்டேன்: நாம் புரிந்து கொண்டிருப்பது ஒன்றுமில்லை, ஒன்றுமேயில்லை. ஒருபோதும் நம்மால் எதையும்

புரிந்து கொள்ளவும் முடியாது. வீதியோரமாய் மயங்கிக் கிடந்த மாரியின் முகம் சட்டென்று மனதின் ஓரத்தில் கறுப்பு வெள்ளைப் புகைப்படமாய் மின்னி மறைய பெருமூச்சொன்றை உதிர்த்து மற்ற கடைகளில் காட்ட வேண்டிய மாதிரிகளை எடுத்துக்கொண்டு கடையை விட்டு வெளியேறினேன்.

எழுகடல் வீதியில் சுற்றியலைந்து இறுதியாக வடக்கு மாசி வீதிக்குள் நுழைந்தவன் அதிர்ந்து நின்றேன். மாரி இப்போது டெலிபோன் ஆபிசுக்கு அருகிலிருந்த முட்டுச்சந்துக்குள் விழுந்து கிடந்தார். வெளிவீதிகளின் வியாபாரிகள் தங்கள் அவசரத்தை தணித்துக்கொள்ளும் மூத்திரச்சந்து அது. அவரருகில் சென்று பார்த்தேன். முனையின் சுவரிலிருந்து நீளக்கோடாய் வழிந்த மூத்திரமும் பெய்தோய்ந்த மழையும் சேர்ந்து ஒரு குழியில் குளமெனத் தேங்கியிருக்க அங்கே முகம் பதித்துக் கிடந்தார். ஈர முகத்தில் பாதி திறந்திருந்த கண்களுக்குக் கீழே ஈக்கள் கூட்டமாக மொய்த்துக் கொண்டிருந்தன. மூத்திரவாடையையும் மீறி அவரிடமிருந்து எழுந்தது மதுநாற்றம். மறுபடியும் குடித்துவிட்டு வந்து விழுந்திருக்க வேண்டும். மிகுந்த வேதனையோடு தலையில் அடித்துக் கொண்டேன். ஒருபோதும் அவரை நான் இப்படிப் பார்த்ததில்லை. நன்றாயிருந்த மனிதருக்கு என்ன ஆனது? எது அவரைத் துரத்துகிறது? கண்ணுக்குப் புலப்படாத அந்த மிருகம் எங்கிருக்கிறது? தெளிந்த பிறகு கடைக்கு வரச்சொல்லி விசாரிக்க வேண்டும் என்று எண்ணியபடி நகர்ந்தேன்.

லாரிகளுக்கு அனுப்பும் மூட்டைகளைச் சிட்டை போட்டு வண்டியேற்றி முடித்தபோது இரவு மணி பதினொன்று ஆகியிருந்தது. நாளின் அசதியனைத்தும் சேர்ந்து நுரையீரலின் ஒவ்வொரு துளையும் புகைக்காக ஏங்கின. மொட்டைக்கோபுர முனிக்கு எதிர்த்தாற்போல இருக்கும் சந்தின் காபிக்கடைதான் வழக்கமாகப் போகுமிடமென்பதால் அங்கே நடக்கத் தொடங்கினேன். ஒரு கையில் டீ கிளாசும் மறுகையில் சிகரெட்டுமாக இருட்டுக்குள் நான் ஒதுங்க அருகிலிருந்த வீட்டின் படிகளில் நிழலாய் ஒரு உருவம். உற்றுப்பார்த்தேன். மாரி அங்கே அமர்ந்திருந்தார். நிமிர்ந்து என்னைப் பார்த்து பின் கண்களைத் தாழ்த்திக்கொண்டார். “தம்பி... ஒரு சோடா வாங்கிக்கிடவா...” என் பதிலை எதிர்பார்க்காமல் எழுந்து கடையினருகே போய் நின்றார். கண்களில் கேள்வியோடு கடைக்காரர் என்னைப் பார்த்தார். நான் தலையசைத்தேன். கொப்பளித்துப் பொங்கிய சோடாவை ஊற்றி

முகத்தைக் கழுவியவர் பிறகு கொஞ்சமாகத் தொண்டையிலும் சரித்துக் கொண்டார். இறுக்கமாயிருந்த மாரியின் உடல் சற்றே தளர்ந்ததாகத் தோன்றியது.

நான் அவரருகே சென்று பேச முற்பட்டபோது எங்கோ பின்னாலிருந்து ஒரு விசில் சத்தம் கிளம்பியது. வெகு நீளமான, மிகச்சரியான இடைவெளிகளில் ஊதப்படும் விசிலின் ஓசை. அந்தக்கணம் மாரியின் முகத்தில் ஏற்பட்ட மாற்றங்கள் என்னைத் திடுக்குறச் செய்தன. ரத்தச்சிவப்பில் இருந்த கண்களில் கிலி படர்ந்து முகம் விகாரமாகியது. உடல் வெடவெடத்து நடுங்கி இடுப்பின் கைலியை எடுத்து முகத்தை மூடிக்கொண்டார். நான் குழப்பமாகப் பின்னால் திரும்பிப் பார்த்தேன். வழக்கமான இரவுநேரப் பாராவுக்காக காவலர்கள் மீனாட்சி கோவிலைச் சுற்றி வந்தார்கள். கோயிலைச் சுற்றியிருக்கும் அனைவரும் பழகிய விசயம்தான். மீண்டும் நான் மாரியிடம் திரும்பினேன். வீதியில் கசிந்த மிகச்சிறிய ஒளியிலிருந்தும் விலகியோடி இருட்டுக்குள் நுழைந்து அருகிலிருந்த ஒல்லியான மரத்தண்டின் பின்னால் ஒளிந்து கொள்வதாய் நின்றார். கிளைகளின் நடுவில் முகத்தைப் புதைத்து மறைக்க முயன்றவரின் உடல் அதீதமாக நடுங்குவதை என்னால் இருட்டிலும் தெளிவாகப் பார்க்க முடிந்தது. மெல்ல அவரை நெருங்கி தோளைத் தொட்டேன். விசில் சத்தம் மெல்லத் தேய்ந்து மறைந்த பிறகே மாரி நிமிர்ந்து என் கண்களுக்குள் பார்த்தார்.

மாரிக்கு வயது நிச்சயம் ஐம்பதைத் தாண்டியிருக்கும். மிகவும் எளிமையான மனிதர். எப்போதும் சிரித்தபடி தானிருக்கும் இடத்தையும் தன்னைச் சுற்றியுள்ள மக்களையும் உயிர்ப்போடு வைத்திருப்பவர்.

மாரியின் சிறு வயதிலேயே ராமநாதபுரம் பக்கமிருந்த ஏதோவொரு கிராமத்திலிருந்து பிழைப்புக்காக மதுரை வந்து சேர்ந்தது அவருடைய குடும்பம். முதன்முதலில் தனக்குக் கிடைத்த வேலையைப் பற்றிச் சொல்லும்போது மாரிக்கு எப்போதும் வார்த்தைகள் தடுமாறும். ஊரின் ரேகைகள் புரிபடாத பத்து வயது சிறுவனால் என்ன செய்திட முடியும்? தினமும் பெரியார் நிலையத்தின் அருகேயிருக்கும் பாலத்தில் சென்று நிற்பான் அந்தச் சிறுவன். ரிக்ஷாக்காரர்களும் சுமைவண்டிக்காரர்களும் பாலத்தில் ஏற முடியாமல் தவங்கும்போது துடுப்புப்போட்டு தள்ளிவிடுவதுதான் அவனுக்குக் கிடைத்த முதல் வேலை.

வண்டிக்காரர்கள் சிரித்துக்கொண்டே தந்த காலணாக்களும் அரையணாக்களும் அவனுள் நம்பிக்கையை விதைத்தன. ஒரு ரசவாதியைப் போல இந்த நகரமும் அதன் மனிதர்களும் மாரியின் வாழ்க்கையை மாற்றியமைத்தார்கள். கடைசியில் தூசிபடிந்த வெளிவீதிகள் அந்தப் பாதங்களை பிசிபிசுப்போடு ஏற்றுக்கொள்ள அவரது உள்ளங்கால்கள் இந்நிலத்தில் வேர்பிடித்து நின்றன. சொல்லிக் கொள்ளும்படியானதொரு வாழ்க்கையைத் தனக்கு சாத்தியப்படுத்தியது இந்த நகரம்தானென்பதை எப்போதும் மாரி நெகிழ்ச்சியோடு சொல்வார். "மனசுல நம்பிக்கையும் ஒடம்புல தெம்பும் இருந்தா போதும் தம்பி... மதுர மீனாட்சி யாரையும் காப்பாத்துவா..."

மாரிக்கு வாழ்க்கையில் முக்கியமான விசயங்கள் இரண்டு. முதலாவது அவருடைய செல்ல மகள் வாணி. தாயை இழந்த பெண். ஒரு டெய்லரிங் கடையில் வேலை பார்த்தாள். சீக்கிரமே நல்லதொரு இடமாகப் பார்த்து அவளைக் கட்டிக்கொடுக்க வேண்டுமென்பது அவருடைய வாழ்வின் ஆதாரம். அவருக்குப் பிடித்த மற்றுமோர் சங்கதி சினிமா.

அனைத்து மதுரைக்காரர்களையும் போல மாரியும் சினிமாவை நேசித்தார். வாரத்தில் ஐந்து நாட்கள் உயிரைக்கொடுத்து வேலை பார்த்தாரென்றால் மீதி இரண்டு நாட்களும் தியேட்டர்களில் கழியும். அதிலும் அவருடைய ரசனை கொஞ்சம் வித்தியாசமானது. ஊரின் அனைத்து ரிக்ஷாக்களில் படமாகவும் வண்டியோட்டிகளின் தோள்களில் பச்சையாகவும் உலகம் சுற்றும் வாலிபன் வீற்றிருந்த காலத்தில் மாரியின் வண்டியில் மட்டும் தெய்வமகன் சிரித்துக் கொண்டிருந்தார். "பிறவி நடிகன் தம்பி... அழச்சொன்னா பக்கத்துல சுவர் எங்க இருக்குன்னு தேடுற ஆளு கிடையாது... கண்ணக் கசக்குனாப்லன்னு வைங்க... ஊரே அவரோட சேர்ந்து அழும்..." ஒற்றை ஆளாக எதிர்த்தரப்பு ரசிகர்களோடு மல்லுக்காட்டுவார். பெரும்பாலும் பழைய படங்களே அவருக்கு விருப்பமாயிருந்தன. எங்கே போட்டாலும் அவற்றைத் தேடிச்சென்று பார்ப்பார். சென்ட்ரல் போன்ற தியேட்டர்களெல்லாம் உங்களை நம்பித்தான் இருக்கின்றன என்று கிண்டல் செய்தாலும் கண்டுகொள்ள மாட்டார். மூட்டைகளை ஒவ்வொன்றாக அடுக்கியபடி தான் பார்த்த படங்களையெல்லாம் ஒவ்வொரு காட்சியாக அவர் விவரிப்பது அத்தனை சுவாரசியமாக இருக்கும். கண்கள் விரிய தானும் அந்தப்படத்தில் ஒரு

கதாபாத்திரம் என்பதைப் போல உணர்ச்சி பொங்க நடித்துக் காட்டுவார். அதற்காகவே வணிக வீதிகளில் தனக்கென ஒரு ரசிகர் கூட்டத்தை அவர் சேர்த்து வைத்திருந்தார்.

நீலப்படங்கள் பார்ப்பதிலும் அவருக்கு அலாதி பிரியமிருந்தது. அது பற்றிக் கேட்டால் ஒரு வினோதமான இளிப்பு மாரியின் உதடுகளில் வந்து அமர்ந்து கொள்ளும். “என்ன கிடைக்குதுன்னு பார்த்தா ஒண்ணுமேயில்ல தம்பி... ஆனா பழகிருச்சு... ஒரு வாரம் போகலைன்னா கூட கைகாலெல்லாம் நடுங்க ஆரம்பிச்சிரும் பார்த்துக்கிடுங்க...” சொல்லி விட்டு விக்கி விக்கிச் சிரிப்பார். எந்தத் திரையரங்கில் படம் ஓடுகிறது, நீலப்படக்காட்சிகளை எப்போது திரையிடுவார்கள், இடைவேளைக்கு முன்பா அல்லது பின்பா என எல்லாவற்றையும் தெரிந்து வைத்திருப்பார். அது பற்றிச் சொல்லவும் அவரிடம் ஏராளமான கதைகள் இருக்கும். “முத்துப்பட்டில ஒரு டூரிங் டாக்கீஸ் தம்பி. மூணு மாசம் திறந்திருக்கும், அடுத்த மூணு மாசம் சீல் வச்சிருவானுங்க. சாயங்காலம் நைட்டுன்னு ரெண்டே ஷோ தான். ஆனா தரம், பார்த்துக்கிடுங்க. அஞ்சு ரூபாக்கு மேல சல்லிக்காசு வாங்க மாட்டான். படம் போடுறதுக்கான சிக்னல்னு சொல்லி ஒரு பாட்டு போடுவான் பாருங்க... அச்சம் என்பது மடமையடா... அஞ்சாமை திராவிட உரிமையடா... கொழாய்ல அந்தப் பாட்ட ஓட விட்டான்னா படம் போடப்போறான்னு அர்த்தம். எனக்கு என்னவோ அதைக் கேட்கும்போதெல்லாம் குச்சிக்காரன்களுக்காகவே போடுறானுகளோன்னு தோணும். நீ எத்தனை தடவ சீல் வச்சாலும் நான் பிட்ட ஓட்டுவேண்டான்னு... ஹா ஹா ஹா...”

மொத்தத்தில் மாரியைப் பற்றிச் சொல்வதானால் வாழ்வின் பாரங்கள் குறித்து அதிகம் அலட்டிக்கொள்ளாத வெள்ளந்தியான மனிதர்.

ஒருநாள் காலையில் வேலைக்குப்போன மாரியின் பெண் அன்றிரவு வீடு திரும்பவில்லை. தனக்கான வேலைகளை முடித்து அவர் வீட்டுக்கு வருகையில் நேரம் பத்து மணியைத் தாண்டியிருந்தது. எப்போதும் சுடுசோறுடன் தனக்காகக் காத்திருக்கும் மகள் வீட்டில் இல்லை என்பது சங்கடத்தில் ஆழ்த்தியது மாரியை. அக்கம்பக்கத்து வீடுகளில் விசாரித்தபோதும் ஒன்றும் புரிபடவில்லை. ஒருவேளை அவனியாபுரத்தில் இருக்கும் அத்தை வீட்டுக்குப் போயிருப்பாளோ? அவசர அவசரமாக செல்போனில் அழைத்தார். அங்கும் அவள் வரவில்லை என்றே

பதில் கிடைத்தது. அன்றிரவு முழுதும் மகளை எதிர்பார்த்து வீட்டுவாசலில் அவர் தூங்காமல் உட்கார்ந்திருந்தார்.

விடிந்தவுடன் தனக்குத் தெரிந்த இடங்களில் எல்லாம் சென்று தேடினார். எங்கும் அவள் கிடைக்கவில்லை. வேலை பார்க்கிற இடத்துக்கும் போகாமல் வாணியினுடைய செல்போனும் அணைந்திருக்க பயம் ஒரு புகைமண்டலமாய் மாரியின் மனதைச் சூழ்ந்தது. வாணி மிகவும் நல்ல பெண். அவரறிந்து எந்தத் தவறும் செய்யக்கூடியவளில்லை. அவளுக்கு என்ன நடந்திருக்கக்கூடுமென்பதாய் பலவித எண்ணங்கள் மனதுக்குள் தோன்ற மனிதர் முழுதாய் உடைந்து போனார். இறந்த மனைவியின் முகம் நினைவில் நிழலாடியது. வேறு வழியின்றி போலிசில் சென்று கம்ப்ளெய்ண்ட் கொடுக்கலாம் என்கிற முடிவை வந்தடைந்தார்.

காவல் நிலையம் அமைதியில் ஆழ்ந்திருந்தது. கட்டிடத்தின் சிவப்புநிறக் கற்களைப் போலவே அங்கிருந்த மனிதர்களின் முகங்களும் இறுகிக்கிடந்தன. அவர்களின் மத்தியில் நுழைவது மாரியை மிகவும் அசௌகரியமாக உணரச் செய்தது. எழுத்தரிடம் சென்று மகள் காணாமல் போனதைச் சொன்னார். அவரை நிமிர்ந்து பார்த்த மனிதரின் கண்கள் எகத்தாளத்தில் மிதந்தன. இன்ஸ்பெக்டர் இரவுதான் வருவாரென்றும் அப்போது வந்து புகார் தரும்படியும் கரகரப்பான குரலில் சொன்னார். மீண்டும் ஒருமுறை அந்தக் கட்டிடத்துக்குள் நுழைவதென்பது மாரிக்குள் பீதியை உண்டாக்கியது. ஆனால் அடுத்த இரண்டு நாட்களின் பெரும்பகுதியைத் தான் அங்குதான் கழிக்கப்போகிறோம் என்பதை அப்போது அவர் அறிந்திருக்கவில்லை.

வீட்டுக்குப் போகப் பிரியமின்றி மாரி எதிரேயிருந்த சைக்கிள் ஷெட்டில் போய் அமர்ந்தார். திருட்டு வாகனங்கள் சிதைவுற்று அங்கங்கே சரிந்து கிடந்தன. இருள் சூழும் நேரமென்பதால் வானம் தெளிவில்லாமல் இருந்தது. முந்தைய இரவு சரியாகத் தூங்காத காரணத்தால் உடலாலும் மனதாலும் மிகவும் சோர்வாயுணர்ந்தார். நம்பிக்கையை அவர் முற்றாய் இழக்கவிருந்த தருணத்தில் மிகுந்த சத்தத்தோடு இன்ஸ்பெக்டரின் வாகனம் வளாகத்துக்குள் நுழைந்தது. உள்ளே போன அதிகாரி வெளியேறி வருவதற்காக மாரி வாசலில் போய் நின்று கொண்டார். சிறிது நேரம் கழித்து வெளியேறி வந்த இன்ஸ்பெக்டர் அங்கே நின்றிருந்தவரைப் பார்க்காதது போல வேகவேகமாக நடந்தார்.

மாரி அவர் பின்னால் ஓடினார். “என்னய்யா...” குரலில் எரிச்சல் மண்ட இன்ஸ்பெக்டர் மாரியைத் திரும்பிப் பார்த்தார். அவருடைய வலது கன்னத்தில் சுண்டு விரலளவு நீண்டதாய் ஒரு வடு இருந்தது. முறுக்கிய மீசைக்குப் பின்னால் கன்னங்கள் பிதுங்கி வழிந்தன. வெட்டுப்பட்ட ஆட்டினுடையதைப் போலிருந்த கண்கள் மாரியின் முகத்தில் நிலைத்து வெறித்தன. அச்சத்தை மறைத்தபடி மகள் காணாமல் போனதை மாரி விளக்க, முகத்தில் எந்தவிதமான உணர்வுகளையும் வெளிக்காட்டாமல் இன்ஸ்பெக்டர் கேட்டுக்கொண்டார். “இப்போ ரவுண்ட்ஸ் போறேன்... கொஞ்ச நேரத்துல வந்துடுவேன். எழுதிக் குடுத்துட்டுப் போ. அப்படியே உன்னோட போன் நம்பரையும் சொல்லிரு. பாக்கலாம்...” புகையினடுவே பெருத்த சத்தத்தோடு வாகனம் கிளம்பிச் சென்றது.

விடை தெரியாத கேள்விகள் மாரியின் மூளைக்குள் பிள்ளைப்பூச்சியாய்க் குடைந்தன. தனக்குள் புலம்பியபடி வீட்டை வந்தடைந்தவர் மின்சாரமில்லாமல் அது இருளுக்குள் மூழ்கியிருப்பதைக் கண்டார். சின்னதொரு அகல் விளக்கைத் தேடியெடுத்து ஏற்றி வைக்க வெளிச்சம் மெல்ல அறையை நிறைத்தது. எரியும் தீபச்சுடரைப் பார்த்தபடியே சுவரில் சாய்ந்தமர்ந்தார். எதிர்த்திசையின் சுவரிலாடிய வினோத நிழல்கள் அவருக்குப் பீதியூட்டின. யோசனைகளின் அழுத்தத்தில் பைத்தியம் பிடிக்குமோ எனுமளவு பயமாயிருந்தது. ஒன்றும் செய்ய முடியாமல் கண்களை இறுக மூடிக்கொண்டார்.

அன்றிரவும் மாரியால் நிம்மதியாக உறங்க முடியவில்லை. அரைகுறைத் தூக்கத்தில் அவருக்கோர் கனவு வந்தது. அதுவொரு மலைப்பிரதேசம். எங்கோவொரு பாறையின் உச்சியில் மகள் நின்றிருப்பதை அவர் பார்த்தார். அவள் கண்களில் இருந்து தொடர்ச்சியாகக் கண்ணீர் வழிந்தது. ஆனால் அந்த நீர்த்துளிகள் தரை தொடுமுன்பே உறைந்து பனித்துளியென மாறி தரையில் விழுந்து சிதறின. சற்றுத்தொலைவில் நின்று அவர் அவளைப் பார்க்கிறார். விடைபெறுவது போல அவள் மெல்ல தனது கைகளை காற்றில் அசைக்கிறாள். இறுதியாக அவளின் உடல் நகர்ந்து பள்ளத்தில் வீழ்கிறது. மாரி கத்த முயற்சிக்கிறார். ஆனால் முடியவில்லை. உதடுகள் மௌனமாய் வெறுமனே அசைகின்றன. கால்கள் சிலையாய் மாறிப்போக அவரால் அங்கிருந்து நகரமுடியவில்லை. அவளது உடல் காற்றில் ஆடியபடி கீழே

போகிறது. சட்டென்று விழிப்புத் தட்ட எழுந்து கொண்டார். உடல் நடுங்கியது. இதுவொரு தீக்கனவு. கனவு மட்டுமே. உண்மையாயிருக்க முடியாது. தன் மகள் எப்படியும் மீண்டு வருவாள் என்று தன்னைத்தானே தேற்றிக்கொண்டு படுத்தார்.

மறுநாள் காலை பத்து மணிக்கு ஸ்டேசனுக்கு வரும்படி மாரிக்கு அழைப்பு வந்தது. மகளைப் பற்றி ஏதேனும் தெரிய வந்திருக்குமோ? ஆனால் காவல் நிலையத்தில் வேறொரு அதிகாரி இருந்தார். முன்னவரைப் போலில்லாமல் இவருடைய முகம் ஒரு குழந்தையைப் போல கனிந்திருந்தது. தன் முன்னால் எதிர்பார்ப்போடு வந்து நின்ற மாரியிடம் புன்னகைத்தபடி கேட்டார். “சொல்லுய்யா... எதுக்கு ஒம்மவள கொலை பண்ண? அவள எங்க பொதச்சு வச்சிருக்க?”

மாரி அதிர்ந்தார். அந்த வார்த்தைகள் அவருக்குள் முழுதாய் இறங்கவும் புரியவும் சற்று நேரம் ஆனது. நங்கூரத்தின் கூர்முனையென அந்தக்கேள்வி இதயத்தில் நிலைகுத்தி நின்றது. அவருடைய கண்கள் கலங்கின. “அய்யா... என்ன சொல்றீங்க... எம்மவள நான் எதுக்குக் கொல்லப்போறேன்...” வார்த்தைகள் குழறி அவரால் கோர்வையாகப் பேச முடியவில்லை. மனதின் ஆழத்தில் செவிக்கு எட்டாத தொலைவில் பலத்த சத்தத்தோடு எதுவோ விழுந்து உடைந்தது. சுக்கு நூறாய் வெடித்துச் சிதறியதாகவும் உடல் முழுவதும் நெருப்பில் அணுஅணுவாய் வெந்து சாவதாகவும் உணர்ந்தார்.

எதிரே நின்றிருந்த அதிகாரியின் முகம் சற்றும் மாறவில்லை. அப்போதும் அந்தப் புன்னகையை விடாமல் அணிந்திருந்தார். “உங்களப் பத்தித் தெரியாதாடா? பொண்ணு எவனோடயாவது ஓடியிருப்பா. ஒங்களுக்கு சாதி முக்கியமாப் பட்டிருக்கும். அவளக் கொன்னிருப்ப. கேக்க யாருமில்லாத அனாதைங்கதான... சொல்லு. மவள மட்டும்தான் கொன்னியா இல்ல அவ கூட இருந்தவனையுமா? ஒருவேள ரெண்டு பேரும் படுத்துக் கெடந்தப்ப பார்த்தியா... எங்க பொதச்ச... நீயா சொல்லிரு பாப்பம்...” பேச்சினூடாக வார்த்தைகளின் மரியாதை குறைவதும் மாரிக்குப் புரிந்தது.

“நான் எதுக்குய்யா...” வார்த்தைகளை முடிக்குமுன்பாகவே மிகுந்த விசையோடு அதிகாரியின் கைகள் அவர் மேல் இடிபோல் இறங்கின. “தாயளி... ஒங்கள மாதிரி எத்தன பேரைப்

பார்த்திருப்பேன்... ஓரமாப் போய் ஒக்காருடா... ஒன்னய எப்படி உண்மையச் சொல்ல வைக்கணும்னு எனக்குத் தெரியும்..." பெருமூச்சு வாங்கப் பேசி முடித்தவர் அங்கிருந்து அகன்றார். அழுதபடியே மாரி அருகிலிருந்த பெஞ்சில் சென்று உட்கார்ந்தார். அதிகாரியின் குரல் உள்ளே ஒலித்துக் கொண்டேயிருந்தது. தப்பிக்க முடியாத சுழலுக்குள் சிக்கியவன் தன்னைக் காப்பாற்றிக்கொள்ள ஏதாவது கையில் சிக்காதா என்று துழாவுவதைப் போல விரக்தியில் மூழ்கிய மனம் நம்பிக்கை தரும் ஏதேனும் ஒன்றுக்காக ஏங்கித் தவித்தது. சுற்றிலும் யாராவது தன்னை கவனிக்கிறார்களா என்று நிமிர்ந்து பார்த்தார். யாருமில்லை. பாலைவனத்தில் தனித்து விடப்பட்டவனாய் உணர்ந்தார். திடீரென்றுதான் அவருக்குத் தோன்றியது. ஒருவேளை நேற்று சந்தித்த இன்ஸ்பெக்டர் வந்தால் தான் சொல்வதை நம்பக்கூடும் என்கிற சிறு நம்பிக்கை அவருக்குள் துளிர்த்தது. கண்களைத் துடைத்துக் கொண்டு வாசலைப் பார்த்து அமர்ந்தார்.

மாலையில் திரும்பி வந்த இன்ஸ்பெக்டரிடம் தன் வீங்கிய முகத்தைக் காட்டி புலம்பினார். எல்லாவற்றையும் பொறுமையாகக் கேட்டுக்கொண்ட அந்த அதிகாரி ஒரு கான்ஸ்டபிளை அழைத்து மாரியின் வீட்டைப் போய் பார்த்து வரச் சொன்னார். எதற்கெனத் தெரியாவிட்டாலும் அதிகாரியின் வார்த்தைகளுக்காக மாரி மற்றைவரையும் அழைத்துக்கொண்டு வீட்டுக்குக் கிளம்பிச் சென்றார்.

மெஜூரா காலேஜ் பாலத்தின் கீழ் பன்றிகள் மேய்ந்து கொண்டிருந்த ரயிலடியோரமாய் இருந்தது மாரியின் வீடு. கிட்டத்தட்ட குடிசை என்றுதான் சொல்ல வேண்டும். ஒரேயொரு அறை. சாமான்கள் அனைத்தும் அவர் போட்டுச்சென்றது போல அப்படியே கிடந்தன.

வீட்டின் உள்ளே இடதுபக்கம் துணி கட்டி மறைவாயிருந்த பகுதிதான் குளியலறையாய் இருக்க வேண்டும். வாணியின் கிழிந்த புடவை குளியலறையை மறைக்கும் திரைச்சீலையாய்த் தொங்குவதை கான்ஸ்டபிள் செல்போனில் புகைப்படம் எடுத்துக் கொண்டார். "ஏய்யா... இங்கதா குளியல்னா வெளிக்கி இருக்க எங்க போவீங்க..." ரயிலடியோரப் புதர்களைச் சுட்டி மாரியின் விரல்கள் நீண்டன.

அடுப்படியில் ஒரு மஞ்சப்பைக்குள் பாட்டில்கள் கிடைத்தன. கான்ஸ்டபிள் அவற்றை கவனமாக எடுத்து வைத்துக் கொண்டார். வீட்டின் உள்ளேயிருந்த சில சொற்பப் பாத்திரங்களைத் தவிர அங்கங்கே சில புத்தகங்கள் சிதறிக்கிடந்தன. நடிகைகளின் படங்களைப் பெரிதாய் அச்சிட்டும் விற்கும் சினிமா பத்திரிக்கைகள். ஆர்வத்தோடு அந்த புத்தகங்களை எடுத்துப் புரட்டிய கான்ஸ்டபிள் ஒரு பழங்காலப் பொருட்களைச் சேகரிப்பவனின் கவனத்தோடு எடுத்து ஒரு பையில் பத்திரப்படுத்தினார். பிறகு மெல்ல மாரியை நெருங்கி கிசுகிசுப்பான குரலில் சொன்னார். “புரியாத ஆளா இருக்கியேய்யா... காலைல வந்த ஆபிசர் தானா உன்ன அடிச்சதாவா நினைக்குற? எல்லாம் நம்ம அய்யா சொல்லித்தான்யா. நீதான் தப்பு பண்ணினன்னு எங்களுக்குத் தெரிஞ்சு போச்சு. ஒனக்கு ஒரு நாள் டைம். ராத்திரி பூரா இங்கனயே உக்கார்ந்து யோசி. உண்மைய ஒத்துக்க. அதுதான் உனக்கு நல்லது. தப்பி ஓடலாம்னு மட்டும் நினைக்காதே... ஈசியா புடிச்சுருவோம்...” மனம் மொத்தமாக இடிந்து போக அப்படியே தரையில் அமர்ந்தார் மாரி. துயரத்தின் உச்சத்தில் சட்டென்று அந்த அதிகாரியின் மீது கடுங்கோபம் மூண்டது. பிறகு வேகவேகமாக அந்தக்கோபம் மகளின் மீது திரும்பியது. அந்தக் கேடுகெட்ட முண்டை காணாமல் போகாமலிருந்தால் தனக்கு இது நேர்ந்திருக்குமா? இறுதியில் அந்தக்கோபம் சுய இரக்கத்தில் வந்து முடிய ஓவெனக் கதறியழத் தொடங்கினார்.

போலிஸ் ஸ்டேசனில் அனைவரும் கூடியிருந்தார்கள். மாரி கைகளைக் கட்டி கூனிக்குறுகி அவர்களின் நடுவில் நின்றிருந்தார். மேசையில் அவருடைய சாமான்கள் பரத்தி வைக்கப்பட்டிருந்தன. அவர் வீட்டின் புகைப்படங்கள், பாட்டில்கள், மற்றும் புத்தகங்கள். அவரிடமிருந்த செல்போனையும் பிடுங்கிக் கொண்டிருந்தார்கள்.

நடுநிலையாய் நின்றிருந்த அதிகாரி பேசத் தொடங்கினார். அவருடைய கண்கள் மாரியையும் மேசையின் மீதிருந்த சாமான்களையும் மாறி மாறித் துளைத்தன. “உன் வீட்டுல கிடச்ச புத்தகங்களப் பார்த்தியா? எல்லாத்துலயும் நடுப்பக்கத்துல எவளோ ஒருத்தி அவுத்துப்போட்டு நிக்குறா. உன் செல்போனுல பூரா நடிகைங்க படம். கூலிக்கு சுமை தூக்குறவனுக்கு அப்படி என்னடா வெல அதிகமான செல்போன்? பிட்டுப்படம் பாக்கவா? உன்னப்பத்தி உங்கூட இருக்குற ஆளுகக்கிட்ட விசாரிச்சா கதை கதையா சொல்றானுங்க. பிட்டு படம் ஓட்டுற தியேட்டர் ஒண்ணு

விடாம ஐயா ஆயுள் மெம்பராம்ல... என்ன நடந்துச்சுன்னு தெளிவாச் சொல்றேன் கேட்டுக்க... உம்பொண்டாட்டி செத்து பல வருசம் ஆச்சு. சரியா... ஒனக்கோ உடம்பு பொம்பள தேடிருக்கு. அதுக்குத்தான் அப்பப்ப இந்த சினிமா, புத்தகம் எல்லாம். வீட்டுலயே வளர்ந்த பொண்ணு இருக்கா. அவ குளிக்கும்போது பாக்குறதுக்கு வசதியாத்தான் கிழிஞ்ச சேலையக் கட்டி விட்டுருக்க... இல்லையா? சரக்குப் பழக்கம் வேற... அது உள்ள போனாத்தான் மனுச மக்க வித்தியாசம் தெரியாதே? ரொம்ப நாளா மக மேல உனக்குக் கண்ணு. நாள் பார்த்து அவளை ஏதோ செஞ்சிருக்க... தாங்க மாட்டாம அவ செத்துப் போயிட்டா. எங்கயோ அவள மறைச்சு வச்சுட்டு நம்ம மேல சந்தேகம் வரக்கூடாதுன்னு நீயா நல்ல புள்ள மாதிரி எங்ககிட்ட வந்து கம்ப்ளெயிண்ட கொடுக்குற. ஏண்டா மயிரு... எங்களையெல்லாம் பார்த்தா உனக்குக் கேனப்பொச்சாட்டம் தெரியுதா?" அதிர்ச்சியில் உறைந்து ஊமையாய் மாரி நின்றிருக்க அவர் தொடர்ந்தார். "ஒழுங்கா உண்மைய ஒத்துக்கிட்டு இடத்தைக் காமிச்சின்னா மணம்பெத்து போவ... இல்ல மவனே அடிச்சே கொன்னுருவேன்..." பேசி முடிக்கையில் அதிகாரியின் புருவங்களில் முத்து முத்தாக வியர்த்திருந்தது. அவற்றைத் துடைத்துக் கொண்டே மெல்ல அந்த இடத்தை விட்டு நகர்ந்தார். மாரியின் பொருட்களை ஒரு பாலிதீன் பைக்குள் போட்டுக் கட்டிய கான்ஸ்டபிள் அதை பத்திரமாக மேசையில் கொண்டு வைத்தார். எவ்விதமான எதிர்வினையும் இல்லாமல் உணர்ச்சிகள் மரத்து அப்படியே நின்றிருந்தார் மாரி. ஒருவேளை இதையெல்லாம் எதிர்பார்த்திருந்தாரோ என்பது போல எதுவும் பேசாமல் ஓரமாகச் சென்று அமர்ந்து கொண்டார்.

எத்தனை நேரம் கழிந்ததென்று தெரியவில்லை. திடீரென்று செல்போன் அலறியது. மாரி துடித்துத் தவ்வியெழுந்தார். அந்த இசை வாணிக்கென அவர் பிரத்தியேகமாகப் பயன்படுத்தும் இசை. மேசை மீதிருந்த பாலிதீன் பைக்குள் அவருடைய செல்போன் நடுங்கிக் கொண்டிருந்தது. யார் அழைப்பதென்று எடுத்துப் பார்த்தார் கான்ஸ்டபிள். "ஹலோ... என்னம்மா... அப்படியா... நீ இப்போ எங்க இருக்க... சரி சரி... உங்கப்பாக்கிட்ட பேசு..." அசட்டையான பார்வையை மாரி மீது வீசியவர் அருகில் வரும்படி சைகை செய்தார்.

அவரை நெருங்கிய மாரி நடுங்கும் தன் கைகளால் செல்போனை வாங்கினார். "ம்மா... வாணிம்மா..." குரல் தழுதழுத்தது. மகள்

இன்னும் உயிரோடுதானிருக்கிறாள். கிணற்றிலிருந்து ஒலிப்பதாக மற்றவளின் குரல் கேட்டது. தான் ஒரு பையனை விரும்பியதாகவும் அப்பா ஒத்துக்கொள்ள மாட்டார் என்கிற பயத்தில் அத்தை வீட்டுக்கு ஓடிப்போய் திருமணம் செய்து கொண்டதாகவும் சொன்னாள். "நான் அவனியாபுரத்துக்கு போன் பண்ணிக் கேட்டேனேம்மா..." எதுவும் பேச விரும்பாமல் மறுமுனை அமைதியாக இருந்தது.

நடப்பதைப் பார்த்துக் கொண்டிருந்த போலிஸ்காரர்களின் முகத்தில் எந்த சலனமுமில்லை. சற்றும் தங்களுக்குச் சம்பந்தமில்லாத நாடகமொன்றின் பார்வையாளர்களாய் வெறுமனே நின்றிருந்தார்கள். மாரி அழுதுகொண்டே செல்போனை கான்ஸ்டபிளிடம் கொடுத்தார். "எம்மவ பத்திரமா இருக்காய்யா..." போலிஸ்காரர் கேலியாகச் சொன்னார். "நாந்தா மொதல்லயே சொன்னேனேய்யா... ஏதாவது லவ் மேட்டராத்தான் இருக்கும்னு... போ... உன்னோட சாமானை எல்லாம் எடுத்துக்கிட்டு கௌம்பு... இனியாவது பொண்ண பத்திரமாப் பார்த்துக்க..." முதல்நாள் பார்த்த புன்னகை அவருடைய முகத்தில் இன்னும் உறைந்திருந்தது.

வீட்டின் முன் தடுமாறித் திகைத்து நின்றிருந்தார் மாரி. உள்ளே நுழைய பயமாக இருந்தது. மாபெரும் சிலந்தி வலையொன்றில் சிக்கிக்கொண்ட சிறு பூச்சியாகத் தன்னை உணர்ந்தார். தயக்கத்தோடு உள்ளே நுழைந்து சுவரோரமாகத் தான் எப்போதும் அமருமிடத்தில் சென்று அமர்ந்தார். சுற்றிலும் பார்க்க ஏதோவொன்று நிறம் மாறியிருப்பதான உணர்வு. மனதுக்குள் போலிஸ்காரர்கள் சொன்ன வார்த்தைகள் எதிரொலித்துக் கொண்டேயிருந்தன. முதன்முதலில், அந்த வார்த்தைகளைக் கேட்ட தருணத்தில் உணர்ந்த வேதனையைப்போல வேறெப்போதும் அவர் உணர்ந்ததில்லை. எப்படி அவர்களால் அதைச்சொல்ல முடிந்தது? உயிருடன் ஒரு மனிதனை எரிப்பது போல அவரைச் சுட்டெரிக்கும் வார்த்தைகள். நக்கண்ணில் ஊசி பாய்ந்ததாக வலி மனதை ஊடுருவித் தாக்கியது.

அந்த வீட்டுக்குள் வாணியை நினைவூட்டும் விசயங்கள் நிறைய இருந்தன அல்லது அத்தனை விசயங்களும் அவருடைய மகளின் நினைவுகளைச் சுமந்திருந்தன. சிறுவயது முதல் அவள் ஓடியாடிய வீடு. பெரிய மனுஷியானவளுக்குச் சடங்கு சுற்றியதும் கூட இந்த வீட்டில்தான். கொடியில் காய்ந்த உடைகள், அங்ஙனத்தில்

பிளவு | 39

கழுவாமல் கிடந்த பாத்திரங்கள், சுவரில் கண்ணாடிக்குக் கீழே ஒட்டப்பட்டிருந்த பொட்டுகள், அடுப்படிச் சுவர்களின் எண்ணெய்ப்பிசுக்கு... அனைத்தும் அவருக்கு வாணியை நினைவூட்டின. ஞாபகங்களின் தீவிரம் தாளாமல் கண்களை மூடினார். மூடிய இமைகளுக்குள் மெல்லிய வெளிச்சத் துணுக்குகள் மிதந்தன. அவற்றைத் தாங்க முடியாமல் எப்போதும் இருளுக்குள் இருக்க விரும்புவதைப் போல அவர் கண்களை இன்னும் இறுக்கமாக மூடிக்கொண்டார்.

தொலைவில் எங்கோ ஒலித்த ஒலிபெருக்கியின் சத்தம் மாரியைக் கலைத்தது. விழித்துப் பார்க்கையில் தனக்கு மிகவும் பழக்கப்பட்ட இடத்தில் இருந்தார். வறண்டு கைவிடப்பட்ட விளைநிலமொன்றின் நடுவில் நட்சத்திரங்களின் கீழே ஒரு பிரம்மாண்டமான மிருகம் போல அந்த டூரிங் கொட்டாய் நின்றிருந்தது. "அச்சம் என்பது மடமையடா... அஞ்சாமை திராவிட உடமையடா..." ஒலிபெருக்கியின் குரல் காதுகளை நிறைக்க மாரி திகிலுற்றார். தான் எப்படி இங்கு வந்தோம் என்பதை அவரால் புரிந்து கொள்ள முடியவில்லை. கால்கள் தடுமாறி மெல்ல தியேட்டரை நோக்கி நடந்தார். பாளம் பாளமாய்ப் பிளந்து கிடந்த நிலத்தில் வெறுங்கால்களுடன் நடப்பது சிரமமாயிருக்க பாதையில் கவனம் செலுத்தி அங்கங்கே கிடந்த கருவேல முட்கள் குத்தாமல் நடக்க முயன்றார். அடியெடுத்து வைக்க முடியாத அளவுக்கு பாதங்கள் கனத்து பாரமாகத் தெரிந்தன. கட்டுக்கடங்காமல் திரிந்த நினைவுகளின் மீதும் அவர் கவனம் கொள்ள வேண்டியிருந்தது. சமாளித்து நடந்து தியேட்டரின் முற்றத்தை வந்தடைந்தார்.

அந்த வளாகம் மொத்தமும் ஆள் நடமாட்டமின்றி காலியாகயிருந்தது. தியேட்டர் வாசலில் நின்று பணம் வாங்குபவன், சைக்கிள் ஸ்டாண்டில் இருப்பவன் மற்றும் பலகாரங்கள் விற்பவன் என யாரையும் காணவில்லை. கண்ணுக்குப் புலப்படாத மாய மனிதர்களின் நாடகமொன்றில் தெரியாமல் தானும் உள்ளே நுழைந்து விட்டதாக அவருக்குத் தோன்றியது. அச்சம் இப்போது மெல்ல மாரியை விட்டு விலகியிருக்க அடுத்து என்ன நடக்கும் என்பதைத் தெரிந்து கொள்வதில் ஆர்வமாயிருந்தார். ஒலிபெருக்கியின் பாடல் சட்டென்று நின்று தியேட்டரினுள்ளே எரிந்து கொண்டிருந்த ஒரே மஞ்சள் நிற குண்டுபல்பும் அணைந்தது. ஒரு அருவியின் சத்தத்தோடு ஆப்பரேட்டர் அறையிலிருந்து புறப்பட்ட ஒளிவெள்ளத்தால் திரையில் படம் ஓட ஆரம்பித்தது.

எப்போதும் செய்வதைப்போல திரைக்கு அருகில் சென்று மணலைக் குவித்து மாரி அதன் மீது அமர்ந்து கொண்டார். யாரோவொரு நடிகன் வெளிநாடு சென்று வந்த ஆவணப்படம். சிறிது நேரம் கழித்து எங்கிருந்தோ ஒலித்த மணியோசை கேட்டு மாரியின் புலன்கள் கூர்மையாயின. துண்டுப்படங்கள் ஓட்டுவதற்கான சமிக்ஞை. திரையில் மெல்ல காட்சிகள் மாறின.

ஒரு சிறிய குடிசை வீட்டுக்குள் நுழையும் காமிரா அதன் ஒடுங்கியதொரு பகுதியை நோக்கி விரைந்தது. கிழிந்த கசங்கிய புடவை திரைச்சீலையாய்த் தொங்கும் குளியலறைக்குள் யாரோ குளித்துக் கொண்டிருந்தார்கள். மின்சாரம் பாய்ந்தது போல மாரியின் உடல் விரைக்க நிமிர்ந்தமர்ந்தார். அந்த இடம் அவருக்கு மிகவும் பரிச்சயமான ஒன்றாகத் தென்பட்டது. சட்டென்று புரிந்தது. அது அவருடைய வீடு. திரைச்சீலையை விலக்கி உள்ளே நுழைந்த காமிரா அந்தப்பெண்ணின் முகத்தில் நிலைத்து நின்றது. பின் மெல்ல அவளுடல் முழுதும் ஒரு நாகத்தைப் போல படர்ந்து ஊர்ந்தது. குளிப்பதற்காக அணிந்திருந்த உள்ளாடையின் முடிச்சுகளை காமிராவை நோக்கிச் சிரித்தபடி மெல்ல அவள் அவிழ்க்கத் தொடங்கினாள். விம்மும் மார்புகளும் வளைவுகளும் திரையை நிறைத்தன. மாரி பதறியெழுந்து அலற முற்பட்டார். ஆனால் வார்த்தைகள் வெளிவராமல் அவருடைய உதடுகளுக்குள்ளாகவே முடங்கின. பலவீனமான சொற்களில் எதிர்ப்பை முணுமுணுத்தபடி கண்களைத் திரையிலிருந்து அகற்ற முடியாமல் அவர் அதனைப் பார்த்துக் கொண்டிருந்தார். கண்ணுக்குப் புலப்படாததொரு மாயநதி அவருடைய உலகை மொத்தமாகச் சுழற்றியடித்தது. அதனை எதிர்ப்பதாக அவருடைய மனம் எதிர்த்திசையில் சுழல முயன்றது. சுழன்று சுழன்று மனதின் தர்க்கங்களோடு போராடி வளைந்து நெளிந்து எதிர்த்து சட்டென்று ஒரு நொடியில் தன்னை முற்றிலுமாய்த் தொலைத்து நின்றது. புனிதங்களால் நிரப்பப்பட்ட உறவுகளின் எல்லையை அந்தப்படம் மெல்ல மெல்ல அரித்துத் தின்றது.

கதவு தட்டப்படும் சத்தம் கேட்டு மாரி பதறியெழுந்தார். வீட்டில்தானிருக்கிறோம் என்கிற நிதானம் பிடிபட சற்று நேரமானது. கதவின் மறுபக்கம் ஏதோவொரு குரல் கேட்டது. ஆனால் குரலை வைத்து ஆளை அடையாளம் காண முடியவில்லை. மெதுவாக நடந்து கதவினருகே வந்து நின்றார். இப்போது அவரால் வெளியிலிருந்து ஒலிக்கும் குரலைத்

துல்லியமாகக் கேட்க முடிந்தது. உடல் நடுங்கியது. ஒருகணத்தில் அவர் அந்தக் குரலை அடையாளம் கண்டுகொண்டார். வெளியே வாணியின் குரல் தழுதழுத்து ஒலித்தது. மாரியின் மனதுக்குள் ஆயிரமாயிரம் எண்ணங்கள் மலையாய்க் குவிந்து நின்றன. என்ன செய்வதென்று தெரியாமல் கற்சிலையாக உறைந்து நின்றிருந்தார். திணறடிக்கும் குழப்பங்களிலிருந்து வெளியேறி நிதானித்து மெல்ல கதவைத் திறந்தார்.

வாணி அங்கே மணக்கோலத்தில் நின்றிருந்தாள். அவளது மாப்பிள்ளையும் உடன் வந்திருந்தான். அப்பா என்று கதறிக்கொண்டே வேகவேகமாக ஓடி வந்து காலில் விழுந்தவளைத் தொட்டுத் தூக்கினார். ஒரு கணம் வாஞ்சையோடு முகத்தை உற்று நோக்கியவர் சட்டென்று வெறி கொண்டவராய் அவளை உதறித் தள்ளினார். வாணி அலறியபடி கீழே விழுந்தாள். அவளைப் பார்க்காமல் பின்புறமாகத் திரும்பி நின்று கொண்டார். "வேணாம்... எங்கேயாவது போயிரு... நல்லாயிரு... ஆனா என்கிட்ட வராதே... என்ன ஒருநாளும் இனி நீ அப்பான்னு கூப்பிடக்கூடாது" விம்மலும் அழுகையுமாக நடுங்கும் குரலில் கத்தினார். அவள் வெளியேறிச் சென்ற பிறகும் வெகு நேரம் அவருடைய கதறல் அந்த வீட்டுக்குள் கேட்டுக் கொண்டேயிருந்தது.

நிலா வெளிச்சத்தில் நான் மாரியின் முகத்தைப் பார்த்தேன். அவர் பார்வை எங்கோ தொலைதூரத்தில் நிலைகுத்தியிருந்தது. நான் அவரைப் பிடித்து உலுக்கினேன். சடாரென்று என்பக்கமாகத் திரும்பிப் பார்த்தார். மிருகத்தின் வன்மம் அந்தக் கண்களில். பிறகு அவற்றில் கண்ணீர் பெருக்கெடுத்து கண்கள் குளமாயின. இப்போது வன்மம் மறைந்து அங்கே கழிவிரக்கம் மட்டுமே மிச்சமிருக்க மாரியின் தலை தாழ்ந்தது. வார்த்தைகள் வெடித்துக் கிளம்பின. "அந்தத் தேவுடியா பசங்க பேசுன பேச்சையெல்லாம் கேட்டபொறவு என்னால எம்மகள மகளா மட்டும் பாக்கவே முடியல தம்பி..." முகத்திலறைந்து கொண்டு அழ ஆரம்பித்தார். நான் ஏதும் பேசாமல் வெறுமனே அவரை வெறித்தபடி நின்றிருந்தேன்.

அடவி, 2017

ஒரு சாகசக்காரனின் கதை

1

நீர் முழுதாக வற்றி ஆகாயத்தாமரைகள் அடர்ந்திருந்த குளத்தைத் தாண்டி நீண்ட சாலையில் அவன் நடந்து கொண்டிருந்தான். சட்டென்று செங்குத்தாகக் கீழிறங்கி மீண்டும் சாலை மேடேறிய இடத்தில் தண்டவாளங்கள் தரையோடு தரையாகப் பதுங்கிக் கிடந்தன. சற்றுத் தள்ளி தண்டவாள இரும்பின் இருபுறமும் குச்சிகளை நட்டு சிவப்புத் துணியொன்றைக் குறுக்கில் கட்டி வைத்திருந்தார்கள். எந்தவொரு காலத்திலோ நின்று போன ரயிலுக்கான சங்கேதக்குறி. தொலைவில் ஒரு புகைமூட்டமாகத் தெரிந்த கரிபடிந்த கட்டிடம்தான் அந்த கிராமத்தின் கைவிடப்பட்ட ரயில் நிலையமாக இருக்கக்கூடும். வெளிச்சம் மங்க ஆரம்பித்திருந்தது. பொன்மஞ்சள் நிறச் சூரியன் அந்திக்குள் வீழ்ந்து கொண்டிருக்க மேகங்கள் ஏதுமின்றி நிச்சலனமாக இருந்தது வானம். ஒரேயொரு வெள்ளைப்பறவை, அநேகமாக அதுவொரு நாரையாய் இருக்கலாம், அவன் நடந்து வந்ததற்கு எதிர்த்திசையில் பறந்து சென்றது. இருட்டுவதற்குள் இலக்கை அடைந்து விட வேண்டுமென்பதில் அவன் தீவிரமாயிருந்தான். சாலையின் ஓரங்களில் அங்கொன்றும் இங்கொன்றுமாகச் சில பனைமரங்கள்தான் இருந்தன என்றபோதும் காற்று பலமாக வீசிக் கொண்டிருந்தது. சுற்றிலுமிருந்த வயற்காடுகள்

காற்றில் ஒரு அலையைப்போல அசைந்தாடிக் கொண்டிருந்தன. சட்டென்று தலைக்கு மேல் ஏதோ வினோதமான சத்தம் கேட்க வெருண்டு போனவனாக நிமிர்ந்து பார்த்தான். ஒரு வௌவ்வால் கூட்டம் வானத்தை மறைக்கும் போர்வையாய்த் தலைக்குமேலே பறந்து சென்றது. அவன் இத்தனை வௌவ்வால்களை ஒருசேரத் தன் வாழ்நாளில் எப்போதும் பார்த்ததில்லை. எங்கும் இடைவெளியின்றி வானத்தை நிறைத்தபடி அவை பறந்து சென்றன. மனதின் பயத்தை வெளிக்காட்டிக் கொள்ளாமல் அவன் நடையை எட்டிப்போட்டான். மனதொத்துத் தன்னால் இந்த வேலையில் ஈடுபடவியலுமா என்பதில் பெரும் சந்தேகங்கொண்டவனாக இருந்தான். தனக்குச் சொல்லப்பட்ட சங்கதிகளை மீண்டும் நினைவுறுத்திப் பார்த்தான். கிராமத்தை விட்டு வெகுதொலைவு சென்ற பிறகு அலங்கார வளைவு போல ஒன்றாகச் சேர்ந்து சாய்ந்திருக்கும் இரண்டு வேப்பமரங்களை அவன் காண்பான். அதிலிருந்து பிரிந்து வலதுபுறம் செல்லும் சாலையில் இரண்டு மைல்கள் நடந்தால் அவனுடைய புதிய வேலைக்கான இடத்தைச் சென்றடையலாம். யோசித்தபடியே நடந்தவனின் கால்களில் என்னவோ இடறியது. அவன் உடலைச் சற்றே வளைத்துக் கீழே பார்த்தான். பிறந்து சில நாட்களே ஆகியிருந்த ஒரு நாய்க்குட்டி அவன் கால்களின் நடுவே தவழ்ந்து கொண்டிருந்தது. ஆச்சரியம் கொண்டவனாகக் குனிந்து அதைத் தன் கைகளில் தூக்கிக்கொண்டு சுற்றும் முற்றும் பார்த்தான். சற்றுத்தொலைவில் சாலையின் இடப்பக்கச் சரிவில் குட்டை போல் தேங்கியிருந்த நீரில் மேலும் சில நாய்க்குட்டிகள் விளையாடிக் கொண்டிருந்தன. அவற்றிடமிருந்து விலகி இந்த நாய்க்குட்டி சாலையை வந்தடைந்திருக்க வேண்டும். நாய்க்குட்டியின் தாய் அருகில் இருப்பதற்கான எந்த அறிகுறியும் தென்படாத நிலையில் அதை அப்படியே விட்டுப்போக அவனுக்குத் தயக்கமாயிருந்தது. தன் கரங்களை நக்கிக் கொண்டிருந்த குட்டியைத் தூக்கியபடி மெல்லச் சரிவில் இறங்கியவன் அந்தக் குட்டையை நோக்கி நடக்க ஆரம்பித்தான். மற்ற நாய்க்குட்டிகளை அவன் நெருங்கிய தருணத்தில் எங்கிருந்து வந்ததெனத் தெரியாமல் நாயின் பலமான குரைப்புச்சத்தம் கேட்கத் தொடங்கியது. குட்டியைக் கீழே போட்டு வேகமாக ஓடி வந்து சாலையைத் தொட்டு அவன் திரும்பிப் பார்க்கையில் நாய்க்குட்டிகள் தாயிடம் பாலருந்திக் கொண்டிருந்தன. ஆசுவாசமாக உணர்ந்தவன் தனக்கான பாதையில் நடப்பதைத் தொடர்ந்தான்.

இருட்டு வெகுவிரைவாக நிலத்தின் மீது கவிந்து விட்டிருந்தது. இரவின் நிழலில் வடிவமற்ற அந்தக் கட்டிடத்தின் முன் அவன் பதைபதைப்புடன் நின்றிருந்தான். நிலவின் நீல வெளிச்சத்தில் அதன் கூரைகள் பளபளப்பதைப் பார்க்க முடிந்தது. அவனை முழுதாக விழுங்கக் காத்திருக்கும் ஒரு பயங்கர மிருகம் போல் அந்தக் கட்டிடம் மௌனத்தில் உறைந்திருந்தது. மனசாட்சி பார்த்தால் வேலை நடக்காது என்பதை மீண்டும் மீண்டும் தனக்குள் சொல்லிக் கொண்டான். ஊருக்குள் பால்பண்ணை வைத்திருப்பவர்களுக்கு மட்டுமே தெரிந்த வெகு அந்தரங்கமான ரகசியம்தான் அந்த வதைக்கூடம். பசுக்கள் தொடர்ச்சியாகப் பால் கறந்து கொண்டேயிருக்க வேண்டுமெனில் அவை கன்றுகளையும் ஈன்று கொண்டேயிருக்க வேண்டும். பிறந்து சில வாரங்களில் கன்றுகளையெல்லாம் மாடுகளை விட்டுப் பிரித்து இந்தக்கூடத்துக்குக் கொண்டு வருவார்கள். பிறகு அவை கொல்லப்பட்டு ரகசியமாக உணவு விடுதிகளுக்கு இறைச்சியாக அனுப்பப்படும். கூடத்தினுடைய காவலனின் வேலை மிக எளிமையானதுதான். மாலையில் வண்டியில் வந்திறங்கும் கன்றுகளை கூடத்தில் வைத்துக் கொல்ல வேண்டும். பிறகு அதிகாலையில் வரும் விடுதிகளுக்கான வண்டியில் கணக்குப் பார்த்து அவற்றை ஏற்றி விட வேண்டும். ஒரு சில நாட்களில் வேலை அதிகமாக இருக்கும். சில சமயங்களில் தொடர்ச்சியாகப் பல நாட்களுக்கு வேலையே இருக்காது. ஆனால் வேலை இருந்தாலும் இல்லாவிட்டாலும் அவனுக்குச் சம்பளமுண்டு. ஏற்கனவே வேலைக்கு இருந்த காவலாளி சட்டென்று சொல்லாமல் கொள்ளாமல் ஓடிப்போன சமயத்தில்தான் ஏதாவது வேலை பார்த்துத் தருமாறு அவன் தனக்குத் தெரிந்த மனிதனொருவனிடம் சென்று நின்றான். உடலுழைப்பின் சாத்தியங்களை ஒருபோதும் அறியாது வளர்ந்தவனுக்கு இந்த வேலை சரியானதாக இருக்கக்கூடும் என்று மற்றவன் நம்பியதால் பால்பண்ணை முதலாளிகளிடம் சொல்லி அவனுக்கு இந்த வேலையை வாங்கித் தந்திருந்தான். காவலாளி இல்லாத காரணத்தால் கிட்டத்தட்ட நான்கைந்து நாட்களுக்கான உருப்படிகள் சேர்ந்திருக்கும் என்பதைச் சொல்லி அவற்றையெல்லாம் உடனடியாக முடித்து அனுப்பி விட வேண்டும் என்கிற எச்சரிக்கையோடுதான் அவனிந்த முதல் நாள் வேலைக்கு அனுப்பப்பட்டிருந்தான்.

மெல்லிய கிறீச்சலோடு கதவைத் திறந்து உள்ளே நுழைந்தவன் சடாரென்று நாற்றம் முகத்திலறைய மூக்கைப் பொத்திக்

ஒரு சாகசக்காரனின் கதை | 45

கொண்டான். ரத்தத்தின் கவுச்சி வாடை அந்த அறையை முழுக்க நிறைத்திருந்தது. கூடமெங்கும் இருள் சூழ்ந்திருக்க எங்கிருந்தோ கிளம்பிய சில தீனமான சத்தங்கள் மட்டும் ஒழுங்கின்றி ஒலிக்கும் ஒரு மந்திர உச்சாடனத்தைப் போல உட்புறச்சுவர்களில் மோதி எதிரொலித்துக் கொண்டிருந்தன. இருள் சற்று கண்களுக்குப் பழகியபின் சுவர் எங்கிருக்கிறதெனக் கண்டுபிடித்து விளக்குக்கான சுவிட்சைப் போட்டான். குண்டுபல்பின் மஞ்சள் வெளிச்சம் சோகையாய் அந்தக் கூடத்துக்குள் பரவியது. ஒரேயொரு ஜன்னலை மட்டுமே கொண்டிருந்த சற்றே பெரிய கூடம். நிமிர்ந்து பார்த்தான். மேற்கூரை ஆஸ்பெஸ்டாஸ் வழியாக அறைக்குள் இறங்கிய வெப்பத்தில் உடல் தீயாய்க் கனன்றது. மெல்ல பார்வையைத் தரைப்பக்கம் திருப்பியவனின் உடல் ஒரு கணம் தூக்கி வாரிப்போட்டது. வெட்டுப்பட்ட மரம் போல சுவரின் மீது சரிந்து தடுமாறி விழப்போனவன் சுதாரித்து நின்றான். வீசியெறியப்பட்ட அழுக்குப் பொதிமூட்டைகளைப்போல எதற்கும் உபயோகப்படாத குப்பையைப்போல அங்குமிங்குமாய் கன்றுக்குட்டிகள் விசிறியடிக்கப்பட்டிருந்தன. தரையெங்கும் உறைந்துபோன உதிரத்தின் தீற்றல்கள் மஞ்சளொளியில் பிரகாசமாக மின்னின. சின்னச்சின்னதாக எட்டு வைத்துத் தயக்கத்தோடு அவன் அந்த மிருகங்களை அல்லது அவற்றின் உடல்களை நெருங்கினான். அனேகமாக அக்கூடத்துக்குள் பதினான்கு அல்லது பதினைந்து கன்றுக்குட்டிகள் கிடக்கலாம். அவசரம் உந்தித்தள்ள தரையில் கிடந்தவற்றினருகே சென்று தொட்டும் அசைத்தும் உயிரிருக்கிறதா எனச் சோதித்துப் பார்த்தான். பெரும்பாலான குட்டிகள் ஏற்கனவே இறந்திருக்க அவற்றின் ஜீவனில்லாத கண்கள் மேற்கூரையின் ஏதோவொரு புள்ளியை வெறித்துக் கொண்டிருந்தன. ஒவ்வொன்றாக அவன் பார்த்துக்கொண்டிருந்த வேளையில் கூரையிலிருந்த சின்ன இடைவெளியில் உள்ளே நுழைந்த காகம் இறந்துபோன ஒரு கன்றுக்குட்டியின் மீதமர்ந்து அதன் கண்களைக் கொத்தத் தொடங்கியது. ஆத்திரம் கொண்டவனாக பைத்தியம் பிடித்தாற்போல உரக்க வசைகளைச் சொல்லியபடி அதனிடம் அவன் ஓடினான். மிரண்டு ஒரு கணம் தயங்கிய பறவை சட்டென்று மீண்டும் கூரையின் இடைவெளியில் பறந்து வெளியேறிப்போனது. இறந்து கிடந்த கன்றுக்குட்டிகளின் உடம்பில் அங்கங்கே தென்பட்ட சின்னச்சின்ன காயங்களுக்கான காரணம் அவனுக்கு புலப்பட்டது. என்றாலும் எலும்புகளை ஊடுருவும் அந்தத்

தீனமான ஒலி எங்கிருந்து வருகிறதென்பதைக் கண்டறிய அவன் முயன்றான். வெகு சன்னமான ஒலியென்றபோதும் வலியின் உச்ச அரற்றல் என்பதை அவனால் புரிந்து கொள்ள முடிந்தது. எப்படியோ இன்னும் சில கன்றுக்குட்டிகள் அங்கே உயிரோடிருந்தன. அவற்றை அவன் கண்டுபிடித்தேயாக வேண்டும். சிறிது நேரம் தேடியபிறகு கடைசியாக இரண்டு கன்றுக்குட்டிகளின் உடலில் மட்டும் ஜீவன் கொஞ்சமாக மிச்சமிருப்பதை மெலிதாக ஏறியிறங்கிய அவற்றின் வயிற்றிலிருந்து கண்டுகொண்டான். வேகவேகமாக அந்தப் பொதியிலிருந்து அவையிரண்டையும் கால்களைப் பிடித்து தரையோடு சேர்த்திழுத்து வந்து வெளியே போட்டான். உரத்துச் சத்தமிட முடியாமல் நுரைதள்ளிய அவற்றின் வாயிலிருந்து சின்னதாய் நூல்போல ரத்தம் ஒழுகிக்கொண்டே வந்தது. உடலில் ஒட்டிக்கொண்டிருந்த கொஞ்சநஞ்ச உயிரும் கண்களின் வழி கண்ணீராக வெளியேறிக் கொண்டிருக்க இனம்புரியாத அவற்றின் வலியில் அவனுக்கு அடிவயிற்றைப் பிசைந்தது. விலகி நின்று அவற்றின் கண்களுக்குள் உற்று நோக்கினான். அதற்குள் தென்பட்ட வலியும் இரைஞ்சலும் அவனைச் சுக்குநூறாக உடைத்துப் போட்டன. வெறிகொண்டவனாக கூடத்தைச் சுற்றிச்சுற்றிப் பார்த்தான். இரு சுவர்கள் சந்திக்கும் மூலையில் ஒரு ஓரமாகக் குண்டாந்தடி சார்த்தி வைக்கப்பட்டிருந்தது. கன்றுக்குட்டிகளை அடித்துக்கொல்ல முந்தைய காவலாளி பயன்படுத்திய தடி. அலறியபடி அதனை நோக்கி ஓடினான். கைப்பிடி தொடங்கி முனைவரை முழுக்க இரத்தமும் எண்ணற்ற கன்றுகளின் உயிரும் ஒன்றாய் உறைந்திருந்த அதனைத் தூக்கிக்கொண்டு ஒரு சாமியாடியின் ஆவேசத்தோடு கன்றுக்குட்டிகளிடம் திரும்பி வந்தான்.

சூரிய வெளிச்சத்திற்கு முன்னரே அவன் தனது வீட்டை வந்தடைந்திருந்தான். உருப்படிகளை ஏற்றிச்சென்ற வண்டியின் சக்கரங்கள் அவனுடைய தலைக்குள் பாரமாய்ச் சுழன்று கொண்டிருந்தன. நாக்கு வறண்டு தாகத்தால் தொண்டை எரிந்தது. மூடியிருந்த குடிசையின் கதவைத் திறந்து உள்ளே நுழைந்தான். குழந்தை ஓரமாகத் தொட்டிலில் தூங்க அவளுடைய பாய் ஓரமாகச் சுருண்டு கிடந்தது. ஆளைக் காணவில்லை. பாத்திரங்கள் அங்கனத்தில் விளக்காமல் கிடந்தன. இந்தவேளையில் அவள் அவசரமாக எங்கே சென்றிருப்பாளென்பதை அவனால் புரிந்து கொள்ள முடியவில்லை. தண்ணீரைத் தேடி அடுக்களைக்குள் பாத்திரங்களை உருட்டினான். எல்லாம் காலியாகக் கிடந்தன.

யார் அல்லது எதன் மீதென்று குறிப்பிட்டுச் சொல்லமுடியாத ஆத்திரம் பெருகியது. மனதின் தீராத கசப்புகள் தீவிரமடைந்து தனக்குள் வெறுமை பரவுவதை உணர்ந்தான். சட்டென்று வீட்டை விட்டு வெளியேறி குடிசைக்குச் சற்றுத் தொலைவிலிருந்த கிணற்றை நோக்கி நடக்க ஆரம்பித்தான். சத்தியத்துக்குக் கட்டுப்பட்டாற்போல ஆடாமல் அசையாமல் நின்றிருந்த மரங்களின் நடுவில் நடந்து அவன் ஊர்க்கிணற்றை அடைந்தான். ராட்சதனின் ஒற்றைக்கண் போலத் திறந்திருந்த அந்தக்கிணறு அகலமாகவும் ஆழமாகவும் இருந்தது. பாசி படர்ந்திருந்த படிக்கட்டுகளில் பாதங்களை கவனமாகப் பதித்து உள்ளிறங்கி நீரில் கால் பதித்தான். தண்ணீரை அள்ளிக்குடிக்க உடல் குளுமையை உணர்ந்து தணிந்தது. தலையின் பாரம் நீங்கி மனம் மெல்ல வசப்பட்டது. எதற்கும் அவன் பொறுப்பாக மாட்டான். பிழைப்புக்கு அவன் வேறு என்னதான் செய்து விட முடியும். கடைசிப் படிக்கட்டில் வாகாக அமர்ந்து கால்களைத் தண்ணீருக்குள் அலையவிட்டான். நாளின் அந்தநேரத்தில் கிணற்றின் படிக்கட்டுகளில் தான் இப்படி அமர்ந்திருப்பது அவனுக்கு ஒருபுறம் ஆசுவாசமாகவும் மறுபுறம் துயரமாகவும் இருந்தது. சிறிதும் பெரிதுமாய்க் கிணற்று மீன்கள் அவனுடைய கால்களைச் சுற்றி வட்டமிட்டுக் கடித்தன. ஒரு தியானத்தைப்போல மீன்களைப் பார்த்தபடி யோசித்தான். தனக்கெனச் சொந்தமாகக் குடிசை போட்டுக் கொள்ள வேண்டும் என ஒருபோதும் அவன் நினைத்ததில்லை. ஒரு இடத்தைச் சுட்டி இதுதான் உன்னுடைய நிரந்தரமான வசிப்பிடம் என்று சொல்வதை வெறுத்தவன். அதன் மீது அவனுக்கு ஒரு இனம்புரியாத அச்சமுமிருந்தது. எங்கும் நிலையில்லாது ஓடிக்கொண்டிருக்கும் நதியொன்று தனக்குள்ளும் இருப்பதாக அவன் நம்பினான். ஆனால் அவளுடைய வருகை அவனளவில் எல்லாவற்றையும் கலைத்துப் போட்டது. நீண்ட பெருமூச்சொன்றை வெளியேற்றியவன் சூதானமாகப் படிகளில் ஏறி கிணற்றை விட்டு வெளியேறி வந்தான். மீண்டும் அவன் குடிசைக்குத் திரும்பியபோதும் அவள் வந்திருக்கவில்லை. வாசலில் அமர்ந்து காத்திருக்கத் தொடங்கினான்.

2

ஊருக்கு வெளியேயிருந்த மைதானத்தில் ஓவென்ற இரைச்சலுடன் குழந்தைகள் விளையாடிக் கொண்டிருந்த மாலைவேளையில் வினோதமாக ஒலித்ததொரு மணிச்சத்தத்துடன் அந்தக்

கோமாளி மூன்று சக்கர வண்டியில் நுழைந்தான். ஒருகணம் விளையாட்டை நிறுத்திய குழந்தைகள் ஊதா நிறத்தில் தொப்பியும் இளமஞ்சள் நிறத்தில் உடைகளும் அணிந்து வண்டியை மிதித்த மனிதனை யாரென்று நிமிர்ந்து பார்த்தார்கள். அவனுடைய உடைகளைக் கண்டவுடன் சிரிப்பு வந்தாலும் இதற்குமுன் அவர்கள் ஊருக்குள் பார்த்திராத புதிய மனிதனாயிருந்தான். மிகச்சரியாகக் குழந்தைகளின் நடுவில் வந்து வண்டியை நிறுத்திக் கீழே இறங்கினான். ஈயென்று இளிப்பது போலிருந்த உதடுகளில் அமைதியானதொரு புன்னகையும் தேங்கி நின்றது. கண்கள் மட்டும் அனைத்து திசைகளிலும் சுற்றிச்சுழல ஏதும் பேசாமல் நின்றிருந்தவனைக் குழந்தைகளின் புழுதிப்படலம் சூழ்ந்து கொண்டது. புன்னகை மாறாமல் திரும்பிச்சென்று வண்டியில் ஏறியமர்ந்து கைகளால் சைகை செய்து நகரத் தொடங்கியவனைப் பின்தொடர்ந்து குழந்தைகளும் ஊருக்குள் சென்றார்கள். அந்த ஊர்வலம் ஊர்ப்பொட்டலின் நடுவே சென்று நிறைவுற்றது. விசேசங்களும் பஞ்சாயத்துகளும் நடைபெறும் ஊர்ப் பொதுவிடம். குழந்தைகள் எங்கு செல்கிறார்கள் என்பதையறிந்து கொள்ள விரும்பிய பெரியவர்களும் ஊர்வலத்தில் இணைந்த காரணத்தால் தற்போது ஊர்ப்பொட்டலில் கூட்டம் அதிகமாக இருந்தது. கோமாளி வண்டியின் அருகில் நின்றிருந்தான். அதன் முன்பகுதியில் சிறிதும் பெரிதுமாய் நான்கு பானைகள் இருந்தன. பானைகளின் வாய் துணியால் இறுகக்கட்டி மூடப்பட்டிருந்தாலும் அவற்றுக்குள் தண்ணீர் இருந்ததென்கிற சங்கதி துணியின் ஈரத்திலும் வண்டி குலுங்கியபோதெல்லாம் பானைகளின் விளிம்பில் பட்டுத்தெறித்த நீர்த்திவலைகளின் வழியாகவும் உறுதியானது. அவன் என்ன செய்யப் போகிறானென்பதைப் பார்க்கும் ஆவலில் பொறுமையிழந்தவர்களாக மக்கள் நின்றிருந்தார்கள்.

அவன் தன்னுடைய பானைகளை ஒவ்வொன்றாகத் தூக்கித் தரையில் வைத்து அவற்றை மூடியிருந்தத் துணிகளை அகற்றினான். அளவில் சின்னதாயிருந்த முதல் பானைக்குள் கையை நுழைத்து எதையோ தேடுவதுபோல நடித்தான். கண்கள் விரிய முகம் பிரகாசமடைந்து கையை வெளியே எடுத்தபோது வெளிறிய சாம்பல் நிறத்தில் ஒரு குட்டிப்பாம்பு அவன் விரல்களினிடையே நெளிந்து கொண்டிருந்தது. கூட்டத்தில் இருந்தவர்கள் ஒருகணம் மூச்சு விடவும் மறந்தார்கள். பாம்பின் சீற்றம் உண்டாக்கிய அச்சம் அனைவரின் உள்ளும் கூர்வாளாய் இறங்க மொத்தக்கூட்டமும் அமைதியானது. அந்த எதிர்வினையை எதிர்பார்த்தவனாக

உடல்மொழியில் கோணங்கிச் சேட்டைகளைச் செய்தபடி கையில் பாம்போடு நடனமாடுவதைப்போல அவர்களைச் சுற்றி வந்தான் கோமாளி. மீண்டும் கூட்டத்தின் நடுவே வந்து நின்று கைகளை உயர்த்தியவன் மொத்தக்கூட்டத்தின் பார்வையும் தன் மீது நிலைத்திருப்பதை உறுதி செய்து வாயை அகலத்திறந்து உயிரோடிருந்த பாம்பை விழுங்க ஆரம்பித்தான். தலை உடல் வாலென்று மெல்ல மெல்ல ஒவ்வொரு அங்கமாக நெளிந்து உள்ளே போவதைப் பார்த்த கூட்டம் வாய்பிளந்து நின்றது. பாம்பை விழுங்கிய பிறகு அவன் இரண்டாவது பானைக்குள் கைகளை நுழைத்தான். அதற்குள் இருந்தது சற்றே பெரிய பாம்பு. தன்னுடைய கோணங்கிச் சேட்டைகளை எல்லாம் மீண்டும் ஒருமுறை நிகழ்த்தி அந்தப்பாம்பையும் விழுங்கினான். ஒவ்வொரு பானையின் அளவுக்குத் தகுந்தாற்போல பாம்பின் அளவும் பெரிதாகிக்கொண்டே வந்தது. கடைசிப்பானையின் மிகப்பெரிய பாம்பையும் அவன் உயிரோடு விழுங்கி முடிக்க கூட்டம் பயந்தெளிந்து கைதட்டி ஆர்ப்பரித்தது. அவர்களின் ஆரவாரத்தை ஏற்றுக்கொள்வது போல குனிந்து வணங்கியவனின் முகம் சட்டென்று வலியை வெளிப்படுத்தி விகாரமாக மாறியது. அடிவயிற்றைப் பிடித்துக்கொண்டு கோமாளி தரையில் விழுந்து துடிக்க ஆரம்பித்தான். கூட்டத்தினரை மீண்டும் அச்சம் சூழ ஒருவர் கைகளை மற்றவர்கள் கெட்டியாகப் பிடித்துக் கொண்டார்கள். தட்டுத்தடுமாறிச் சமாளித்து எழுந்த கோமாளி பானைகளின் அருகே சென்று நின்றான். அவசரம் அவசரமாக நீரை மொண்டு அள்ளிக் குடித்தவன் வாயைத் திறந்து விரல்களை உள்ளே செலுத்தி வாந்தியெடுப்பதைப் போல செய்தான். சிறிது நேரத்தில் அவன் வாயிலிருந்து ஒவ்வொரு பாம்பாக மீண்டும் உயிரோடு வெளியே வர அனைத்தையும் அவற்றுக்கான பானைகளில் போட்டு நிரப்பினான். அவனுடைய வலியும் நடிப்பும் வித்தையின் ஒரு பகுதிதானென்பதைப் புரிந்து கொண்ட மக்கள் மிகுந்த உற்சாகத்தோடு கூச்சலிட்டு ஆர்ப்பரித்தார்கள். பானைகளைக் கவனமாகத் துணியால் கட்டியபிறகு தன்னுடைய தொப்பியைக் கழற்றி மக்களிடையே ஏந்தத் தொடங்கினான் கோமாளி. சில்லறைக்காசுகளால் நிறைந்து கனத்த தொப்பியோடு வண்டியேறி அவன் திரும்பிப்போவதை, ஊர்க்காரர்களெல்லாம் கலைந்து சென்றபிறகும், கண்கொட்டாமல் ஒரு சிறுவன் மட்டும் பார்த்தபடி நின்றிருந்தான். ஊர் மக்களின் கரவொலி அவனுக்குள் இன்னும் ஒலித்துக் கொண்டுதான் இருந்தது. வெகுநேரம்

யோசித்தபடி அங்கேயே நின்றிருந்த சிறுவன் பிறகு கோமாளியின் வண்டித்தடத்தில் பாதம் பதித்து நடக்கத் தொடங்கினான்.

கோமாளியின் வார்த்தைகளில் சிறுவன் சமாதானமடைய மறுத்தான். இந்தத் தொழில் வேண்டாமென்பதற்கான அவனுடைய அத்தனை காரணங்களும் சிறுவனின் பிடிவாதத்தின் முன் காற்றுக்குமிழிகளாய் வெடித்துச் சிதறின. தனக்கென எந்த உறவுகளும் கொண்டிராத ஒருவனை நம்பி வந்த சிறுவனைத் துரத்தியடிப்பதற்கான உபாயங்களென வேறு எதுவும் கோமாளியிடம் மீதமிருக்கவில்லை. "நானொரு அனாதை. ஊரார் இட்ட வேலைகளைச் செய்து பிழைத்துக் கொண்டிருந்தேன். உன்னைக் கண்டபிறகு புதிதாய் ஒரு நம்பிக்கை என்னுள் பிறந்திருக்கிறது. மீண்டும் அந்த புதைசேற்றுக்குள் விழுந்து உழல நான் விரும்பவில்லை. உன்னிடம் நான் யாசிப்பது வாழ்வையல்ல. எனக்கான அடையாளத்தை. உன்னுடைய சாகசங்களின் வழியே அதனை நான் மீட்டெடுப்பேன். இந்தவுலகின் அதியற்புத சாகசக்காரனாக நான் மாற வேண்டும். அந்தக் கைத்தட்டல்கள் ஓயாமல் என் காதில் ஒலித்துக் கொண்டேயிருக்க வேண்டும்." வயதுக்கு மீறிய முதிர்ச்சியோடு, பத்து வயதுச் சிறுவனின் வார்த்தைகளாக அல்லாமல், அவை மிகுந்த தெளிவோடு ஒலித்தன. அந்த வார்த்தைகளின் தீர்க்கத்துக்குள் ஒரு புதிரைப்போல அவன் சந்தித்த வலிகளும் ஒளிந்திருந்தன. சிறுவனின் முன் மண்டியிட்டு அமர்ந்த கோமாளி அவனைத் தன் கரங்களுக்குள் இறுக்கிக் கொண்டான்.

3

பாம்புகளை வைத்துச் செய்யும் வித்தைகள், நீளமான வாட்களை வாய்க்குள் நுழைப்பது, ஆற்றின் இரு கரைகளிலும் கம்பங்களை நட்டு அவற்றை இணைக்கும் கயிற்றின் மீதேறி நடப்பது, தரையிலிறங்காமல் பல நாட்கள் மிதிவண்டி ஓட்டுவது, மிகக் கடினமான மலைகளின் மீது ஏறுவதென சாமான்யர்கள் யாரும் எளிதில் செய்து பார்க்கவியலாத சாகசங்களைச் செய்யும் இளைஞனாக அவன் வளர்ந்து நின்றான். அவனளவில் அவை வெறும் சாகசங்களல்ல. வாழ்க்கையுடனான ஒரு மோதல். சாகசங்களைப் புறத்தில் மட்டுமல்லாது தனக்குள்ளும் அவன் நிகழ்த்தியவாறே இருந்தான். ஒவ்வொரு முறையும் மரணத்தைத் தோற்கடித்து வெற்றியடைவதை சாகசங்களின் உள்ளீடாக

இருக்கும் அவற்றின் நிச்சயமின்மையை அவன் உளமார நேசித்தான். பணம் ஒருபோதும் அவனுக்கு ஒரு பொருட்டாக இருக்கவில்லை. சாகசங்களை முடித்த பிறகு ஊரார் தரும் பணத்தைக் காட்டிலும் அவர்களின் கண்களில் தேங்கி நிற்கும் ஆச்சரியமும் கைதட்டல்களுமே அவனுக்கு போதையைத் தந்தன. புகழ்பெற்ற சர்க்கஸைச் சேர்ந்தவர்கள் தங்களோடு இணைந்து கொள்ளும்படி அழைத்தபோதும் சிரித்தபடி அவர்களை மறுத்தான். நீண்ட பெரிய கூடாரத்தினுள்ளே ஒடுக்கமான இடத்துக்குள் சுற்றிவர அவன் பிறந்தவனில்லை. அவனறிந்த ஒரே கூரை வானம் மட்டுமே. அதைப்போல ஒரே இடத்தில் தங்குவதில்லை என்கிற கோமாளியின் கொள்கையை அவனுடைய மரணத்துக்குப் பிறகு இவனும் பின்பற்றினான். ஊர் ஊராகச் சென்று சாகசங்கள் செய்வான். மனமுவந்து அவர்கள் தரும் பணத்தை வாங்கிக் கொள்வான். யாருக்காகவும் கவலைப்படத் தேவையில்லை எனும்போது கையிலிருக்கும் பணம் தீரும்வரை அந்த ஊரில் தங்கியிருப்பான். பிறகு அடுத்த ஊரைத் தேடிக் கிளம்புவதே அவனது வாழ்க்கையின் வழக்கமானது. அப்படியானதொரு சாகசத்தின்போது, ஆற்றில் கயிற்றைக் கட்டி வேகமாக நடக்க முற்படுகையில், தடுமாறி கீழே விழுந்தவனின் கால் முறிந்தது. வேறெங்கும் நகர முடியாமல் படுக்கையில் கிடந்தவனைப் பார்த்துக் கொள்வதாகவே அவள் அவனை வந்தடைந்தாள்.

அவளுக்கென்று தனியாய்ப் பெயரென்று எதுவும் இல்லாமலிருந்தது. ஊருக்குள் அவளை அனைவரும் அவுசாரி என்றே அழைத்தார்கள். கணவனும் மூன்று வயதுக் குழந்தையும் விபத்தில் இறந்தபிறகு வாழ்க்கைப்பாட்டுக்கெனப் புதிதாக வரித்துக்கொண்ட தொழில் அவளுக்கான பெயரையும் புதிதாகக் கொண்டு வந்து சேர்த்தது. கடந்து சென்ற நாட்களில் தன்னுடைய சொந்தப்பெயரை அவளும் மறந்து விட்டிருந்தாள். ஊருக்கு வந்த சாகசக்காரன் காலை முறித்துக்கொண்ட சூழலில் யார் அவனைப் பார்த்துக்கொள்வது என்றபோது யோசிக்காமல் முன்னே வந்து நின்றாள். அவளைப் பொருத்தவரை வாழ்வதே ஒரு சாகசமென்றான நிலையில் சாகசங்களையே தன் வாழ்க்கையாக்கிக் கொண்டிருந்தவன் மேல் அவளுக்கிருந்த பிரியமும் பிரமிப்பும் அதற்கான காரணமாக இருந்தன. இருட்டில் அவள்மீது தாவிப்படரும் எல்லோரையும் போல அவன் சாதாரணமானவன் அல்ல என்பதை அவனோடு பழகிய வெகுசில நாட்களில் புரிந்து

கொண்டாள். தொலைந்து போயிருந்த சில உணர்வுகளை அவனுடைய அருகாமை மீட்டெடுப்பதை அவள் உணர்ந்தபோது சுயநினைவு வரப்பெற்றவளாக அவளுடைய பெயரும் மீண்டும் நினைவுக்கு வந்தது. அவனைப் பற்றிக் கொள்வதன் மூலம் தனக்கான புதிய கதவுகள் திறக்கும் என்கிற நப்பாசை அவளுக்குள் திரண்டெழுந்தது. ஒரு முழுநிலவு நாளில், மிகுந்த ஆசையும் லேசான நடுக்கமும் கொண்ட குரலில், அவனோடு வாழவிரும்பும் தனது விருப்பத்தை அவனிடம் தெரிவித்தாள்.

என்ன பதில் சொல்வதெனத் தெரியாது அவன் நின்றிருந்தான். நினைவுகள் எங்கெங்கோ சுழன்றடிக்க தன் வாழ்வில் இப்படியொரு சம்பவம் நிகழ்வதை அவன் ஒருபோதும் எதிர்பார்த்திருக்கவில்லை. புகைபோல மெல்லக் கசிந்து மனதுக்குள் எங்கோ ஒரு ஆழத்தில் புதைந்திருந்த புதிரானதொரு உணர்வை அவள் அவனுக்குள் மீட்டெடுத்திருக்கிறாள். அவளுக்குச் சொல்வதற்கென ஏராளமான கதைகள் அவனிடமிருந்தன. சிறுவயதில் பார்த்திராத தாயையும் அவளது அன்பையும் பாதியில் தான் இழந்திருந்த கோமாளியின் அரவணைப்பையும் அவளிடம் தேடினான். கண்கள் துளிர்த்து அவன் குலுங்கும் சமயங்களில் அவனுடைய கைகளை நெஞ்சோடு சேர்த்து அவள் அணைத்துக் கொள்வாள். வாழ்வின் இறுதிக்கணம் வரை ஒரே பாதையில் பயணிக்கலாம் என்று அவன் முடிவெடுத்த தினத்தில் ஊருக்குள் பெருமழை பெய்தது. அங்கிருந்து எடுத்துச் செல்ல அவளுக்கும் அவனுக்கும் எதுவுமிருக்கவில்லை. ஆனால் விட்டுப்போக சில நினைவுகளும் ஒரு பெயருமிருந்தன. அவ்வூரை நீங்கிக் கிளம்பியவர்கள் பல எல்லைகளைக் கடந்து புதிய நகரமொன்றை வந்தடைந்தார்கள்.

அவளுடைய வருகை அவனுடைய வாழ்வில் எதிர்பார்த்திராத மாற்றங்களைக் கொண்டு வந்தது. யாருக்கும் அடங்க மறுத்தவன் அவளுடைய கட்டளைகளை ரசித்து ஏற்றான். வானத்தை மறுத்து ஊரின் எல்லையருகே தங்களுக்கென ஒரு கூரையமைத்துக் கொண்டான். எளிய மனிதர்களுக்கான அந்த எளிய வீட்டில் இருவரும் தங்களை எளிதாகப் பொருத்திக் கொண்டார்கள். தான் கருவுற்றிருக்கும் செய்தியை அவனுடைய காதுக்குள் அவள் ரகசியமாகச் சொன்ன நாளில், இனி வாழ்வில் எதை எண்ணியும் தான் கவலைப்பட வேண்டியதில்லை, எனத் தீவிரமாக நம்பினான். ஆனால் வாழ்க்கை எப்போதும் நதியைப்போல ஒரே திசையில் பயணிப்பதில்லை. ஒரு மலைப்பாதையைப்போல ஏற்றங்களையும்

இறக்கங்களையும் அது சேர்த்தே கொண்டு வருகிறது. வாழ்வின் நிதர்சனங்கள் புரிபட ஆரம்பித்தபோது என்ன செய்வதெனத் தெரியாமல் திகைத்து நின்றான். சாகசங்களைத் தவிர வாழ்வில் வேறெதையும் அவன் அறிந்திருக்கவில்லை. தனியொருவனாக இருந்தபோது கிடைத்ததை உண்டு வாழ்ந்தவனால் இப்போது அப்படி இருக்க முடியவில்லை. இருவருக்கான உணவைத் தேடும் சூழ்நிலை. பணம் அவர்களுக்கு ஒரு முக்கியமான பிரச்சினையாக மாறியது. கூத்துக்கலைஞர்களும் பொம்மலாட்டக்காரர்களும் கூட உபரியாக மாறிப்போன நகரத்தில் அவனுடைய சாகசங்களை வெகு சிலரே ஆர்வத்தோடு பார்த்தார்கள். தொலைக்காட்சிகள் அவர்களுக்கான வெளியை ஆக்கிரமித்திருந்தன. நிழலுருவங்களின் முன்னால் அவனுடைய சாகசங்கள் எடுபடவில்லை. பாவப்பட்டு சில மனிதர்கள் தந்த பணமும் வாழ்க்கை நடத்தப் போதுமானதாக இருக்கவில்லை. அவன் பள்ளிகளுக்குச் சென்று தன்னுடைய சாகசங்களைச் செய்து காட்டினான். ஆனால் குழந்தைகளோ மாயாஜாலக்காரர்களின் வருகையை எதிர்பார்த்துக் காத்திருந்தார்கள். தன்னுடைய தைரியத்தையும் நம்பிக்கையையும் கொஞ்சம் கொஞ்சமாக அவன் இழந்து கொண்டிருந்தான். நீரினடியில் மூழ்கியவர்களைப்போல நகரம் அவர்களைத் துயரத்தின் ஆழத்தில் அமிழ்த்தியது. குழந்தையால் குடும்பத்தின் சூழல் இன்னும் சிக்கலாகிட அவள் நார்க்கூடைகளை நெய்து சந்தைகளில் விற்கப்போனாள். எதைத் தன் வாழ்நாளெல்லாம் வெறுத்தானோ அப்படியொரு சாதாரணனாகவே அவனும் மாறிப்போனான். கடைசியாக, வாழ வேண்டுமெனில் வேலைக்குப் போய்த்தான் ஆக வேண்டுமென்கிற சூழலில், தெரிந்த மனிதரொருவரிடம் வேலை கேட்டுப்போய் நின்றான்.

4

சூரியனின் கிரணங்கள் தீண்டிய மரங்களின் கிளைகளிலிருந்து பறவைகள் சிறகடிக்கும் சத்தம் கேட்கத் தொடங்கியது. தூரத்தில் வரும்போதே அவளைப் பார்த்து விட்டான். அவளுடைய கைகளில் பால் சொம்பு இருந்தது. மார் வற்றிப்போன காரணத்தால் குழந்தைக்கு பசும்பால் வாங்கி வரப் போயிருந்தாள் என்பதைப் புரிந்து கொண்டான். வாசலில் அமர்ந்திருந்தவனைக் கண்டவுடன் அவளது கண்கள் இயல்பாக மலர்ந்தன. செருப்பை வாசலில் கழற்றி விட்டு படலைத் திறந்து உள்ளே நுழைந்தவளை அவன்

எழுந்து பின்தொடர்ந்தான். அவள் அடுக்களைக்குள் சென்று பாலை வைத்தபோது தொட்டிலில் குழந்தை சிணுங்கியது. அவன் அதனருகே சென்று ஆட்டிவிட்டான். புரண்டு படுத்த குழந்தை மீண்டும் உறங்கிப்போனது. பாயை எடுத்துத் தரையில் விரித்து அமர்ந்தான். தானும் நெருங்கி வந்து கண்களை மூடிச் சுவரில் சாய்ந்து கொண்டாள். காற்றும் நின்றதைப் போன்ற கனத்த மௌனம் குடிசையைச் சூழ்ந்தது. மெல்ல தலையை அவள் மடியில் வைத்துக் கொண்டான். கண்களை மூடியபடியே குளிர்ந்த விரல்களால் அவனுடைய தலையைக் கோதினாள். பேச விருப்பமில்லாதவர்களைப் போல இருவரும் அமைதியாக இருந்தார்கள். சிறிது நேரம் கழித்து அவனுடல் குலுங்குவதின் மூலம் அழுகிறான் என்பதைப் புரிந்து கொண்டவள் பதறிப்போனாள். அவன் அழுது அவள் பார்த்ததில்லை, கால் உடைந்து பெரும் வலியால் துடித்தபோதும் கூட. அந்தத் தைரியமும் திமிரும்தான் அவனிடத்தில் அவளை முதலில் ஈர்த்த சங்கதிகள். ஆனால் இப்போது அவன் அழுகிறானெனில் ஒருவகையில் தானும் அதற்குக் காரணமென்கிற குற்றவுணர்ச்சி அவளைச் சூழ்ந்தது. அவன் தேம்பியழுவதைத் தடுக்க முடியாமல் அவளும் விசும்பியபடி முகத்தை நிமிர்த்தி அவன் கண்களுக்குள் பார்த்தாள். பயத்தின் ரேகைகள் பழுப்பு நிறத்தில் அந்தக் கண்களுக்குள் நெளிந்து கொண்டிருந்தன. அழுகையினூடாகத் தன் வேலையைப் பற்றி அவளிடம் சொன்னான். "நான் தோற்று விட்டேன். எல்லாவற்றிலும். வாழ்க்கையிலும். இதிலிருந்து என்னால் ஒருபோதும் மீள முடியாது." அவளுடைய கரங்கள் ஆதரவாக அவனை அணைத்துக் கொண்டன. மார்பில் சாய்த்து அவனைத் தேற்றினாள். "நமக்காக. நம் குழந்தைக்காக." அவனுடைய முகத்தை நிமிர்த்தி நெற்றியில் முத்தமிட்டாள். கண்களிலிருந்து வழிந்து கொண்டேயிருந்த நீரைத் தன் நாவால் நக்கித் துடைத்தாள். அவன் சிரித்துக் கொண்டான். அவனுடைய கண்களை ஊடுருவிப் பார்த்து உதடுகளில் அழுந்த முத்தமிட்டாள். மெல்லப் பாயில் அவளைச் சரித்து காதலோடு அவள் மீது படர்ந்தான். மூர்க்கமும் அவசரமும் நிரம்பிய அந்தக்கூடல் அந்நேரத்தில் அவனுக்கு மிகவும் தேவையாயிருந்தது. சற்று நேரத்தில் சோர்ந்து விலக முயன்றவனைக் குழந்தைபோலத் தன் மார்போடு இறுக கட்டிக்கொண்டாள். இருவரும் அப்படியே உறங்கிப் போனார்கள். மீண்டும் அவன் எழுந்தபோது அவள் குழந்தையோடு விளையாடிக் கொண்டிருந்தாள். மிகுந்த

எச்சரிக்கையுணர்வோடு அவனுடைய கண்களைப் பார்த்தாள். இப்போது அவற்றில் குழப்பமில்லாமல் இருந்தது அவளுக்குள் ஆச்சரியத்தை உண்டாக்கியது. குழந்தையை அவளிடமிருந்து வாங்கித் தன் தோளில் சாய்த்துக் கொண்டான். "இதுதான் வாழ்வென்றான பின் எந்தக் கவலையுமின்றி அதனை அப்படியே ஏற்றுக்கொள்வதுதான் நியாயம். ஆனால் அதற்குமுன் இறுதியாய் ஒரேயொரு சாகசத்தை மட்டும் நிகழ்த்த விரும்புகிறேன். அது என் வாழ்நாள் சாதனையாக இருக்கும். ஏதேனும் ஒருவகையில் வாழ்வை நான் வென்றவனாவேன்." அவள் எதையோ சொல்ல வாயெடுத்தாள். கைகளை அசைத்துத் தடுத்தவன் தயவு செய்து மறுக்க வேண்டாம் எனப் பார்வையால் கெஞ்சினான். அவள் அரைமனதோடு தலையசைத்தாள்.

சாகசத்துக்கான நாள் குறிக்கப்பட்டது. இரண்டு மலைகளினிடையே கயிறைக் கட்டி, அந்தக் கயிற்றைத் தன் தலைமுடியில் சுற்றிக்கொண்டு, அதன் வழியாகவே ஒரு முனையிலிருந்து மறுமுனைவரை அவன் பயணித்து பள்ளத்தாக்கைக் கடப்பான். சாகசத்துக்கென அவன் தன் முடியை நீளமாக வளர்க்கத் தொடங்கினான். அறிவிப்பு வெளியான சில நாட்களில் எதிர்பாராதவிதமாக ஒரு தொலைக்காட்சி நிறுவனம் நிகழ்ச்சிக்கான செலவுகளைத் தான் ஏற்றுக்கொள்வதாகச் சொன்னது. இதுவரை யாரும் முயற்சித்திராத சாகசமென்றும் மக்களுக்கான புதிய நாயகன் தோன்றி விட்டானென்றும் போஸ்டர்களும் செய்தித்தாள் விளம்பரங்களும் அவனுடைய பெயரை வாய்வலிக்காமல் நகரம் முழுக்கக் கூவிக் கொண்டேயிருந்தன. உள்ளுக்குள் அச்சமிருந்தாலும் அவள் அதனை அவனிடம் வெளிக்காட்டவில்லை. அவனுடைய தைரியத்தின் சாவி தன்னுடைய கண்களுக்குள் ஒளிந்திருப்பதை அவள் அறிந்திருந்தாள். அவனுக்கென பிரத்தியேகமானதொரு புன்னகையோடு ஒரு முகமூடியை வலிந்து மாட்டிக் கொண்டாள். மகிழ்ச்சியாகத் தன்னைப் பார்க்கும்போதெல்லாம் அவன் நம்பிக்கையாய் உணர்வானென்பதை அவள் நன்கறிவாள். அவனோ கவலைகள் மறந்தவனாகக் குழந்தையோடு விளையாடிக் கொண்டிருந்தான்.

சாகச நிகழ்வுக்கான நாள். மலைகளினிடையே கயிறு கட்டுவதில் தொடங்கி மக்களுக்கான பார்வையாளர் மாடங்கள் அமைக்கும் வேலை வரை அனைத்தையும் தொலைக்காட்சி நிறுவனமே செய்திருந்தது. சாகசம் நடக்குமிடத்துக்கு வந்தவனின் கண்கள்

ஆச்சரியத்தில் விரிந்தன. இத்தனை பெரிய கூட்டத்தை அவன் வாழ்நாளில் எப்போதும் பார்த்ததில்லை. தொலைக்காட்சி விளம்பரங்களின் பலனாகச் சுற்றியிருந்த அத்தனை ஊர்களைச் சேர்ந்த மக்களும் சாகசத்தைக் காண வந்திருந்தார்கள். அவனுக்கு மிகவும் பெருமையாகவும் இருந்தது. அவனைக் கண்டவுடன் கூட்டம் பலத்த கரகோஷத்தை எழுப்பியது. அவன் அவர்களைப் பார்த்து உற்சாகமாகக் கையசைத்தான். வாழ்நாள் முழுதும் தான் கேட்க விரும்பிய கைதட்டல்களை வெகுநாட்கள் கழித்து மீண்டுமொருமுறை கேட்கிறான். மீண்டும் தன்னை ஒரு அதிநாயகனாக உணர்ந்தான். சாகசம் நல்லபடியாக நடந்து முடிந்தவுடன் அவனுக்கென ஒரு பெருந்தொகையைத் தருவதாக நிறுவனம் வாக்களித்திருந்தது. அதைக்கொண்டு அவன் தனக்கான புதிய வாழ்வைத் தொடங்கலாம். வெகு நாட்களுக்குப் பிறகு மனதில் மகிழ்ச்சியும் நிம்மதியும் உறைந்திருந்தன. தளர்வான ஆடைகளைக் கழற்றி சாகச நிகழ்ச்சிக்கான ஆடைகளையணிந்து குழந்தையிடம் திரும்பி வந்தான். அதன் நெற்றியில் அழுந்த முத்தமிட்டு அவளிடம் தந்தான். அவனுடைய கைகளை அழுத்தமாகப் பற்றினாள். சிரித்துக்கொண்டே கையசைத்து அவளிடம் விடைபெற்றான்.

மலையின் மீதேறி நின்றவன் கீழே பார்த்தான். தொலைதூரத்தில் மனிதர்கள் சிறுசிறு புள்ளிகளாகத் தெரிந்தார்கள் எனினும் அவர்களுடைய ஆரவாரக் கூச்சலை அவனால் கேட்க முடிந்தது. அவர்கள் அத்தனை பேரும் அவனுக்காக இங்கே வந்திருக்கிறார்கள். இன்றைய நாள் முழுதும் அவனுக்காக அவர்கள் கரவொலி எழுப்புவார்கள். அவனுடைய முகத்தின் சந்தோச உணர்ச்சிகளனைத்தையும் தொலைக்காட்சியின் புகைப்படக்கருவி படம் பிடித்தபடி இருந்தது. அவன் மீண்டுமொரு முறை கைகளையுயர்த்தி காற்றில் அசைத்துக் காட்டினான். பிறகு கயிற்றை கழுத்தின் வழியாக ஒரு சுற்று சுற்றி எடுத்துப் பிறகு தலையைச் சுற்றி கேசத்தில் கட்டினான். நன்கு இறுகக்கட்டிய பிறகு பலமாக அதனைப் பிடித்து இழுத்துப் பார்த்தான். வலித்தாலும் கயிறின் முடிச்சு நன்றாக இறுகியிருப்பது புலப்பட்டது. சாகசத்தின் போது கைகளைப் பயன்படுத்தக் கூடாதென்பதற்காக அவனுடைய கைகள் பின்புறம் இழுத்துக் கட்டப்பட்டன. எப்படியிருந்தாலும் கயிறு அவிழாதென்பதை உறுதி செய்து கொண்டு அவன் தரையிலிருந்து உந்தித் தாவினான். கணநேரத்தில் அவனுடைய உடல் அந்தரத்தில் ஆடிக் கொண்டிருந்தது. சட்டென்று

அமைதியான மக்கள் கூட்டம் அடுத்த கணமே ஹோவென்று வெடித்து ஆர்ப்பரித்தது. சிறகுகளில்லாத பறவையைப் போல வானில் மிதந்தவன் மெல்லத் தன் உடலையசைத்து நகர ஆரம்பித்தான். உடலின் மொத்த பாரமும் தலைமுடியைக் கட்டியிருந்த கயிற்றில் தாங்கிப் பிடித்திருக்க வலி ஊசியைப் போல மெல்ல அவனுக்குள் இறங்க ஆரம்பித்தது. ஆனால் அவன் அந்த வலியை ரசிப்பவனாக இருந்தான். வெகு நாட்களாக அவனை விட்டு விலகியிருந்த வாழ்க்கையுடனான மோதலை இன்று அவன் மீண்டும் சந்திக்கிறான். புதிய உத்வேகத்துடன் நகர ஆரம்பித்தான். நேரமும் அவனோடு இணைந்து வெகு மெல்லமாக அந்தக் கயிற்றில் ஊர்ந்து கொண்டிருந்தது. திறந்த வாயோடு தரையிலிருந்து மக்கள் அந்த சாகசத்தை ரசித்துக் கொண்டிருந்தார்கள்.

அவன் நகர்வதை நிறுத்தினான். உடல் அந்தரத்தில் ஊசலாடியது. கழுத்தின் வலி அவன் எதிர்பார்த்ததைக் காட்டிலும் அதிகமாயிருப்பதாகத் தோன்றியது. தலையைச் சற்றே திருப்பிப் பின்னால் பார்த்தான். கிட்டத்தட்ட பாதி தூரத்தைக் கடந்திருந்தான். இன்னும் போக வேண்டிய தூரம் நிறைய இருப்பதாகத் தோன்றியது. முதல்முறையாக இதைத் தன்னால் செய்து முடிக்க முடியுமா என்று சந்தேகம் எழுந்தபோது அவன் அதிர்ந்தான். ஒருநாளும் அது போல அவன் நினைத்ததே கிடையாது. அவனால் செய்யமுடியாத சாகசங்கள் என்று எதுவுமிருப்பதாக அவன் நம்பியதேயில்லை. கண்களை மூடிக் கோமாளியை நினைத்துக் கொண்டான். யாருமற்றவனாக நின்றபோது தன்னை இழுத்தணைத்துக் கொண்டவனுடைய கரங்களின் கதகதப்பு நினைவு வந்தது. நான் தோற்க மாட்டேன் என தனக்குத்தானே சொல்லிக் கொண்டான். அவன் அசையாமல் நிற்பதைப் பார்த்து என்னவென்று புரியாமல் அமைதியாகியிருந்த கூட்டம் மீண்டும் அவன் நகரத் தொடங்கியவுடன் பலமாகச் சத்தம் போட்டு ஆர்ப்பரித்தது.

உடலின் பாரம் மெல்ல கூடிக்கொண்டே வருவதை அவன் உணர்ந்தான். தரையில் மக்கள் இன்னும் சத்தம் போட்டபடி இருந்தார்கள். கண்களுக்குள் சின்னதாய் ஒரு இருட்டு படர்ந்தது. தலைக்கு மேலே கடந்து போன ஒரு பறவையின் சிறகடிக்கும் ஓசை கேட்டது. மிகுந்த பிரயாசையோடு கண்களைத் திறந்து பார்த்தான். அதுவொரு வெள்ளைப்பறவை, அனேகமாக ஒரு நாரையாக இருக்கலாம், ஏற்கனவே அதனை அவன் எங்கோ பார்த்திருந்தான்.

ஆனால் எங்கே என்பது நினைவுக்கு வர மறுத்தது. மக்கள் கரகோஷங்களை எழுப்பியபடி இருந்தார்கள். அயர்ச்சியைப் போக்க தலையைச் சற்றே பலமாக அவன் அசைத்தபோதுதான் அந்த விபரீதம் நிகழ்ந்தது. தலையைச் சுண்டிய வேகத்தில் தலைமுடியை இறுகக்கட்டியிருந்த கயிறு சற்று தளர்ந்தது. பதற்றத்தில் அவன் தலையை முன்னும் பின்னுமாக அசைக்க கயிறின் சுருக்கு மேலே இன்னும் தளர்ந்து மிகச்சரியாக அவன் கழுத்தில் இறுக்கியது. மக்கள் இன்னும் கைகளைத் தட்டிக் கொண்டிருந்தார்கள். அவன் தன்னை விடுவித்துக் கொள்ள செய்த அத்தனை முயற்சிகளும் வீணாகிப் போயின. தரையிலிருந்து ஆரவாரமிட்ட மக்களின் சத்தத்தை மீறி எங்கிருந்தோ கன்றுக்குட்டிகளின் தீனமான ஒலிகள் அவனது காதுகளில் கேட்டன. கண்களை மூடினான். கையில் குழந்தையோடு அவள் அவனைப் பார்த்துச் சிரித்தவாறே கையசைத்தாள். கரவொலிகள் அவனுக்குள் கேட்டுக் கொண்டேயிருந்தன. கயிறு இறுகியது. வெகுநேரம் யோசித்தபடி அங்கேயே நின்றிருந்த சிறுவன் கோமாளியின் வண்டித்தடத்தில் போகலாமா வேண்டாமா என்று யோசித்த கணத்தில் சடாரென்று அவனுடைய கழுத்தெலும்பு முறிந்தது. தரையில் மக்கள் கைகளைத் தட்டிக் கொண்டேயிருந்தார்கள்.

நடுகல், 2017

உலகின் சின்னஞ்சிறு காதல் கதை

வாழ்க்கை ஒரு புதிர்ப்பாதையைப் போலத் தனக்கான தனித்த வழிமுறைகளை கொண்டிருக்கிறது; யார் எவரென்று அறியாதவர்களை ஒன்றுசேர்க்கவும் பிறகு பிரிக்கவும்.

திரு – 3:16

பாதி ஒளியிலும் பாதி இருட்டிலுமாக மூழ்கிக் கிடந்தது அந்தப் பேருந்து நிறுத்தம். அதற்கு நேர் மேலே கிட்டத்தட்ட நீல நிறமாயிருந்த நிலா வானில் மிதந்து கொண்டிருந்தது. சன்னமாகத் தூறிக் கொண்டிருந்தது மழை. கூரையின் கீழ் எதிரெதிர் முனைகளில் அவர்கள் நின்றிருந்தார்கள் - அவன் ஒளியிலும் அவள் இருளிலும். நீண்டு கருத்த அவர்களின் நிழல்கள் பின்புறச் சுவரில் ஒன்றன் மேல் இன்னொன்றாக வீழ்ந்து கிடந்தன. முதன்முறை அவள் உச்சரிக்கப் போகும் சொற்களுக்காக அவன் காத்திருந்தான். வெகுநேரம் நீண்ட அவளின் மௌனம் அவனைப் பொறுமையின்றி தவிக்கச் செய்தது.

"உ... உங்களுக்கு... ஒரு உடற்பயிற்சி சொல்லித் தரட்டுமா?"

கிசுகிசுப்பான ரகசியம் பேசுவது போன்ற குரல். உடைந்த சங்கிலிருந்து வழியும் நீரைப் போல அவளுடைய வார்த்தைகள் அவனுக்குள் சொட்டுச்சொட்டாக இறங்கின. பதிலேதும் பேசாமல் ஒருகணம் அவன் மௌனமாயிருந்தான். முதன்முதலில் எதையெல்லாம் பேசக்கூடும் என செய்து வைத்திருந்த கற்பனைகள் எதிலும் சேராத அவள் வார்த்தைகள் உண்மையில் அவனைக் குழப்பத்தில் ஆழ்த்தின.

"ம்..."

"உங்க வலது கையை எடுத்து இடது தோளின் மீது வச்சுக்கோங்க..."

காரணம் கேட்காமல் அவள் சொல்லியபடி செய்தான்.

"அதே மாதிரி இடது கையை வலது தோளின் மீது..."

"ம்..."

"இப்போது தோளை விட்டு விரல்களை எடுக்காம உங்க முழங்கைகளை மட்டும் உயர்த்துங்க..."

என்ன மாதிரியான விளையாட்டு இது? அவன் குழப்பம் இன்னும் அதிகமானது. என்றபோதும் அவளை மறுக்க மனம் ஒப்பவில்லை. கைகளை உயர்த்தினான். பெருக்கல்குறி போல முழங்கைகள் மார்புக்கு முன் நீண்டன. அவனுக்கும் கைகளுக்குமிடையேயிருந்த இடைவெளியைக் காற்று தன் மென்கரங்களால் நிரப்பியது.

தான் நின்ற இடத்தை விட்டு நகர்ந்து அவனை நெருங்கி வந்தாள் - தனது முகத்தை அவனால் தெளிவாகப் பார்க்க முடிந்த வெளிச்சத்துக்குள். அவள் கண்கள் ஈரமாயிருந்தன. இன்னுமதிகமாக அவன் முகத்தை நெருங்கி அதே கிசுகிசுக்கும் குரலில் சொன்னாள்.

"இந்தக் கைகளின் இடைவெளிக்குள் என்னை நான் ஒப்புக் கொடுத்து விட்டேன். உங்களால் அதை உணர முடியுதா?"

பாறைக்குடைவுகளுக்கு மத்தியில் ஓடும் ரயிலின் அதிர்வுகள் அவனுள். ஒரு பெண்ணால் தான் உண்மையாகக் காதலிக்கப்படுகிறோம் எனும் உணர்வு மனதுக்குள் ஆடும் பேயாட்டம். தனக்கான பேருந்து வர அவள் அதில் ஏறிக் கொண்டாள். பின்புறக் கண்ணாடியின் வழியே மங்கலாகத் தெரிந்த முகத்தைப் பார்த்தவாறு மகிழ்வின் தற்கணத்தில் உறைந்தவனாக அங்கேயே அவன் நின்றிருந்தான்.

கீழமாசி வீதியின் கடைகள் மிகுந்த பரபரப்போடு இயங்கிக் கொண்டிருந்தன. மணி இன்னும் எட்டு ஆகியிருக்கவில்லை. தனது கடையை விட்டு வெளியேறி வந்தவன் நம்பர் போட்ட மரக்கதவுகளை ஒவ்வொன்றாக எடுத்து அதனதன் இடத்தில் அடுக்கி பின்னர் அடிதண்டாவைக் கொண்டு தாழிட்டான். அதன் பிறகு முன்பக்க இரும்புக் கிராதிகளை இழுத்து விட்டு பூட்டைப் போட்டான். ஒரு முறைக்கு நான்கு முறை பூட்டை நன்றாக இழுத்துப் பார்த்து திருப்தியான பிறகே சாவிகளைக் கையிலிருந்த துணிப்பைக்குள் திணித்துக் கொண்டு அங்கிருந்து நகர்ந்தான். மனம் லேசாகிக் காற்றில் மிதப்பதைப் போல இருந்தது. வெகு நாட்களாக எதிர்பார்த்துக் காத்திருந்த வடநாட்டு வியாபாரம் உறுதியாகி விட்டதைச் சொல்லும் தகவல் அன்று மாலைதான் அவனுக்கு வந்திருந்தது. தனக்குத்தானே உறுதி செய்து கொள்வதைப் போல சட்டைப்பைக்குள் இருந்த அலைபேசியை எடுத்து மீண்டுமொரு முறை அந்தத் தகவலை வாசித்தான். சின்னதாய் ஒரு புன்னகை உதடுகளில் அரும்பியது. பஜாரில் முதன்முதலாக வேலைக்குச் சேர்ந்த நாள் அவனுடைய நினைவில் இடறியது. அப்போது அவனுக்குப் பதினைந்து வயது கூட ஆகியிருக்கவில்லை. அப்பாவின் மரணத்துக்குப் பிறகு வீட்டின் முதல் பிள்ளையாக பொறுப்புகளை எல்லாம் அவன் விரும்பியே ஏற்றுக் கொண்டான். எடுபிடி வேலையாளாக உள்ளே நுழைந்து இன்று சொந்தமாகத் தொழில் செய்யுமளவுக்கு வளர்ந்திருக்கிறோம் என்பதை நினைக்க உள்ளுக்குள் சற்றுப் பெருமையாகவும் இருந்தது. அவன் வேலை பார்த்த கடையின் முதலாளி அடிக்கடி சொல்வார். பஜார் என்பது உண்மையில் நாய்ச்சண்டை நடக்கும் இடம்தான். இங்கே, காலைகளும் மாலைகளும், சில நேரங்களில் நடுயிரவுபொழுதுகளும் கூட, அரூபமான வியாபாரப் பேச்சுகளால் நிறைந்திருக்கும். அவற்றைச் சரியாக மோப்பம் பிடிக்க முடியாதவனால் ஒருபோதும் நல்ல வியாபாரியாக வரவே முடியாது. அதிலும் வலிமையுள்ளவன் மட்டுமே தப்பிப்பிழைத்து மேலேறிப் போக முடியும். அப்படித் தப்பிப் பிழைத்தவனாக தன்னை இன்று இந்த நிலையில் பார்க்க நேர்ந்தால் அவர் மிகவும் மகிழ்ந்திருப்பார் என்றெண்ணியவன் வழியில் தென்பட்ட தெரிந்த மனிதர்களிடமெல்லாம் உற்சாகமாக வணக்கம் சொல்லியபடியே நடந்தான்.

விளக்குத்தூணைச் சுற்றி பெரிய இடைவெளிகளுடன் அமைந்திருந்த மெர்க்குரி விளக்குகளின் பால்நிற ஒளி சாலையைக் குளிப்பாட்டிக் கொண்டிருந்தது. வழக்கமான கடையில் சிகரெட்டுகளை

வாங்கிக் கொண்டு மஹாலை நோக்கி நடக்கத் தொடங்கினான். தள்ளுவண்டியில் துணி வியாபாரம் செய்து கொண்டிருந்த வடநாட்டுக்காரன் பிள்ளையை வண்டிக்குக் கீழே தொட்டில் கட்டி அதில் படுக்கப் போட்டிருந்தான். வண்டிக்குச் சற்றுத் தள்ளி கல்லு சந்தின் இருட்டுக்குள் இன்னும் சிலர் படுத்துக் கிடந்தார்கள். அவனோடு சேர்ந்து பிழைக்க வந்தவர்களாக இருக்கக்கூடும். பகல்பொழுதுகளில் வித்தியாசமான உடையலங்காரங்களோடு கையில் துணி மூட்டைகளுடன் பஜாரின் வீதிகளில் அவர்கள் சுற்றித்திரிவதை அவன் பார்த்திருக்கிறான். எந்த நம்பிக்கையில் இந்த மனிதர்கள் சொந்த மண்ணைப் பிரிந்து வந்து இங்கே கிடக்கிறார்கள் அல்லது இதில் கிடைப்பதைக் கொண்டு அவர்கள் பெரிதாக என்ன வாழ்ந்து விட முடியும் என்கிற சந்தேகம் எப்போதும் அவனுக்கு உண்டு. ஆனாலும் கூட, பெரிய பெரிய கடைகளின் பிரமாண்டங்களையும் விளம்பரங்களையும் மீறி இவர்களுக்கான வாழ்க்கையெனவும் ஒன்று இருக்கத்தான் செய்கிறது. ஒருகணம் யோசித்தவன் தானும் கிட்டத்தட்ட அவர்களைப் போலத்தானே என்று தனக்குள் சமாதானம் சொல்லிக் கொண்டான். யோசித்தபடியே நடந்து மஹாலின் பின்பகுதியை அடைந்தவன் வெளிச்சம் படாத இருட்டுக்குள் மறைந்து சிகரெட்டைப் பற்ற வைத்தான். ஆழ்ந்து புகையை உள்ளிழுத்து வெளியேற்றிய அப்பொழுதின் சந்தோசத்தை அனுபவிப்பதைப் போலக் கண்களை மூடிக் கொண்டான்.

சட்டென்று எழுந்ததோர் குரல் அவனைக் கலைத்தது. யாராக இருந்தாலும் ஒரு கணம் திடுக்கிடும்படியான அதிகாரக்குரல். கண்களைத் திறந்தான்.

"டேய்... யாருடா அது இன்னேரத்துக்கு... இருட்டுக்குள்ள?"

மூன்று பேர் அங்கே நின்றிருந்தார்கள். காக்கி நிறச் சீருடையணிந்த பெண் போலிஸ்காரர்கள். பாதி இருள் கலந்த வெளிச்சத்தில் அவனால் அவர்களைத் தெளிவாகப் பார்க்க முடியவில்லை. அவர்களின் உருவம் மொத்தமும் நிழலாகத்தான் தெரிந்தது. ஆனால் அந்தக் குரலில் தொனித்த வெறுப்பையும் எரிச்சலையும் உணர முடிந்தது. இவனிருந்த திசையில் அவர்கள் மெல்ல நடந்து வர கையிலிருந்த சிகரெட்டை பின்புறம் மறைத்தவாறே முன்னால் வந்தான்.

"உன்னத்தாண்டா கேக்குறேன்... யாரு நீ... இன்னேரத்துல உனக்கு இங்கன என்ன வேலை... ம்ம்?"

“இங்கதான் பஜார்ல கடை வச்சிருக்கேன் மேடம்... பலசரக்கு மொத்த வியாபாரம். கடை சாத்திட்டு வீட்டுக்குக் கௌம்புறதுக்குச் செத்த முந்தி எப்பவும் இங்க வருவேன். கொஞ்சம் ரிலாக்ஸ் பண்ணலாம்னு...”

“அதென்னடா இருட்டுக்குள்ள ரிலாக்ஸு...?”

அவர்களில் உயரதிகாரியைப் போலிருந்தவள் கேட்டாள். குரலில் சின்னதாகப் பரிகாசமும் கலந்திருந்தது.

“ஜல்குத் ராணி எவளையாவது கரெக்ட் பண்ணிப் போடலாம்னு வந்தியா...?”

அவன் பதறிப் போய் சிகரெட்டைக் கீழே போட்டான்.

“அய்யய்யோ... அப்படி எல்லாம் இல்லைங்க. தெனமும் இங்க கொஞ்ச நேரம் அமைதியா உக்கார்ந்து இருந்துட்டுப் போயிருவேன். அவ்ளோதான்...”

அவனுடைய குரலில் இருந்த பரிதாபமும் கெஞ்சலும் அவர்களை இன்னும் உற்சாகம் கொள்ளச் செய்தது.

“பெரிய போதி தருமரு... அமைதியா உக்காந்திருப்பாராமாம்... இப்படி வெளில வாடா... வெளிச்சத்துல உம்மூஞ்சியப் பார்ப்போம்...”

இருட்டிலிருந்து நகர்ந்து நால்வரும் தெருவிளக்கின் கீழே வந்து நின்றார்கள். இப்போது அவர்களின் முகத்தை அவனால் தெளிவாகப் பார்க்க முடிந்தது. வெறுப்பைத் தவிர வேறெந்த உணர்வையும் அறியாதவர்களென்பதைப் போல அவர்களுடைய முகங்கள் அத்தனை இறுக்கமாயிருந்தன. இரையின் மீது பாயக் காத்திருக்கும் மிருகமென அவர்களுடைய கண்களின் தீவிரத்தை எதிர்கொள்ள முடியாமல் தலையைக் குனிந்து கொண்டான். அவர்களில் ஒருத்தி அவனை அடையாளம் கண்டுகொண்டு மற்றவளிடம் சொன்னாள்.

“இவன நான் பாத்திருக்கேன் அக்கா... வெத்திலைப்பேட்டை சந்துக்குள்ள கையில பொட்டலங்களோட சுத்திக்கிட்டு இருப்பான்...”

அந்தப் பொட்டலங்கள் அவன் மற்ற கடைகளில் காட்ட எடுத்துப் போகும் பலசரக்கு மாதிரிகள் என்பது அவர்களுக்கு நன்றாகவே தெரியும். பலமுறை ரோந்து சுற்றும் சமயங்களில் அவர்களை

அவன் பார்த்திருக்கிறான். என்றாலும் தெரியாதவளைப் போல மற்றவள் அவனிடம் திரும்பிக் கேட்டாள்.

"பொட்டலமா... ஏண்டா கஞ்சா கிஞ்சா விக்குறியா?"

பதில் சொல்லாமல் மௌனமாக நின்றவனின் உடல் நடுங்கியது. முற்றிலும் கைவிடப்பட்ட நிலை. தெருவில் கடந்து போனவர்கெளெல்லாம் சில நிமிடங்கள் நின்று அவர்களை வேடிக்கை பார்த்துச் செல்வதை அவனால் புரிந்து கொள்ள முடிந்தது. சிகரெட் பழக்கம் பஜாருக்குள் யாருக்கும் தெரிந்துவிடக் கூடாதென்பதற்காகத்தான் அவன் மஹாலுக்கு வருவான். ஆனால் இன்று அனைவரின் முன் இப்படி நிற்கும்படி ஆகிப்போனது. அவமானமும் துயரமும் நாற்றமெடுக்கும் பூச்சிகளைப் போலத் தன் உடலெங்கும் ஊர்வதை உணர்ந்தான். வேண்டுமென்றே வம்பிழுக்கிறார்கள் எனத் தெரிந்தும் ஏதும் செய்ய முடியாததை எண்ணி எரிச்சலாகவும் கோபமாகவும் வந்தது. முகத்தின் கடுமையை அவர்கள் பார்த்து விடக் கூடாதென்பதற்காகத் தலையை இன்னும் கீழே குனிந்து கொண்டான். இருந்தும் அவர்களில் ஒருத்தி அதைக் கண்டுகொண்டாள்.

"ஏய்... என்ன மூஞ்சி எல்லாம் சிவக்குது... அக்கா... இங்க பாருங்க... மைனர் சாருக்குக் கோபமெல்லாம் வருது..."

பெரிய நகைச்சுவையைக் கேட்டதுப்போல மூவரும் சத்தமாகச் சிரித்தார்கள். உரக்கச் சிரித்தவாறே உயரதிகாரியைப் போலிருந்தவள் கேட்டாள்.

"பேசாம இன்னிக்கு நைட்டு இவன ஸ்டேசனுக்குக் கொண்டு போயிருவோமா? நல்லா பொழுது போகும் போலத் தெரியுது..."

"வேண்டாம்க்கா... அப்புறம் மறுநா காலைல பேப்பர்ல பெண் போலிஸால் கற்பழிக்கப்பட்டு இளைஞர் தற்கொலைன்னு நியூஸ் வரும்..."

மூவரும் மீண்டும் வெடித்துச் சிரித்தார்கள். எது குறித்தும் கவலை கொள்ளத் தேவையிராத அதிகாரத்தின் சிரிப்பு. அங்கிருந்து நகரவும் முடியாமல் என்ன செய்வதென்றும் தெரியாமல் அவர்களை நிமிர்ந்து பார்க்கவும் இயலாதவனாக உள்ளெல்லாம் பற்றியெரிய அவன் அப்படியே நின்றிருந்தான். வெகுநேரம் கழித்தே அவர்களின் சிரிப்பு அடங்கியது. முகத்தில் தேங்கி நின்ற மந்தகாசப் புன்னகையோடு அவர்களில் ஒருத்தி அவனை நெருங்கி வந்தாள்.

“இதுதான் உனக்கு பர்ஸ்ட் அண்ட் லாஸ்ட் வார்னிங்... இனிமேல் ராத்திரி நேரத்துல உன்ன இந்தப்பக்கம் நான் பார்க்கவே கூடாது. புரியுதா?”

சொல்லும்போதே சிரிப்பு மறைந்து அவள் முகம் இறுகியது. கண்கள் சுருங்கி இன்னும் கடுமையானவளாகத் தெரிந்தாள்.

“மீறிப் பார்த்தேன்... உள்ள தூக்கி வச்சு ஓத்திருவேன்... கௌம்புடா...”

அவன் பதற்றமாக அங்கிருந்து கிளம்பினான். முதுகுக்குப் பின்னால் அவர்கள் என்னமோ சொல்லிச் சிரிப்பது காதில் கேட்டாலும் திரும்பிப் பார்க்காமல் அவ்விடத்தை விட்டு அகன்றான்.

“தாயளி... எப்படி வேகமா ஓடுறான் பாருக்கா...”

செண்ட்ரல் மார்க்கெட் வழியாக சிம்மக்கல்லுக்குப் போகும் சாலையில் வெக்கு வெக்கென்று நடந்து கொண்டிருந்தவனின் உடலில் நடுக்கம் இன்னும் மீதமிருந்தது. ஏதோவொரு பெருஞ்சுமை தன்னை அழுத்துவதாகத் தோன்றியது அவனுக்கு. அந்நாளின் ஒட்டுமொத்த சந்தோசத்தையும் கரையான்களைப் போல அவர்கள் அரித்துத் தின்றிருந்தார்கள். நாட்காட்டியின் தாளைக் கிழிப்பதுபோல இந்த நாளைத் தன் வாழ்விலிருந்து கிழித்து வீசி விட முடிந்தால் எத்தனை நன்றாயிருக்கும்? தலைகீழாகக் கொட்டிக் கவிழ்த்ததுபோல அம்மகிழ்ச்சியான தினம் இப்படி துயரத்துக்குள் சிக்குமென்பதை அவன் எதிர்பார்த்திருக்கவில்லை. பஜாரில் வியாபாரத்தின் பொருட்டு பல விதமான அவமானங்களை அவன் ஏற்கனவே சந்தித்திருக்கிறான். அவற்றுக்குப் பின்னால் சில அர்த்தங்களும் காரணங்களும் இருந்தன என்பதால் பெரிதாக அவை அவனை பாதித்ததில்லை. ஆனால் எந்தவித காரணமும் இல்லாமல் இன்று சந்திக்க நேரிட்ட அவமானம் அவனை ஒட்டுமொத்தமாக அடித்துச் சாய்த்து கழிவிரக்கத்துக்குள் வீழ்த்தியிருந்தது. தனக்கு நேர்ந்ததை சக வியாபாரிகள் யாரும் பார்த்திருக்கக்கூடாது என்கிற பயமும் உள்ளுக்குள் இருந்தது. ஒரு சிகரெட்டைப் பற்ற வைத்தால் தேவலாம் என எண்ணினான். தெரு விளக்குகளின் வெளிச்சத்துக்கு சிக்காமல் ஓரமாக அமைந்திருந்த பேருந்து நிறுத்தத்துக்குள் நுழைந்தான். பாக்கெட்டுக்குள் சிகரெட்டுக்காகத் துழாவும்போது அந்தக் குரல் கேட்டது. கிசுகிசுப்பான ரகசியம் பேசுவது போன்ற குரல்.

“வாழ்க்கைல இந்த மாதிரி கஷ்டமெல்லாம் உனக்கு மட்டும்தான்னு நினைச்சியா? இதை விட மோசமான விஷயம்லாம் உலகத்துல

இருக்கதானே செய்யுது. அவமானத்தையே பார்க்காத ஆள்னு ஒலகத்துல யார் இருக்கா... என்னையே எடுத்துக்கோ... உனக்குத் தெரியாததா... ஆனாலும் நாம வாழலியா என்ன... எல்லாத்துக்கும் மனசுதான் காரணம். உன்னால நிச்சயமா இதிலிருந்து வெளியேறி வர முடியும். என்னை நம்பு. எதுன்னாலும் நானும் உன்கூட இருக்கேன்..."

நிறுத்தத்தின் மறுமுனை இருட்டுக்குள் நின்றிருந்த பெண் அலைபேசியில் யாரிடமோ பேசிக் கொண்டிருந்தாள். அவன் உடல் மீண்டுமொரு முறை நடுங்கியது - இம்முறை மகிழ்ச்சியால். ஆசிர்வதிக்கப்பட்ட அவ்வார்த்தைகளை அவள் தனக்காக உச்சரித்தாள் என்றே அவன் நம்பினான். துயரம் தாளாது வானம் பார்த்துக் கிடப்பவனிடம் நட்சத்திரம் ஒன்று இறங்கி வந்து நெற்றியில் முத்தமிட்டு ஆற்றுப்படுத்தியதைப் போல அந்த வார்த்தைகள் அவனுடைய பாரத்தை வெகுவாகக் குறைத்திருந்தன. அடிபட்டு வீழ்ந்து கிடக்கும் பறவையின் நாவில் விழும் ஒற்றைத்துளி நீர். சற்று முன்பு வரை அவமானத்தின் தீயில் தகித்துக் கொண்டிருந்தவனின் உடல் மெல்ல இயல்பு நிலைக்கு திரும்பத் தொடங்கியது. மனம் லேசானது போல உணர்ந்தவன் அந்த வார்த்தைகளுக்குரிய பெண்ணின் முகத்தைப் பார்க்க விரும்பினான். அவள் போக வேண்டிய பேருந்து கொஞ்சம் தாமதமாக வரட்டும் எனவும் வேண்டிக் கொண்டான்.

பேசி முடித்து அலைபேசியைத் தன் கைப்பைக்குள் வைத்தவள் நிறுத்தத்துக்குள் வேறொருவனும் நிற்பதைப் பார்த்து அமைதியானாள். வெகு நேரம் ஆகியும் பேருந்து இன்னும் வந்திருக்கவில்லை. உள்ளுக்குள் ஏதோ குறுகுறுக்க மெல்ல நிமிர்ந்து பார்த்தபோது எதிர்த்திசையில் நிற்பவன் தன்னையே பார்த்துக் கொண்டிருப்பதாகத் தோன்றியது. இருட்டில் நிற்பதைக் காட்டிலும் சற்று முன்னகர்ந்து வெளிச்சத்தில் நிற்கலாம் என எண்ணி அதற்காகத்தான் அவன் காத்திருக்கிறான் என்பதையறியாமல் அங்கிருந்து நகர்ந்தாள்.

வெளிச்சத்தில் அவளை முதன்முதலாகப் பார்த்தவனின் மனம் திடுக்கிட்டது. அவளுக்கு அதிகபட்சம் போனால் முப்பது வயதிருக்கலாம். காற்றைப் போல மெலிந்த கெச்சலான உடம்பு. நீலவானில் அங்கங்கே மிதக்கும் பஞ்சுப்பொதிகளைப் போல முகத்தில் பெரும்பாலான இடங்களில் வெண்ணிறத் தேமல்கள் பூத்திருந்தன. குட்டி குட்டி தேசங்களின் வரைபடங்கள் போல

உலகின் சின்னஞ்சிறு காதல் கதை | 67

கைகள் மற்றும் உடலிலும் கூட. அந்தத் தேமல்களினூடாக ஓடிய நரம்புகள் சிவப்பு நிறத்தில் நெளிந்தன. மெல்ல சுதாரித்துக் கொண்டு அவளுடைய முகத்தை உற்று நோக்கினான். அகல நெற்றி. சுருள் சுருளான கேசம். அவற்றுள் முன்நெற்றியின் வலதுபுறம் ஒற்றைச் சுருள் மட்டும் ரேடியோவின் ஆண்டெனா கம்பியைப் போல நீட்டிக் கொண்டிருந்தது. இரு கண்களுக்கிடையே நெற்றிப்பொட்டும் நாசியும் மிகச்சரியாகச் சேருமிடத்தில் பெரிய வெட்டுக்காயம். கண்களின் ஓரத்தில் சற்றே ஈரம் கசிந்ததைப் போலத் தோன்றியது. ஒட்டிய கன்னங்கள். மேலுதடுகளைக் காட்டிலும் கீழுதடுகள் பெரிதாயிருந்தன. ஒப்பனைப் பூச்சுகள் ஏதுமற்ற எளிய முகம். முடிவற்ற அன்பின் ஒளியை வெளிப்படுத்திய கண்களின் கருணையும் அதோடு சேர்ந்து அவனைக் காப்பாற்ற வந்த தேவதையாக அவளை உணர்ந்தான். துயரத்தின் பாழ்கிணற்றிலிருந்து தன்னைக் கைதூக்கி விட்டதற்காக அவளிடம் போய் நன்றி சொல்லலாமா என்றெண்ணிக் கொண்டிருக்கும்போதே அவளுடைய பேருந்து வந்து நின்றது. அவசரமாக அதில் ஏறிக் கொண்டாள். அவள் நின்றிருந்த நேரத்தையும் ஏறிப்போன பேருந்தின் எண்ணையும் மனதுக்குள் குறித்துக் கொண்டு அங்கிருந்து கிளம்பினான்.

ஒவ்வொரு நாளும் அதன் பிறகு இரவு நேரங்களில் அந்தப் பேருந்து நிறுத்தத்துக்குச் செல்வது அவனுடைய வாடிக்கையாக மாறிப் போனது. நேரம் ஏழு முப்பதை நெருங்கும்போது அவள் வருவாள். நேராக நிறுத்தத்தின் இருட்டுக்குள் சென்று நின்று கொள்வாள். அவன் எதிர்ப்புறத்தில் அவள் தன் பார்வைக்குள் இருக்குமாறு நின்று கொள்வான். பேருந்தில் ஏறிப் போகும்வரை அவளைப் பார்த்துக் கொண்டு அங்கேயே நின்றிருப்பான். பிறகு வழக்கம்போலத் தன் வேலைகளைப் பார்க்கக் கிளம்புவான். பிராயத்தில் அவன் வயதொத்த பிள்ளைகளெல்லாம் பெண்களின் பின்னால் சுற்றிய சமயங்களில் அவன் பஜாருக்குள் வியாபாரத்துக்காக முட்டிமோதிக் கொண்டிருந்தான். வளர்ந்த பிறகும் எத்தனையோ பெண்கள் அவன் வாழ்வில் குறுக்கிட்டிருக்கிறார்கள். அவர்களிடம் உணர்வுபூர்வமாக எந்தவொரு தொடர்பையும் கொண்டிருப்பதை அவன் விரும்பியதில்லை. ஆனால் அவர்கள் யாரிடமும் உணராத ஒரு ஈர்ப்பு அவனுக்கு அவளிடமிருந்தது. அவளிடம் சென்று எதையும் பேச வேண்டும் என்றெல்லாம் அவனுக்குத் தோன்றவில்லை. அவளைப் பார்ப்பதும் அவளுடைய இருப்பும் அவனுக்குப் போதுமானதாக இருந்தது. அவளைப் பார்த்தால் மட்டுமே தனது

நாள் முழுமையடைந்ததாக எண்ண ஆரம்பித்திருந்தான். பஜாருக்கு விடுமுறை நாட்களான ஞாயிற்றுக்கிழமைகளில் கூட வண்டியை எடுத்துக் கொண்டு பேருந்து நிறுத்தத்துக்கு வருவான். அவள் வர மாட்டாள் எனத் தெரிந்தாலும் சிறிது நேரம் அங்கு நின்றிருந்து விட்டுப் பிறகு கிளம்புவான். அவளைப் பார்க்க முடியாமல் செய்யும் ஞாயிற்றுக்கிழமைகளின் மீது சில பொழுதுகளில் கோபம் கூட வரும். ஆதங்கத்துடன் அவளைப் பார்க்கப்போகும் மறுநாளுக்காகக் காத்திருப்பான்.

பேருந்து நிறுத்தத்தில் தனக்காக ஒருவன் தினமும் காத்திருப்பதை அவளும் கவனித்துக் கொண்டுதானிருந்தாள். முதலில் பயமாக இருந்தது. அவனால் தனக்கும் தான் பார்க்கும் வேலைக்கும் சிக்கல் வருமோ என எண்ணினாள். இப்படியொரு சிக்கலிருப்பது தெரியவந்தால் வீட்டில் அதன் விளைவுகள் மிக மோசமாக இருக்கக்கூடும். அவளை வேலைக்குப் போக வேண்டாம் என்று கூடச் சொல்லி விடலாம். ஆனால் தொடர்ந்த நாட்களில் அவளுடைய பயம் மெல்லத் தேய்ந்து போனது. அவனுடைய முகத்தைப் பார்த்தால் ஏதும் பிரச்சினை செய்யக்கூடியவனைப் போலத் தெரியவில்லை. கெடுதியின் சாயல் சிறிதுமற்ற எப்போதும் புன்னகை தேங்கி நிற்கும் சாந்தமான முகம். அமைதியாக வந்து நின்று விட்டு பேருந்து கிளம்பியவுடன் போய் விடுவான் என்பது அவளுக்கு ஆச்சரியமாக இருந்தது. ஒவ்வொரு முறை தன் முகத்தைப் பார்த்தவுடன் அவன் கண்கள் விரிவதும் அதில் நிறையும் மகிழ்ச்சியும் உள்ளூர அவளுக்குக் கிளர்ச்சியைத் தந்தது. பொதுவாக அவளைப் பார்க்கும் யாரும் தலையைத் திருப்பிக் கொள்வார்கள், விலகிப் போவார்கள் அல்லது தொட்டிக்குள் நீந்தும் ஏதோ விநோதமான மீனைப் பார்ப்பது போல அவளை உற்று நோக்குவார்கள். இதில் தன்னுடைய தவறு என்ன என்பதாக மனதுக்குள் குமைந்து போவாள். ஆனால் அவனோ அவளுடைய கண்களுக்குள் பார்க்கிறவனாக இருந்தான். தன்னைப் பார்க்கும்போதெல்லாம் அவன் முகத்தில் தோன்றும் வாஞ்சை அவளுக்கு ஆறுதலையும் சந்தோசத்தையும் தந்தது. அவனிடம் அவளுக்கிருந்த எல்லாவிதத் தயக்கங்களும் நாளடைவில் காற்றோடு கரைந்து போயிருந்தன.

சில சமயங்களில் அவனோடு விளையாடிப் பார்க்கலாம் எனத் தோன்றினால் வேண்டுமென்றே நிறுத்தத்துக்கு தாமதமாக வருவாள். அல்லது சீக்கிரமே வந்தாலும் கூட அருகில் எங்காவது கடைக்குப் பின்னால் ஒளிந்து நின்று அவனை நோட்டமிடுவாள்.

பதற்றமாக கடிகாரத்தையும் அவள் வரக்கூடிய திசையையும் மாறி மாறிப் பார்த்துக் கொண்டேயிருப்பான். அப்போது அவன் முகம் வெளிப்படுத்தும் உணர்ச்சிகளை அவளால் வார்த்தைகளால் விளக்கவியலாது. மறுநாள் உலகமே அழியப்போகிறதோ எனும் பதற்றம் அவனைப் பார்க்கும் யாரிடமும் தொற்றிக் கொள்ளும். இதற்கு மேலும் அவனை அலைக்கழிக்கக்கூடாது என எண்ணும் தருணத்தில் மெல்ல வெளியேறி நிறுத்தத்தை நோக்கி நடப்பாள். உலகையே வெற்றி கொண்டவனைப் போல ஒரு புன்னகை அவனுடைய உதடுகளில் வந்தமர பதற்றம் தணிந்து நிதானத்துக்கு வருவான். அதை ரசித்தவாறே பேருந்தில் ஏறிக் கொள்வாள். அவளுடைய இந்த விளையாட்டுகளை நாளடைவில் அவனும் புரிந்து கொண்டான். கடந்து போகும் போது ஒருவரைப் பார்த்து மற்றவர் புன்னகைகளை பரிமாறிக் கொள்ளத் தொடங்கினார்கள். பிறிதொரு நாளில், இருவரும் நிறுத்தத்தின் கூரையின் கீழ் அமைதியாக நின்றிருந்த பொழுதில், அவள் தன்னுடைய அலைபேசியை வெளியே எடுத்து யாரையோ அழைத்தாள். கிசுகிசுப்பான ரகசியம் பேசுவது போன்ற குரலில் நாந்தாக்கா பேசுறேன் கேக்குதா என்றவாறே மூன்று முறை தனது பெயரை அழுத்திச் சொன்னாள். அவன் அந்தப் பெயரைத் தன் மனதுக்குள் பொதிந்து கொண்டான்.

அவனுடைய கடையை எடுத்து வைக்க அன்று சற்று நேரம் அதிகமாகிப் போனது. பூட்டிக் கொண்டு பேருந்து நிறுத்தத்தை நோக்கி நடக்க ஆரம்பித்தான். இப்போதெல்லாம் அவளை எண்ணி அவன் பதற்றம் கொள்ளுவதில்லை. அவன் வரத் தாமதமானால் கூட காத்திருந்து அவனைப் பார்த்தபிறகே அவள் பேருந்தில் ஏறிப் போவாள். சிரிப்பாக வந்தது. இது என்ன மாதிரியான உறவு அல்லது வருங்காலத்தில் என்னவாக இருக்கும் என்பதை அவனால் கணிக்க முடியவில்லை. ஆனால் என்றாவது ஒரு நாள் அவள் வராமல் போனால் தன்னால் தாங்கிக் கொள்ள முடியாது என்பதை மட்டும் அறிந்திருந்தான். அவளைப் பார்ப்பதும் சிரிப்பதுமாக மட்டுமேயிருக்கும் இந்தக் கணங்கள் வாழ்க்கை முழுதும் தொடருமாயின் அதுவே தனக்குப் போதும் என நம்பினான். வானம் மோடம் போட்டிருந்தது. இன்னொரு பருவத்துக்குள் நுழைந்து கொண்டிருப்பதை அறிவிப்பது போலக் காற்றில் குளிர்ச்சி கூடியிருந்தது. நடையை எட்டிப் போட்டான். நிறுத்தத்தை அவன் அடைந்தபோது மெலிதாகத் தூறல் போட ஆரம்பித்தத்து. அவன் நடந்து வரும் திசையில் கண்களை

விதைத்தவளாக அவள் சற்று உள்தள்ளி நின்றிருந்தாள். அவனைப் பார்த்தவுடன் புன்னகைத்தாள். அவனும் சிரித்துக் கொண்டே உள்ளே நுழைந்த தருணத்தில் மழை சட்டென்று பெரிதாக மாறியது. நிறுத்தத்திலிருந்து சற்று தொலைவில் சாலையில் ஒரு வயதான மனிதர் சாக்குப்பாயை விரித்து கடை போட்டிருந்தார். மழையில் இருந்து காய்கறிகளைக் காப்பாற்ற அவரும் அவருடைய மனைவியும் போராடிக் கொண்டிருப்பதைப் பார்த்தவன் சட்டென்று சாலையில் இறங்கி ஓடினான். அவர்களோடு சேர்ந்து எல்லாவற்றையும் மூட்டை கட்டிக் கொண்டு எல்லோரும் நிறுத்தத்தின் கூரைக்குக் கீழே ஓடி வந்து நின்றார்கள். மழையின் நனைந்து விட்டவனிடம் வேண்டுமா என்பதைப் போல அவள் தன் கைக்குட்டையை நீட்டினாள். வேண்டாம் என மறுத்து விட்டு கைகளால் தலையைத் துடைத்துக் கொண்டான். திரும்பிப் பார்த்தபோது பெரியவர் தன் மனைவியிடம் ஏதோ சொல்ல அந்த அம்மா பெரிதாகச் சிரித்துக் கொண்டிருந்தது.

"என்ன அம்மா... அய்யா என்ன சொல்றாங்க... சிரிப்பாணி பலமா இருக்கே?"

பெரியவர் சிரித்துக் கொண்டே சொன்னார்.

"பழைய கதைடா தம்பி... நாங்க சிறிசுகளாயிருந்த காலத்துக் கதை..."

அவன் அவள் புறமாகத் திரும்பினான். அவள் அவனையே பார்த்துக் கொண்டிருந்தாள்.

"இளம்பிராயத்துல அம்மாவும் ரொம்ப அழகா இருந்திருப்பாங்க இல்லையா... இதோ... இவங்கள மாதிரியே..."

அவன் தன்னைச் சுட்டிப் பேசுவானென்பதை அவள் எதிர்பார்த்திருக்கவில்லை, அழகு என்ற வார்த்தையையும்.

சிறுவயது முதல் இரண்டு தரப்பட்ட மனிதர்களையே அவள் அறிந்திருந்தாள். கேலியும் ஏளனமுமாய் அவளைப் பார்ப்பவர்கள் ஒருபுறமெனில் அவள் ஒருபோதும் யாசித்திராத கருணையோடு நெருங்கி இம்சித்தவர்கள் மறுபுறம். தனக்கு வேண்டியதை மற்றவர்களுக்குப் புரிய வைக்க முயன்று தோற்ற பிறகு தன்னைச் சுற்றிக் கண்ணுக்குப் புலப்படாத கோட்டையை அவள் எழுப்பிக் கொண்டாள். சுவர்களெங்கும் அவமானத்தின் தழும்புகள் படர்ந்த அவ்வரூபக் கோட்டையின் கதவுகளை முதன்முறையாக ஒருவன் உடைத்தெறிந்திருக்கிறான் என்பதை நம்ப மாட்டாமல் அவள்

திணறினாள். முகம் சிவக்கத் தலையை குனிந்து கொண்டாள். மழை அவளுக்குள்ளும் பெய்யத் தொடங்கியது. மெல்ல அவனருகே நகர்ந்து போனாள்.

"உ... உங்களுக்கு... ஒரு உடற்பயிற்சி சொல்லித் தரட்டுமா?"

வைகையாற்றின் கிளைகள் போல செல்லூருக்குள் நெளிந்தோடிய பல குறுக்குச்சந்துகளுக்குள் ஒன்றில் இருந்தது அவனது வீடு. சீருடையணிந்து பள்ளிக்குத் தயாராகி இருந்த குழந்தை தாளில் என்னவோ வரைந்து கொண்டிருந்தான். அவனுடைய மனைவி இருவருக்கும் உணவைக் கட்டிக் கொண்டிருந்தாள். உறக்கத்திலிருந்து எழுந்து சாவகாசமாக இருக்கையில் அமர்ந்து கொண்டவன் விளையாட்டாகக் கேட்டான்.

"என்னடா மகனே... உங்கம்மா ஒத்தையா வேலை செய்ய ரொம்பச் செரமப்படுறா போல... பேசாம அப்பா ஒரு சித்தியைக் கட்டிக் கூட்டியாந்திரவா?"

அவன் சொன்னதன் அர்த்தம் புரியாமல் குழந்தை ஒரு நொடி நிமிர்ந்து பார்த்து விட்டு மீண்டும் வரையத் தொடங்கினான். மனைவி என்ன சொல்கிறாள் என்பது போல அவன் அவளது பக்கமாகத் திரும்பினான். எந்த விகல்பமுமில்லாமல் அவள் சிரித்துக் கொண்டே பதில் சொன்னாள்.

"மொதல்ல அதைச் செய்ங்க... உங்களுக்குப் புண்ணியமாப் போவும்... புதுசா வர்றவ உங்களையும் வேலைகளையும் பார்த்துக்கிட்டா நான் குழந்தைய இன்னும் நல்லாப் பார்த்துக்குவேன்ல..."

அவனுக்குச் சுருக்கென்றது. அவளுடைய இயல்பை அவன் நன்கறிவான். அவள் இப்படித்தான் சொல்வாளென்பது அவனுக்குத் தெரியும். ஆனாலும் நூற்றில் ஒரு முறை மாற்றிச் சொல்ல மாட்டாளா என்கிற ஏக்கம் அவனுக்குள் இருந்தது. இன்னொரு பெண் மீது தனக்கிருக்கும் ஈர்ப்பு தெரிய வந்தால் அவளுடைய எதிர்வினை என்னவாக இருக்குமென்பதை அறிந்து கொள்ள விரும்பினான். ஆனால் அதற்கான துளி வாய்ப்பையும் அவள் தருவதாயில்லை. ஒரு முறை குழந்தைக்கு முடியிறக்குவதற்காக அழகர் திருவிழாவுக்கு அவர்களை அவன் அழைத்துப் போயிருந்தான். கூட்ட நெரிசலில் குழந்தை எங்கோ தவறி விட அவள் துடித்த துடிப்பை அருகிலிருந்து பார்த்தான். கொதிக்கும் வெயிலில் செருப்பு கூட அணியாமல் அடித்துக் கொண்டு அழுதவாறே வீதி வீதியாக அலைந்தாள். கடைசியில்

போலிஸ்காரர்கள் குழந்தையை பத்திரமாக மீட்டுக் கொண்டு வந்த பிறகுதான் அவளுக்கு உயிரே வந்தது. அவன் மீதும் குழந்தையின் மீதும் அவளுக்கு இருந்த பிரியம் யாராலும் அளவிட முடியாதது. எந்த விதத்திலும் குறை சொல்ல முடியாத மனுஷி. அதுவே அவனுடைய குற்றவுணர்வை இன்னும் அதிகரிக்கச் செய்தது.

ஒரு வாரமாக அவள் பேருந்து நிறுத்தத்துக்கு வரவில்லை. அவன் தவித்துப் போனான். இரவுகளின் நிம்மதியாக உறங்க இயலவில்லை. அவள் ஏறிப்போகும் பேருந்தின் வழித்தடத்தை அவனறிவான். அதில் ஏறிச் சென்று தேடலாமா என எண்ணினான். ஆனால் எங்கு இறங்குவாளென்பது தெரியாத நிலையில் எங்கே என அவளைத் தேடுவது? உடம்புக்கு ஏதும் முடியவில்லையோ என்னவோ? அல்லது வேறு ஏதும் பிரச்சினையா? ரொம்பக் குழப்பமாக இருந்தது. கடையில் ஓய்வாக நேரம் கிடைக்கும்போதெல்லாம் நிறுத்தத்தில் போய் நிற்பான். அவள் வந்து போகாத சாலை உயிரற்றதாகத் தோற்றமளிக்கும். மீண்டும் அவளை ஒரேயொரு முறை பார்க்க முடிந்தால் கூட போதும் எனத் தோன்றும். ஆனால் சில ஆசைகள் வாழ்வில் நிறைவேற நாம் நிறைய இழக்க வேண்டியிருக்கும் என்பதை அவன் அறிந்திருக்கவில்லை.

எப்போதும் போல மணி எட்டை நெருங்கிக் கொண்டிருக்க அவன் நிறுத்தத்துக்கு வந்தான். தான் வருவதற்கு முன்னால் வந்து தனக்காக அவள் காத்துக் கொண்டிருக்கக்கூடும் என்கிற நப்பாசையும் இருந்தது. ஆனால் அவளைக் காணவில்லை. சற்றுத் தள்ளி மோட்டார் பைக்கில் ஒரு மனிதன் இரண்டு குழந்தைகளோடு நின்றிருந்தான். அந்தக் குழந்தைகளின் முகம் அவனுக்கு நன்றாகத் தெரிந்த யாரோவொருவரின் சாயலைக் கொண்டிருப்பதாகத் தோன்றியது. இரண்டும் பெண் குழந்தைகள். மூத்த குழந்தைக்கு ஐந்து வயதிருக்கலாம். இளையவளுக்கு இரண்டு அல்லது மூன்று. சிறிய குழந்தை அழுது கொண்டிருந்தது. அந்த மனிதன் என்னவோ சொல்லிச் சமாதானம் செய்து கொண்டிருந்தான். அசிரத்தையாக அதைப் பார்த்தவாறே தலையைத் திருப்பியவனின் பார்வையில் அவள் தட்டுப்பட்டாள். தொலைந்த பொக்கிஷத்தை மீட்டெடுத்தவனின் மகிழ்ச்சி அவனை ஆட்கொண்டது. அவள் தன்னிடம் வருவாள் என எதிர்பார்த்துக் காத்திருந்தான். ஆனால் அவனை அறியாதவள் போலக் கடந்து சென்றாள். முகம் ரொம்பவே வாடி ஆளும் மெலிந்து தெரிந்தாள். நடப்பது இன்னதென்று புரியாமல் அவன் அவளைப் பார்த்தவாறே நின்றிருந்தாள். அவள் அந்த மோட்டார் வாகனத்தின் அருகில்

போய் நின்றாள். இப்போது அவனால் அந்தக் குழந்தைகளின் ஜாடையை அடையாளம் காண முடிந்தது.

கையில் வைத்திருந்த பொருட்களை எடுத்து அவள் அந்த மனிதனிடம் காட்ட அவன் சிரித்தான்.

"ஏம்மா... இத வாங்கத்தான் இவ்ளோ நேரம் எங்களக் காக்க வச்சியா... ஏதோ இதெல்லாம் நம்ம வீட்டுப் பக்கத்துல கிடைக்கவே கிடைக்காதுங்கிற மாதிரி... அங்க எல்லாம் கடையே இல்லையா... இம்புட்டு நேரம் இதுகள வச்சுக்கிட்டு எவ்வளவு செரமமாப் போச்சு தெரியுமா... சீக்கிரமா வண்டில ஏறு... கௌம்பலாம்..."

தான் வர வேண்டுமென்பதற்காகத்தான் கடைக்குப் போவதைப் போல அவள் தாமதம் செய்திருக்கிறாள் என்பதை அவனால் புரிந்து கொள்ள முடிந்தது. பத்து நாட்களுக்குப் பிறகு அவளைப் பார்க்கிறோம் என்கிற மகிழ்ச்சி ஒரு புறம். உடல்நலம் ஏதும் சரியில்லையா என்பதை கேட்கவும் முடியாத துயரம் மறுபுறம். அவளுடைய குடும்பத்தோடு அவளைப் பார்க்க நேர்ந்ததும் அவனுக்குள் புரிபடாத உணர்வுகளை உண்டாக்கியது. அவள் வண்டியில் ஏறி அமர்வதைப் பார்த்தான். குழந்தைகள் முன்புறம் அமர்ந்திருக்க வண்டி கிளம்பியது. அவள் அவன்புறமாகத் திரும்பி மெல்லப் புன்னகைத்தாள். அவன் ஆசுவாசமாகவும் நிம்மதியாகவும் உணர்ந்தான்.

அதன் பிறகு பேருந்தில் செல்வதை அவள் நிறுத்தியிருந்தாள். தினமும் மாலை வேளைகளில் அவளுடைய கணவன் வாகனத்தில் வந்து அவளை அழைத்துச் சென்றான். கடந்து போகும் சில நொடிகளில் மட்டுமே அவளைப் பார்க்க முடிந்தது. அதை அவளுடைய கணவன் பார்த்து விடக்கூடாது என்பதிலும் கவனமாயிருக்க வேண்டியிருந்தது. அவளின் அலைபேசி எண்ணை வாங்காமல் போனதற்காகத் தன்னையே நொந்து கொண்டான். இறுதியில் அவளது வீட்டைக் கண்டுபிடிக்க வேண்டும் என முடிவு செய்து நண்பனின் வண்டியைக் கேட்டு வாங்கினான். மாலையில் அவர்கள் போகும்போது பின்தொடர்ந்து சென்றால் எப்படியும் அவள் வீட்டைத் தெரிந்து கொள்ளலாம். பிறகு அவளோடு பேசுவதில் அத்தனை சிரமமிருக்காது எனத் தோன்றியது.

அவள் வரக்கூடிய நேரத்துக்குச் சற்று முன்னதாகவே நிறுத்தத்தினருகே போய் நின்று காத்திருந்தான். சற்று தள்ளி அவளுடைய கணவன் வண்டியோடு நின்றிருந்தான். குழந்தைகளை

அழைத்து வந்திருக்கவில்லை. சிறிது நேரம் கழித்து அவள் சாலையில் தோன்றினாள். முதுகில் பெரிய பை மாட்டியிருந்தது. இவன் நிற்பதைப் பார்த்தவள் முகத்தை எதிர்ப்புறமாகத் திரும்பிக் கொண்டு வேகமாக நடந்தாள். வண்டியை நெருங்கியவளிடம் கணவன் கேட்டான்.

“எல்லாத்தையும் எடுத்துக்கிட்டல... எதையும் மிஸ் பண்ணிடலையே...?”

“ம்ம்ம்...”

கிசுகிசுப்பான ரகசியம் பேசுவது போன்ற அவளின் குரல். வண்டியில் ஏறிக் கொண்டாள். அவனுக்குப் பதறியது. அவளுக்கு நிகழ்ந்தது என்னவாகயிருக்கும் எனப் பலவேறு யூகங்கள் அவனுக்குள் தோன்றி மறைந்தன. ஒருவேளை தன்னைப் பற்றி ஏதும் தெரிய வந்திருக்குமோ என்பதும் அவற்றுள் ஒன்று. அப்படியெல்லாம் இருக்காது என தனக்குத்தானே சமாதானம் சொல்லிக் கொண்டு வண்டியைக் கிளப்பினான்.

அவன் தங்களைத் தொடர்ந்து வருவதைப் பார்த்து அவள் திடுக்கிட்டாள். முகம் மேலும் இருண்டது. அவள் தன்னை பார்ப்பதை அவனும் பார்த்தான். அவளுடைய கண்கள் ஈரமாயிருந்தன. முன்னால் அமர்ந்திருப்பவனுக்குத் தெரியாமல் இடக்கையை மெல்ல உயர்த்தினாள். விடைபெறுவது போலவும் வேண்டாம் என்பது போலவும் அந்தக்கையை மெல்ல அசைத்தாள். வாழ்க்கை தன்னைப் பார்த்துக் கையசைப்பதாக அவன் உணர்ந்தான். உதடுகளில் அவளுக்கென அவன் பிரத்தியேகமாகச் சேமித்து வைத்திருக்கும் புன்னகை தானாக வந்து அமர்ந்தது. இறுதிப் புன்னகை. கண்களில் தெளிவு பிறக்க அவளும் சிரித்தாள். அவன் வண்டியை சடாரென்று நிறுத்தினான். சிரிப்பில் உறைந்திருந்த அவளின் முகம் மெல்ல அவனை விட்டு விலகிச் சென்று பின் காணாமலானது.

நடுகல், 2019

சுழலும் சக்கரங்கள்

முதுகில் காயும் வெயிலைச் சுமந்தபடி ரயில் நிலையம் போகும் சாலையில் அவன் நடந்து கொண்டிருந்தான். பணியின் நிமித்தம் பலமுறை வந்து போன காரணத்தால் அந்தச்சாலையின் வளைவுகளும் திருப்பங்களும் அவனுக்குள் ஆழப் பதிந்திருந்தன. கண்களை மூடியபடியும் தன்னால் அந்தச்சாலையில் நடந்துபோக முடியுமெனத் தோன்றியது. அதைச் செயல்படுத்தலாமா என யோசித்தவன் மறுவிநாடி அவ்வெண்ணத்தைக் கைவிட்டான். தன்னைச் சுற்றி கடந்து செல்லும் மனிதர்களின் முகங்களைப் பார்க்க அவனுக்குப் பிடிக்கும். பார்க்கும் ஒவ்வொரு முகத்திலும் தானறிந்த மற்றொருவரின் சாயலைப் பொருத்திப் பார்ப்பது அவனுடைய வாடிக்கையான விளையாட்டு. சில நேரங்களில் தன்னையும் கடந்து போகும் மனிதர்களின் நடுவே அவன் கண்டெடுப்பான். அவ்விளையாட்டின் கிளர்ச்சியை இழக்க விரும்பாதவனாக கண்களை மூடி நடக்கும் யோசனையை அவன் துறந்தான். மூத்திரநாற்றம் அடர்த்தியாக வீசிய ஒரு பகுதியைக் கடந்து இடதுபக்கமாகத் திரும்பி ரயில் நிலையத்துக்குள் நுழைந்தான்.

பெருநகரின் புறநகர்ப்பகுதியில் அமைந்த ரயில் நிலையம். தெற்கே போகும் ரயில்கள் யாவும் அந்த நிலையத்தின் வழியாகத்தான் சென்றாக வேண்டும். பிரதான சாலையின் மீதாகவே அமைந்திருந்தது

அந்நிலையம். சேறும் சகதியுமாயிருந்த ரயில் நிலையத்தின் முன்புற வளாகத்துக்குள் அவன் நுழைந்தபோது ஒரு நாய் வாலைக் குழைத்தபடி அவனைக் கடந்து ஓடியது. அதற்கு மூன்று கால்கள் மட்டுமேயிருந்ததை அவன் கண்டான். உடலின் பின்புறம் இடப்பக்கமிருந்த காலின் சரிபாதியைக் காணவில்லை. வெகுசமீபத்தில்தான் அது தன் காலை இழந்திருக்க வேண்டும். ஏதேனும் ஒரு விபத்தில் அடிபட்டிருந்தால் அந்த இடம் சற்று மொண்ணையாகத் தெரியும். ஆனால் அந்நாயின் காலோ அளவெடுத்து கூரான ரம்பத்தைக் கொண்டு ராவியதைப் போலிருந்ததைக் கண்டு ஆச்சரியமடைந்தான். வெட்டுப்பட்ட காலுடன் சேர்ந்து அந்நாய் அலைந்து திரிந்த தூரங்களும் காலங்களும் காணாமல் போயிருக்குமென்பது அவனுக்கு உறைத்தது. உள்ளூர ஒரு சந்தோசம் கிளர்ந்தெழ துள்ளலுடன் நடையை எட்டிப்போட்டான்.

முதுகில் பையோடு நிலையத்தினுள்ளே நுழைந்தவனைக் கண்டு இன்னும் சில நாய்கள் அவனை நோக்கி ஓடி வந்தன. இதற்குமுன் எப்போதும் அந்த ரயில் நிலையத்தில் ஒருசேர இத்தனை நாய்களை அவன் பார்த்ததில்லை. அத்துடன் ஒருபோதும் அவனுக்கு நாய்களைப் பிடிக்கவும் செய்யாது. சிறுவனாயிருந்தபோது, சந்தையில் தனியாகச் சென்ற ஒரு குழந்தையை நாய்கள் கூட்டமாகக் கடித்துக்குதறிய செய்தியைக் கேட்ட நாள்முதலே, அவனுக்கு அவற்றின் மீது ஒரு இனம்புரியாத பயம் உண்டாகியிருந்தது. கூடவே நாய்கள் எத்தனை மோசமானவை என்பதைப் பற்றிச் சொல்ல அவன் அம்மாவிடமும் ஒரு தழும்பிருந்தது. கல்லூரியில் படித்தகாலத்தில் விடுதியிலிருந்து வீட்டுக்குத் திரும்பும்போது அவனுடைய ரயில் எப்போதும் அதிகாலை நேரத்தில் ஊரை வந்தடையும். கையில் காசில்லாத காரணத்தால் ஆட்டோவில் போக வழியேதுமின்றி இருள் விலகாத ரயில்வே காலனியின் சாலைகளில் உயிரைக் கையில் பிடித்தபடியே நடப்பான், எந்த நாயும் எதிரே வரக்கூடாதெனும் வேண்டுதலுடன். நாய்க்கடியால் வெறிபிடித்து நெருங்கிய நண்பனொருவன் செத்த நாளிலிருந்து கூரான பற்களுடன் கூடிய நாய்கள் கனவிலும் அவனைத் துரத்தத் தொடங்கின. நிஜத்தில் நாய்கள் யாவும் சாத்தானின் ஏவலாளிகள் என்று அவன் நம்பினான். ஆதலால் நாய்களின் மீது மிகுந்த குரூரமும் வன்மமும் கொண்டவனாயிருந்தான். தன்னை நோக்கி ஓடிவந்த அத்தனை நாய்களின் பின்னங்கால்களையும் ஒருசேர வெட்டி வீச வேண்டுமென்கிற ஆத்திரம் அவனுக்குள்

பொங்கியது. ஆனால் அவற்றின் எண்ணிக்கையோடு ஒப்பிடத் தான் ஒற்றை ஆள் மாத்திரமே என்பது நினைவுக்கு வர சட்டென்று அவற்றிடமிருந்து விலகி நடந்தான்.

டிக்கெட் தரும் கவுண்ட்டரில் முண்டியடிக்கும் பெருங்கூட்டம். உள்ளே புகுந்து மிகுந்த சிரமத்துக்கிடையில் டிக்கெட்டை வாங்கிக்கொண்டு வெளியேறிய கணத்தில் காலத்தில் உறைந்த பழங்கால ஓவியம்போல ஒரு மூலையில் நின்றிருந்தவளைப் பார்த்தான். அவளுக்கு மனநலம் பிசகென்பதைப் பார்க்கும் யாருமே சட்டென்று அடையாளம் காணலாம். வயது நாற்பதுக்கும் மேலிருக்கும். தலைக்குமேல் எரிந்த ட்யூப் வெளிச்சத்தில் ஈர்க்குச்சியாக மெலிந்திருந்த உடலின் நிழல் தெளிவற்ற உருவரையாக சுவரில் விழுந்தது. சுவரின் நிழலுக்கும் அவளுடைய உடலுக்கும் அத்தனை வேறுபாடு சொல்ல முடியாதென்பதைப் போன்ற தட்டையான தேகம். நார்க்கூடையிலிருந்து அவிழ்ந்த முனைகளென கேசம் பிரிபிரியாகத் தொங்கியது. கன்னங்கள் கருத்து கண்கள் ஒடுங்கி குழிகளுக்குள் அமிழ்ந்திருக்க முகம் மட்டும் பிரகாசமாகத் தெரிந்தது. அவளை உற்றுக் கவனித்தவன் திடுக்கிட்டான். என்றோ ஒரு நாள் முதல்முறையாகத் தான் புணர முயன்று தோற்றுப்போன முதல் காதலியின் சாயலை அவள் முகத்தில் கண்டான். ஆடையென்று ஒரேயொரு சேலையைத் தவிர அவள் வேறெதையும் அணிந்திருக்கவில்லை. காலில் சிறு கயிறும் அணிந்திராத மூளியான உடல். தெளிந்த நீருக்குள் நெளியும் மீன்போல சருகு போன்ற அந்தச் சேலையினூடாக மொத்தவுடலும் அப்பட்டமாகத் தெரிந்தது. என்றபோதும் தனது நினைவுகளோடு சேர்த்து பெண்ணுடலின் பொது அடையாளங்களையும் அவள் தொலைத்திருந்தாள். அவ்வுடலைக் காணும் யாருக்கும் கிளர்ச்சியைக் காட்டிலும் பரிதாபமே மேலோங்கும் எனத் தனக்குள் அவன் சமாதானம் சொல்லிக்கொண்டான். சுற்றுமுற்றும் பார்க்க அவள் இருப்பதே தங்களுக்குத் தெரியாது என்பதைப்போல மனிதர்கள் அவரவர் வேலையில் மும்முரமாயிருந்தார்கள். மீண்டும் பார்வையை அவள்புறம் திருப்பினான். அவளுடைய கால்களுக்குக் கீழே ஒரு துணிமூட்டை. அதற்குள் துழாவி எதையோ வெளியே எடுத்தாள். சில ஊதுபத்திகளும் ஒரு தீப்பெட்டியும். மூன்று ஊதுபத்திகளை மட்டும் எடுத்து அவற்றைப் பற்ற வைத்தவள் பிரார்த்தனை செய்பவளாகக் கண்களை மூடிக் கைகளை மேலுயர்த்தினாள். பலிபீடத்தில் கொடுவாளை உயர்த்தி நிற்கும் மாயன் பூசாரியைப்போல. சற்று நேரங்கழித்து

கண்களை மெல்லத் திறந்தவளின் பார்வை அவனிடம் திரும்பியது. அவன் தன்னைப் பார்ப்பதைக் கவனித்தபோதும் முகத்தில் எவ்வுணர்ச்சியையும் அவள் வெளிக்காட்டவில்லை. மந்திர உச்சாடனம் செய்வதைப்போல உதடுகளை முணுமுணுத்தபடி தனதுடலின் மீது ஊதுபத்தி மணத்தை தவழச்செய்தாள். காலாதீதமாகப் பலயுகங்களாகப் பெண்ணுடலின் மீது படிந்த நாற்றங்கள் யாவும் விலகிப் போகட்டுமென்று அந்தச்சடங்கை அவள் நிகழ்த்தினாளா? அவனுக்குத் தெளிவில்லை. ஒரேகணத்தில் அவனுக்குக் குழப்பமாகவும் பரவசமாகவுமிருக்க அவளைப் பார்த்தவாறு நின்றிருந்தான். யோசனையில் நிறைந்திருந்தவனை ஒலிபெருக்கியின் இயந்திரக்குரல் நிதானத்துக்குக் கொணர்ந்தது. அரைமணிக்கூறில் ரயில் நிலையத்தை வந்தடையும். அவன் அங்கிருந்து போனபிறகும் மந்திரங்களை உச்சரிப்பதை அவள் உதடுகள் நிறுத்தவில்லை.

பாலத்தில் ஏறி நடந்தபோது அத்துவானம்வரை நீண்ட தண்டவாளங்களையும் வெயிலின் கானலில் அவை புகையாக நடுங்கி மேலேறுவதையும் அவன் பார்த்தான். நடைமேடையில் மனிதத்தலைகள் மிதந்து கொண்டிருந்தன. வாரயிறுதி என்பதால் வழக்கத்தை விடவும் கூட்டம் அதிகமாயிருக்கலாம். மக்கள் கூட்டத்தினடுவே அவன் மெல்ல நடந்தான். நோய் பற்றிய அச்சம் பெரிதும் விலகியிருக்க பெரும்பாலும் யாரும் முகக்கவசம் அணியவில்லை. வயதானவர்களில் ஒருசிலர் மட்டுமே அதனைத் தாடைக்கு அணிவித்து இருந்தார்கள். தன்னுடைய முகக்கவசம் பைக்குள் இருக்கிறதாவென்பதைத் தொட்டுப்பார்த்தான். பயணங்களில் முகக்கவசம் அணியவில்லையென்று இருமுறை அபராதம் செலுத்திய அனுபவம் ஏற்கனவே அவனுக்குண்டு. அவ்வளவாகக் கூட்டம் இல்லாதவொரு இடத்தைக் கண்டுபிடித்து அங்கிருந்த கல்மேடையில் அமர்ந்தான். உண்மையில் அன்று இரவுக்குத்தான் அவனுக்கு டிக்கெட் ரிசர்வ் செய்திருந்தது. ஆனால் வந்த பணி சீக்கிரம் முடிந்தபடியால் தானாகவே முடிவெடுத்து அவன் அந்த நிலையத்துக்கு வந்திருந்தான்.

கல்மேடையில் வசதியாகச் சாய்ந்து அமர்ந்தான். அதுதான் கடைசி நடைமேடையாகையால் பாதுகாப்புக்குப் போட்டிருந்த வேலிப்படல்களுக்குப் பின்னிருந்து காற்று சன்னமாக வீசிக் கொண்டிருந்தது. மதியவெயிலையும் மீறி ஒரு மெல்லிய ஆசுவாசத்தை அவனுக்குள் அது விதைத்தது. காற்று வந்த திசையில்

சுழலும் சக்கரங்கள் | 79

வகுப்பினுள்ளே நுழைய அனுமதி கேட்கும் மாணவர்களின் நீட்டிய கரங்களைப் போல வேலி தாண்டி கிளைகளைப் படர்த்தியிருந்த மரங்கள் வரிசைகட்டி நின்றிருந்தன. அவனுக்கு அம்மரங்களைக் கட்டிப்பிடிக்க வேண்டுமெனத் தோன்றியது. அவற்றை எட்டிப்பிடிக்க கைகளை நீட்டினான். அந்நேரம் யாரோவொருவன் அவனது கைகளைத் தட்டிவிட்டுக் கடந்து சென்றான். கோபத்தோடு யாரென்று பார்க்கத் திரும்பியபோது குழம்பினான். ரயில்நிலையம் மொத்தமும் இன்று மனம்பிறழ்ந்த மனிதர்கள் குத்தகைக்கு எடுத்துக்கொண்டு விட்டார்களா என்ன? அங்கு ஓர் ஆண் நின்றிருந்தான். தனிமையின் குகைக்குள் தன்னைப் புதைத்தவனின் முகம். வெகுகாலம் தூக்கம் இழந்தவனாக இருக்கக்கூடும். அவனுடைய கண்களுக்குக் கீழே உறக்கத்தின் பறவைகள் கட்டிய கூடென சதைப்பைகள் பிதுங்கின. கிழிந்த ஆடைகளும் தலையில் தொப்பியும் அணிந்திருந்தான். அவனது கோபத்தைக் கண்டுகொள்ளாமல் அம்மனிதன் நேராக அங்கிருந்த குப்பைத்தொட்டிகளின் முன்னால் போய் நின்றான். இருவேறு நிறங்களில் இருவேறு தன்மையுடைய பொருட்களைப் போடும் பிளாஸ்டிக் தொட்டிகள் அந்தரக்கம்பியில் மிதந்தன. முதலில் அவன் சிவப்புநிறப் பெட்டிக்குள் கைநுழைத்துத் துழாவினான். ஒவ்வொரு முறை அவன் கையை வெளியே எடுத்தபோதும் அதிலொரு தின்பண்ட உறை இருந்தது. அதை முன்னும்பின்னும் பார்ப்பதும் பிறகு ஒன்றுமில்லையென மீண்டும் குப்பைத்தொட்டிக்குள் வீசுவதுமாயிருந்தான். சிலமுறை வந்த பொருளே மீண்டும் கைகளுக்குள் வந்ததை அவன் உணரவில்லை. ஒரு கட்டத்தில் அந்த ஆட்டம் சலிக்க அவன் பெட்டியை மாற்றினான். மஞ்சள்நிறப் பெட்டிக்குள் கைவிட்டவனுக்கு முதல்முறையே ஒரு குளிர்பான பாட்டில் சிக்கியது. அதன் அடிப்பகுதியில் இன்னும் கொஞ்சம் பானம் மீதமிருப்பதைக் கண்டான். அப்போது அந்த மனிதனின் முகத்தில் தெரிந்த பிரகாசத்தை அவன் தன் வாழ்நாளில் வேறெங்கும் பார்த்ததில்லை. பிரகாசத்தின் ஒளிகூடிய முகம் ஈயென்று ஒருமுறை வினோதமாக இளித்தது. பாட்டிலை குலுக்கியபடி அவன்புறம் திரும்பி வேண்டுமா என்பதைப்போல நீட்டினான். அவன் அமைதியாயிருக்க பதிலுக்குக் காத்திராமல் பாட்டிலை வாய்க்குள் கவிழ்த்தான். வாழ்வின் சாரம் யாவும் அந்தத்துளிகளில்தான் இருக்கிறதென்பதைப்போல இறுதித்துளி வரைக்கும் ரசித்துக் குடித்தபிறகு அம்மனிதன் அங்கிருந்து நகர்ந்த வேளையில் ரயில் நிலையத்துக்குள் நுழைந்தது.

அவன் எழுந்தான். அதேவேளையில் எங்கிருந்து வந்தார்களெனத் தெரியாமல் இன்னுமதிக அளவில் மக்கள் நடைமேடையை நிறைத்தார்கள். இரண்டு அன்ரிசர்வ்டு பெட்டிகளும் ஏற்கனவே நிரம்பியிருந்தன. வேறு வழியின்றி மொத்தக் கூட்டமும் முன்பதிவுப் பெட்டிகளில் ஏறினார்கள். எஞ்சினில் இருந்து சற்றுத் தூரமாயிருந்த பெட்டியில் அவனும் ஏறினான். உள்ளே போகும் பாதையில் மனிதர்கள் முட்டி மோத அவனால் முன்னேறிச் செல்ல முடியவில்லை. கதவைத் தள்ளி வாசலை ஒட்டியிருந்த வாஷ்பேசினுக்கு அருகில் சென்று நின்றான். அங்கேயே நின்றால் வண்டி ஓடும்போது சிறிதளவு காற்று அவனைத் தீண்டக்கூடும். இரண்டு நிமிடங்களுக்குப் பிறகு ரயில் நகரத்தொடங்கியது. தீக்குச்சிகளைச் சீரின்றி அடுக்கியதுபோல அந்தப் பெட்டி முழுக்க மனிதர்கள். பரவி வழியும் வெக்கையும் வியர்வையின் நாற்றமும். திடீரென்று ஏறிய கூட்டத்தால் ஏற்கனவே முன்பதிவு செய்தவர்கள் நிதானமிழந்து ஒருசிலர் தங்களின் எதிர்ப்பை முணுமுணுத்தார்கள். ஆனால் இடம் கிடைத்தால் போதுமென்கிற நிலையில் நின்றவர்களின் காதுகளில் அவ்வார்த்தைகள் நுழைய மறுத்தன. திறந்து வைத்த கற்பூரம் காற்றோடு கரைவதுபோல வார்த்தைகளும் கரைந்து காணாமலாயின. சலசலப்புகள் அடங்கி சற்று நேரத்தில் அனைவரும் அவரவர் நிலைக்குத் திரும்பினார்கள். அவன் தன்னைச் சுற்றியிருப்பவர்களை நோட்டமிடத் தொடங்கினான்.

அந்தப்பெட்டியின் முதல் இருக்கையில் ஜன்னலை ஒட்டி ஒரு பெண் அமர்ந்திருந்தாள். அதிகம் போனால் முப்பது வயதிருக்கும். முகமும் அவள் உடையும் பார்க்க பெருநகரத்தைச் சேர்ந்தவளாகத் தெரியவில்லை. கைப்பைக்குள் இருந்து தனது செல்போனை எடுத்து அசிரத்தையாக ஓரத்தில் ரேகை பதித்து திரையை உயிர்ப்பித்தாள். வாட்ஸப்பில் புதிதாகத் தகவல்கள் வந்திருப்பதாக நோட்டிபிஃகேஷன்கள் காட்டின. பெரும்பாலும் ஃபார்வர்ட் மெசேஜ்கள். பிறகு மை ஸ்டேட்டஸுக்குள் நுழைந்தாள். எனக்குப் பிடித்த பாடல் எனும் அடைமொழியுடன் அங்கு ராஜாவின் பாடல். அதை 23 நபர்கள் பார்த்திருந்தார்கள். யார் யார் பார்த்தது என்று சோதித்தாள். பிறகு வெளியே வந்தாள். வாட்ஸப்பில் எந்தப் புதிய தகவலுமில்லை. மீண்டும் ஸ்டேட்டஸைத் திறந்தாள். அங்கும் புதிய மனிதர்கள் யாரும் பார்க்கவில்லை. மொத்தமாக வெளிவந்து திரையை இருளச்செய்தாள். ஏதோ நினைவுக்கு வர மீண்டும் செல்போனை எடுத்தாள். யுட்யூபைத் திறந்து

மருத்துவக்குறிப்புகளைப் பார்த்தாள். சில நிமிடங்களில் அதை அணைத்து மீண்டும் பைக்குள் வைத்தாள். சீரான இடைவெளியில் அலுப்பூட்டும் அச்சாகசம் தொடர்ந்து நிகழ்ந்தது. அவன் உள்ளுக்குள் சிரித்தான். அவனைச் சுற்றியிருந்தவர்களில் நின்றவர் அமர்ந்தவர் எனப் பெரிதாக எந்தப் பாகுபாடும் இன்றி பலரும் தங்களுடைய செல்போனுக்குள் மூழ்கிப் போயிருந்தார்கள். பயணங்கள் மனிதனை ஆசுவாசப்படுத்தி மனதை விசாலமாக்கும் எனச் சொல்வார்கள். ஆனால் தற்போது பயணங்கள் ஒரு செவ்வகப்பெட்டியின் எல்லைகளுக்குள் சுருங்கி விட்டதாக அவனுக்குத் தோன்றியது. அருகிலிருப்பவரிடம் உரையாட அல்லது கதைகள் பேச இப்போதெல்லாம் யாருக்கும் நேரமிருப்பதில்லை. மனிதர்கள் தற்காலத்தில் வாழப் பழகிக் கொண்டிருந்தார்கள். தானோஸின் ஒற்றைச்சொடுக்கில் உலகின் செல்போன்கள் யாவும் துகளாகிப்போனால் நன்றாயிருக்கும் எனத் தோன்றியது. கதவுக்கு வெளியே நினைவுகளைப் போலவே பின்விரைந்த மரங்களையும் கம்பங்களையும் அவன் வேடிக்கை பார்க்கத் தொடங்கினான்.

ஏதோவொரு குரல் அவனைக் கலைத்ததால் திரும்பிப்பார்த்தான். அவனருகே நின்ற நடுத்தர வயது மனிதர்தான் பேசினார். அவனுக்குச் சற்று நிம்மதியாக இருந்தது. அலுத்துக்கொள்வது போல அம்மனிதர் அவனிடம் சொன்னார். "இப்படியாகும்னு தெரிஞ்சிருந்தா பஸ்லயே போயிருக்கலாம் சார். உக்கார இடமாச்சும் கிடைச்சிருக்கும்." அவ்வார்த்தைகளை அவன் கேட்பது அது முதல்முறை அல்ல.

பயணங்களுக்கு எப்போதும் அவன் ரயிலையே தேர்ந்தெடுப்பவனாக இருந்தான். சிறுவயது முதலே ரயில் பிரயாணங்கள் மட்டுமே அவனுக்குப் பழகியிருந்ததும் அதற்கொரு காரணம். அவன் அப்பா ரயில்வேயில் வேலை பார்த்தார். ஓசியில் பாஸ் உண்டென்பதால் அருகேயிருந்த ஊருக்குக் கூட ரயிலில்தான் அழைத்துப்போவார். வேறொரு ஊரில் பயின்ற கல்லூரிக்காலம் ரயிலுடனான அவனது நெருக்கத்தை மேலும் அதிகரித்தது. தனிப்பட்ட முறையில் ரயிலென்பது அவனுக்கு நகர்ந்து கொண்டேயிருக்கும் இன்னொரு வீடு. அவனது வாழ்வின் முக்கிய கட்டங்களில் ரயிலுக்கும் ஒரு பங்கிருந்தது. முதன்முதலில் காதலும் காமமும் அவற்றின் ஈரநாவினால் அவனைத் தீண்டியது ஓடும் ரயிலில்தான். பயணமென்பது வெறுமனே ஓரிடத்திலிருந்து இன்னொரு இடம் போவதென நம்புகிறவர்களுக்கு அது புரியாதென்பதை அவன்

நன்கறிவான். அதில் எந்தத் தவறுமில்லை, அவரவர் கைம்மணல் என மனதுக்குள் சிரிப்பான். அம்மனிதருக்கும் சிரிப்பையே பதிலாகத் தந்தான்.

"ம்மா... அய்யா...!!" என்றொரு தீனக்குரல் பெட்டியின் மறுமுனையில் கிளம்பி கால்களினடுவே மிதந்து அவனிருந்த திசையில் வந்தது. பார்வையில்லாத ஒரு மனிதர் பிச்சை கேட்டு வந்தார். அவன் தனது பர்சைப் பிரித்தான். அதன் உள்ளறையில் நிறைய பத்து ரூபாய் நோட்டுகள் இருந்தன. ஒன்றை எடுத்து அவரிடம் தந்தவனின் மனதில் மனைவியின் முகம் நிழலாடியது. அவனது ஊரில் கோயில்களுக்கு ஈடாகப் பிச்சை கேட்பவர்களின் எண்ணிக்கையும் அதிகம். அவனிடம் வந்து யாரேனும் தர்மம் கேட்கும்போது அவனுக்குள் ஒரு குற்றவுணர்ச்சி பெருகும். அவர்களை மீட்கும் எந்தத் தீர்வும் கொடுத்துவிட முடியாதபோதும் சிறிய தர்மங்களின் வழியே அந்தக் குற்றவுணர்ச்சியைக் கடக்க அவன் முயற்சிப்பான். அக்கருணையின் பொருட்டு பலமுறை அவன் ஏமாற்றப்பட்டிருந்தான். ஆனாலும் அவனால் தன்னியல்பை மாற்றிக்கொள்ள முடியவில்லை. திருமணமான புதிதில் கேட்கும் மனிதருக்கெல்லாம் கணவன் பணம் தருவது அவன் மனைவிக்கு விசித்திரமாயிருந்தது. என்றாலும் காலப்போக்கில் அவனது மனதை அவள் புரிந்து கொண்டாள். பணிநிமித்தம் முதல்முறையாக அவளைத் தனியாக விட்டு அவன் பயணம் போகவேண்டும். தேவையானவற்றை எடுத்து வைத்துத் தயாராகிக் கொண்டிருந்தான். அவள் அவனை நெருங்கி ஒரு மஞ்சற்பையை நீட்டினாள். என்ன என்பதைப்போல பார்த்தவனிடம் "இல்லைங்க, எப்படியும் நீங்க போற வண்டில யாராச்சும் தர்மம் கேட்பாங்க. அதனால்தான் சில்லறை மாத்தி வச்சேன்" என்றாள். கண்களில் நீர்பெருக அவளைக் கட்டிக்கொண்டான். பிறகு ஒவ்வொரு பயணத்திலும் அவன் பர்ஸில் சிறிதளவு சில்லறைப்பணம் இருப்பதை அவள் உறுதி செய்பவளாக மாறிப்போனாள்.

வீடு பற்றிய யோசனைக்குள் அவன் மூழ்கியிருந்த வேளையில் பெட்டிக்குள் குழப்பமான ஒலிகள் எழுந்தன. தெளிவற்ற இரைச்சல்கள். யாரையோ ஓங்கி அடிக்கும் சத்தமும் கேட்டது. வாசலில் நின்றவர்களால் உள்ளே நடப்பதை என்னவென்று பார்க்க முடியவில்லை. உயரத்தின் துணைகொண்டு அவன் சற்றே எம்பினான். சிறுகூட்டம் ஒரு மனிதனைப் போட்டு அடித்துக் கொண்டிருந்தது. ஒரு ஜேப்படித் திருடன் அவனது

முயற்சியில் தோல்வியடைந்து மாட்டியிருந்தான். மௌனத்தில் உறைந்த முகத்தோடு சிறிய முனகலுமின்றி அடிகளை அவன் வாங்கிக் கொண்டிருந்தான். எதிர்க்கத் திராணியில்லாத மனிதன் சிக்கும்போது பெரும்பாலானவர்கள் வீரர்களாக மாறுகிறார்கள். அவனுடைய சட்டையைக் கழற்றி அவர்கள் அவனது கைகளைப் பின்புறமாகத் திருகிக் கட்டினார்கள். “திருட்டுப்பய! எம்புட்டுத் தைரியம் பாருங்க! முழிச்சிருக்கும்போதே முழியை நோண்டிருவானுக!” இருக்கைகளின் நடுவிலிருந்த இடைவெளியில் அவனை மண்டியிட்டு அமரச்செய்தார்கள். தலையைக் குனிந்தவாறே அவன் அமர்ந்த சமயத்தில் முதுகில் ஓர் உதை. தடுமாறிச் சரிந்தவன் சமாளித்து மெல்ல எழுந்து மறுபடியும் மண்டியிட்டான். அத்தனை நடந்தும் அவன் தலையை மட்டும் நிமிர்த்தவில்லை. அடுத்து வந்த நிலையத்திற்குள் ரயில் நின்றதும் ஒருவர் வேகமாக இறங்கிப்போய் ரயில்வே போலீசாரை அழைத்து வந்தார். அப்போது அவர் முகத்தில் பெருமிதத்தின் ரேகைகள் கிளர்ந்தெழுந்தன. முதுகில் அறைந்தவாறு போலீஸ்காரர் அவனை இழுத்துச் சென்றபோதும் அவன் தலையைக் குனிந்தேயிருந்தான். படியிலிருந்து இறங்கியபோது ஒரு கணம் சற்றே தலையை உயர்த்தியபோது அம்மனிதனின் முகத்திலிருந்த அவமானத்தின் சுவடை அவன் எளிதில் கண்டுகொண்டான். மாட்டிக் கொண்டதற்காகவா அல்லது திருட்டை வாழ்முறையாகத் தேர்ந்தெடுக்க நேர்ந்ததற்காகவா என்பது அவனுக்குத் தெரியாது. ஆனால் அமிலத்தால் ஏற்படும் சிதைவுகள்போல அவமானங்களின் நினைவுகள் உண்டாக்கும் வடுக்கள் ஒருபோதும் அழியாதவை. அனுபவப்பூர்வமாக அவனும் அதை உணர்ந்திருந்தான். வேதனையும் ஆத்திரமும் நிறைந்த அந்த அவமானத்தை வாழ்வில் முதன்முறை சந்தித்தபோது அவனுக்குப் பதினைந்து வயதிருக்கும்.

மும்பை ரயில் நிலையத்துக்கு எதிரேயிருந்த ஒரு கேசட்கடையின் முன்னால் அவன் நின்றிருந்தான்.

கோடை விடுமுறை வரும்போதெல்லாம் ரயில்வே மக்கள் சுற்றுலாவுக்குத் தயாராவார்கள். கிட்டத்தட்ட ஒரு மாதம் நீளும் பயணம். தேசம் முழுதும் சுற்றிவரும் வகையில் பாஸ் எழுதியபிறகு 15-20 குடும்பங்கள் ஒன்றுசேர்ந்து பிரயாணத்தேதிகளையும் ஊர்களையும் தீர்மானிப்பார்கள். எந்தத்திசையில் சென்றாலும் அவர்களின் பயணநிரலில் தில்லியும் நிச்சயம் இடம்பெறும். அதற்கு வேறொரு காரணமுண்டு. சுற்றுலா என்றாலும் அந்தப்பயணத்தில்

சில வியாபார எண்ணங்களும் இருந்தன. தில்லியின் பஜார்களில் குறைந்த விலைக்குக் கிட்டும் எலக்ட்ரானிக் சாதனங்களையும் சேர்களையும் வாங்கி காலனிக்குள் அதிக விலைக்கு விற்பார்கள். அப்படியொரு பயணத்தில் அப்பா வாங்கிவந்த வாக்மேனில் இருந்தே அவனுக்கு இசை மீதான ஆர்வம் தொடங்கியது. அவனைப்போலவே அந்த வாக்மேனுக்கும் வினோதமான குணங்கள் இருந்தன. ஒரிஜினல் கேசட்டுகள் போட்டால் சிக்கிக்கொள்ளும். டவுன்ஹால் ரோட்டின் பதினைந்து ரூபாய் கேசட்டுகளோ பிரமாதமாகப் பாடும். தமிழை விட ஹிந்தி பாப் இசைப்பாடல்களின் மீதே அப்போது அவனுக்குப் பெரும் ஆர்வமிருந்தது. அலிஷாவும் லக்கி அலியும் முழுக்க அவனை ஆக்கிரமித்திருந்தார்கள். எந்நேரமும் கையில் வாக்மேனும் காதில் இயர்போனுமாக அலைவான். அவனுக்குப் பத்தாம் வகுப்புத் தேர்வுகள் முடிந்த வருடத்தில் அவர்கள் ஷிம்லாவுக்குப் புறப்பட்டார்கள்.

மும்பை ரயில் நிலையத்தின் கடைசி நடைமேடையில் அவர்களின் குழாம் தங்கியிருந்தது. அங்கிருந்து ஷிம்லா போக அவர்கள் வேறொரு ரயிலைப் பிடிக்க வேண்டும். நேரமிருந்த காரணத்தால் அவன் நகருக்குள் சென்றுவர முடிவெடுத்தான். மொழிபுரியாத ஊரில் தனியாகச் சுற்றித்திரியும் ஆர்வம். வெளியே வந்தவனின் கவனத்தை நிலையத்துக்கு எதிரே வரிசையாக இருந்த கேசட் கடைகள் ஈர்த்தன. அவற்றில் ஒரு கடைக்கு முன்னால் போய் நின்றான். ஐந்துக்கும் மேற்பட்ட மர அடுக்குகளில் முகப்பு தெளிவாகத் தெரிவதுபோல கேசட்டுகளை அடுக்கி வைத்திருந்தான் கடைக்காரன். அருகே ஸ்டூலில் அமர்ந்திருந்த அம்மனிதனின் முகத்தில் கடுமையும் கண்டிப்பும் நிரம்பியிருந்தன. அதுநாள்வரைக்கும் பெயராக மட்டுமே கேள்விப்பட்ட அவனுக்குப் பிரியமான பல ஹிந்திப்பட கேசட்கள் அங்கிருந்தன. கையிலிருந்த பணத்துக்கு அவனால் ஒரு கேசட்டை மட்டுமே வாங்க முடியும். என்றாலும் அங்கிருந்த அனைத்தையும் அள்ளி வாரிப்போக அவன் மனம் ஆசைப்பட்டது. ஏக்கப்பெருமூச்சுடன் ஒவ்வொரு கேசட்டாகப் பார்க்க ஆரம்பித்தான்.

கேசட்டுகளை அவன் ஆராய்ந்த வேளையில் யாரோ அழைப்பதைக் கேட்டு கடைக்காரன் அங்கிருந்து விலகினான். அக்கணத்துக்குக் காத்திருந்தவன் போல அவன் தனக்குப் பிடித்த ஒரு கேசட்டை கால்சராயின் பாக்கெட்டுக்குள் ஒளித்து

வைத்தான். ஏதுமறியாதவன்போல பிறகு மீண்டும் கேசட்டுகளைப் பார்க்கத்தொடங்கினான். திரும்பிவந்த கடைக்காரன் அவன் கலைத்துப் போட்ட கேசட்டுகளை மறுபடியும் அடுக்கத் தொடங்க அவனுக்குள் மெல்லிய பயம் துளிர்த்தது. பாக்கெட்டுக்குள் கிடந்த கேசட் அவனுள் பெரும்பாரமாகக் கனக்கத் தொடங்கியது. வேறொரு கேசட்டை எடுத்துக்கொண்டு அதற்கான பணத்தைத் தந்துவிட்டு வேகவேகமாக அங்கிருந்து நகர முயன்றவனைக் கடைக்காரனின் குரல் தடுத்து நிறுத்தியது. அவனுடைய அதிர்ஷ்டத்தின் கிளாவர் இலைகள் அவனைக் கைவிட்டிருந்தன. அடுக்கில் ஒரு கேசட் குறைவதைக் கடைக்காரன் சொன்னபோது தனக்குத் தெரியாதென்று அவன் சாதித்தான். மேலும் இரண்டு முறை கடைக்காரன் அழுத்திக் கேட்ட போதும் இல்லையென்றே சொன்னான். அருகிலிருந்த கடைக்காரர்கள் அவனைச் சூழ்ந்து கொண்டார்கள். சதுரங்கத்தில் சிப்பாய்களுக்கு நடுவே தனியாகச் சிக்கிய ராஜாவைப்போல மனம் பதறியது. ஒத்துக்கொள்ளலாமா என்று யோசித்தவன் இறுதியாக ஒருமுறை இல்லையென்று அழுத்திச் சொன்னான். கடைக்காரன் அவனை ஓங்கிக் கன்னத்தில் அறைந்த அதேவேளையில் தொலைவில் ஒரு ரயில் ஊளையிட்டுச் சென்றது. ஒருகணம் தன்னைச் சுற்றியிருந்த யாவும் உறைந்ததாக அவன் உணர்ந்தான். அவமானத்தின் வேர்கள் அவனுடைய கன்னத்தின் ரேகைகளாய் ஆழப்பதிந்திருந்தன. கண்களில் நீர் கோர்த்துக்கொள்ள செய்வதறியாது நின்றிருந்தான். அவனது காற்சராயின் பாக்கெட்டுகளைச் சோதனையிட்ட கடைக்காரன் உள்ளேயிருந்த கேசட்டை எடுத்து அவனது முகத்தின் முன் நீட்ட நிமிர்ந்து பார்க்க இயலாதவனாக கண்களைக் கீழே தாழ்த்தினான். அதற்கும் பணம் கொடுத்துவிட்டுச் செல்லுமாறு குரைத்த கடைக்காரன் அவன் அம்மாவைத் திட்டும் ஒரு மோசமான வசையையும் அவன் மீது வீசினான். ஆகாயத்தின் கீழிருந்த அத்தனை உயிர்களும் தன்னைப் பரிகசிப்பதாக உணர்ந்தவனின் மனம் அதீத துக்கத்தால் முழுக்க வெறுமையாயிருந்தது. பணத்தைத் தந்து எரியும் கன்னமும் நெஞ்சமுமாக அங்கிருந்து அவன் நகர்ந்தான்.

தன்னையுமறியாமல் அவனது கை கன்னத்தைத் தடவியது. இதமற்று வீசிய வெப்பக்காற்று கதவையும் மீறி சட்டென்று முகத்தில் மோத இயல்புக்குத் திரும்பினான். அதே நேரத்தில் "வழிவிடுங்க... சொல்றேன்ல... விலகுங்க சார்..." என்கிற குரல் கேட்டு அத்திசையில் பார்த்தான். பாதையெங்கும் நின்றிருந்த

மக்களை விலக்கியபடி டிக்கெட் செக்கர் அவனிருந்த பெட்டிக்குள் நுழைந்து கொண்டிருந்தார்.

அம்மனிதரின் முகத்தை அவன் உற்றுநோக்கினான். என்றாலும் அதில் யாருடைய சாயலையும் அவனால் அடையாளங்காண முடியவில்லை. எளிதில் கணிக்கமுடியாத சூத்திரம் போல அவரின் முகம் அவனுக்குள் குழப்பத்தை உண்டுபண்ணியது. தன்னுடைய பெருத்த உடலை நகர்த்தி அவர் மெல்ல நடந்து பெட்டியின் நடுப்பகுதியில் நின்று பேச ஆரம்பித்தார். "இது ரிசர்வ்ட் கம்பார்ட்மெண்ட்னு உங்களுக்கு எல்லாம் தெரியாதா? இப்படி ஆட்டுமந்தை மாதிரி நிறைஞ்சு கெடக்கீங்க?" அவரின் கோலமும் குரலும் தேவகுமாரனின் மலைப்பிரசங்கத்தை நினைவுபடுத்த நிலைமறந்து அவன் உரக்கச் சிரித்தான். அவர் ஒருகணம் பேசுவதை நிறுத்தி அவனிருந்த திசையில் திரும்பி முறைத்தார். முகத்தை அவன் கழிவறையின் கதவுக்குப் பின்னால் மறைக்க அவர் பேச்சைத் தொடர்ந்தார். "உங்க எல்லாருக்கும் அடுத்த ஸ்டேசன்வரைதான் டைம். இறங்கி அன்ரிசர்வ்ட் கம்பார்ட்மெண்ட் போயிரணும். இல்லைன்னா நான் என்ன செய்வேன்னு எனக்கே தெரியாது." ரிசர்வ் செய்து வந்தவர்களின் டிக்கெட்டுகளைப் பரிசோதிக்காமல் அவர் அடுத்த பெட்டிக்கு நகர அங்கு அமைதி கவிழ்ந்தது. ஒவ்வொரு பெட்டியாகச் சென்று அதே எச்சரிக்கையைத்தான் அவர் சொல்லிக் கொண்டிருந்ததாகத் தெரிந்தது. அங்கு நின்ற அனைவருக்கும் அவரிடம் சொல்வதற்கு நிறைய நியாயங்கள் இருந்தன. ஆனால் வாயைத் திறக்க அஞ்சி அனைவரும் அமைதியாயிருந்தார்கள். அவன் தனக்கருகில் நின்ற மனிதரின் முகத்தைத் திரும்பிப்பார்த்துச் சிரித்தான். பஸ்ஸில் போயிருக்கலாமென்று அவனிடம் அங்கலாய்த்த மனிதர். நடப்பதைப் பார்த்துக்கொள்ளலாம் என்பதுபோல அவரும் அவனைப் பார்த்து பதிலுக்குச் சிரித்தார்.

அவனுக்குப் பசித்தது. வழியில் உணவை வாங்கி வந்திருந்தாலும் நின்றபடி அவனால் சாப்பிடமுடியாது. கையில் உணவுப்பொட்டலத்தோடு தத்தளித்த நேரத்தில் உள்ளே வரும்படி ஒரு குரல் அழைத்தது. மூன்று வரிசைகள் தாண்டி அமர்ந்திருந்த குடும்பத்தின் பெரியவர்தான் அவனைக் கூப்பிட்டது. "இங்கன வந்து உக்காருங்க தம்பி. நிம்மதியாச் சாப்பிடலாம்." கண்களில் தேக்கிய நன்றியுடன் அவரை நோக்கி நடந்தவன் நகர்ந்து இடமளித்த பெண்களிடம் சங்கடமாகப் புன்னகைத்தான்.

"உங்களைப் பார்த்தவுடனே நம்ம ஊரு பையன்னு தெரிஞ்சு போச்சு…" பெரியவர் தொடர்ந்தார். மனதுக்குள் அவன் நெகிழ்ச்சியாகவுணர்ந்தான். பெருநகரில் அவன் சந்தித்த மனிதர்களிடம் இத்தனை அனுசரணைகளை ஒருபோதும் எதிர்பார்க்கவியலாது. அவனைப் பற்றியும் அவனுடைய குடும்பம் பற்றியும் பல கேள்விகளை அவர் கேட்டபடி இருந்தார். உணவை விழுங்கியவாறே அவனும் அவருக்கான பதில்களைச் சொன்னான். உணவின் கடைசிவாயை அவன் விழுங்கவிருந்தபோது அவர் அவனிடம் அந்தக்கேள்வியைக் கேட்டார். "தம்பி… தப்பா எடுத்துக்காதீங்க… நீங்க எந்த ஆளுங்க?" கையிலிருந்த உணவு சட்டென்று மலமென மாறியதாக உணர்ந்தான். அவனைச் சுற்றி அமர்ந்திருந்தவர்களின் உடலும் மனமும் ஒருசேர நாறின. பதிலுக்காக அவர் கண்களில் ஆர்வமுடன் காத்திருந்தார். "எனக்கு அதில நம்பிக்கை இல்லைங்க…" உலர்ந்த குரலில் பதில் சொல்லி எழுந்தான். அவரது முகம் இருண்டது. எதிர்பார்த்த பதில் கிட்டாமற்போனதன் கோபம் முகத்தில் பிரதிபலித்தது. "ஒனக்கு நம்பிக்கை இல்லைன்னா சாதி இல்லைன்னு ஆயிருமா?" வேண்டுமென்றே அவர் சத்தமாக முணுமுணுத்த வார்த்தைகள் அவன் முதுகில் மோதியபோதும் அதைச் சட்டை செய்யாமல் அங்கிருந்து நகர்ந்து மீண்டும் ரயிலின் கதவுக்குப் போனான். எங்கு சென்றாலும் விடாமல் துரத்தும் அக்கேள்வியிடம் அவனுக்கு ஆத்திரம் பொங்கியது. அக்கேள்வியின் பொருட்டே வாழ்க்கையின் முதல் காதலை அவன் இழக்க நேர்ந்ததென்பதும் அவனது ஆத்திரத்தை அதிகப்படுத்தியது. அவனுடைய வாழ்வின் பிரிக்கமுடியாத அங்கமாகிப் போனதொரு ரயில் பயணத்தில்தான் அவளைச் சந்தித்தான், அவனது கல்லூரி இறுதியாண்டில்.

அவனுடைய சொந்த ஊருக்குப் போகும் ரயிலில் அவன் அமர்ந்திருந்தான்.

ஒட்டுமொத்தப் பெட்டியிலும் அவன் மட்டுமே இருந்தான். ஜன்னலோர ஒற்றை இருக்கையில் அமர்ந்து புத்தகம் வாசித்தவாறிருந்தான். ரயில் கிளம்பச் சற்று நேரமிருந்தபோது ஒரு குடும்பம் வேகமாக ஓடிவந்து ஏறினார்கள். மொத்தப் பெட்டியும் காலியாயிருந்தபோதும் அவர்கள் வேறெங்கும் அமராமல் அவனிருந்த இருக்கைக்கு எதிரிருந்த இடங்களை நிறைத்ததை விதியென்றே கொள்ளவேண்டும். அப்பாவும் அம்மாவும் மூன்று பெண் குழந்தைகளும் இருந்தார்கள். மூத்தவளுக்கு

அவனுடைய வயதிருக்கும். ஒல்லியான சிவந்த நிறமுடைய பெண். நெடுநெடுவென உயரமாயிருந்தாள். சூரியனின் கரம் பற்றி நடைபயில்பவளைப்போல அவள் முகத்தில் ஒரு பொலிவு. மற்ற பெண்கள் இருவரும் அவளைக் காட்டிலும் சிறியவர்களாக இருந்தனர். இயல்பாகவே ஹார்மோன்களால் உந்தப்பட்டு அவ்வப்போது அவர்களின் திசையில் நோட்டமிட்டான். தங்களுக்குள் வேறொரு மொழியில் அவர்கள் உரையாடுவதையும் அவன் கவனித்தான். ரயில் நகர்ந்து அவர்கள் சீட்டாடத் தொடங்கியபோது அவனும் சேர்ந்து கொண்டான். அவர்களின் தாய்மொழி அவனுக்கும் தெரிந்திருந்த காரணத்தால் எளிதில் அவனால் ஒட்டிக்கொள்ள முடிந்தது. அவர்களின் வீடு அவனது கல்லூரியில் இருந்து சற்றுத்தொலைவில் இருந்தது. ஆகவேதான் அவனை ஏற்கனவே பார்த்திருக்கும் உணர்வு தனக்கு இருந்ததாக அம்மனிதர் அவனிடம் உற்சாகமாகச் சொன்னார். ஒரு திருமண நிகழ்வுக்காக அவனது ஊருக்குப் போவதையும் அவனிடம் பகிர்ந்தார்.

திசையற்ற மேகம்போல எங்கெங்கோ சுற்றித்திரிந்த பேச்சு ஒரு கட்டத்தில் மூத்தவள் திருமணத்துக்குச் சென்றது. அதை அவள் அம்மா ஆரம்பித்தபோது அந்தப்பெண் சங்கடத்தோடு முகத்தை வேறுபக்கம் திருப்பிக்கொண்டாள். மூன்றும் பெண்கள் என்பதால் சீக்கிரம் மூத்தவளின் திருமணத்தை முடிக்க வேண்டும் என்று சொன்ன அவள் அம்மா அவளுடைய உயரத்துக்குப் பையன் கிடைப்பது சிரமமென அலுத்துக்கொண்டாள். என்ன பதில் சொல்வதென்று அறியாமல் அவன் தலையை மட்டும் ஆட்டிக்கொண்டிருந்தான். திடீரென்று அவனை எழுந்து நிற்கச் சொன்னதும் குழம்பினான். அவர்கள் மீண்டும் சொன்னதால் எழுந்து ஜன்னலருகே போய் நின்றான். பிறகு அவளை அவர்கள் அவனருகே போய் நிற்கச்சொன்னார்கள். அதற்கு அந்தப்பெண் கடுமையாக மறுத்தாள். அவனேதும் தவறாக எண்ணமாட்டான் என்று அவர்கள் வற்புறுத்த வெறுப்பாக எழுந்து அவனருகே போய் நின்றாள். இருவரையும் அருகருகே நிற்க வைத்துப் பார்த்தவர்களின் முகம் திருப்தியில் மலர்ந்தது. அவனுடைய உயமரமிருக்கும் மாப்பிள்ளைதான் அவளுக்கு பொருத்தமாயிருப்பான் எனச் சொல்லிவிட்டு மீண்டும் விளையாட்டில் மூழ்கினார்கள். ஆனால் அதன்பிறகு அவனால் இயல்பாயிருக்க முடியவில்லை. அது அவளுக்கும் தெரிந்திருந்தது. திரும்பும் நாளிலும் அவன் அவர்களோடுதான் பிரயாணப்பட்டான். மீண்டும் கல்லூரிக்கு

வந்தாலும் அவன் விடுதியில் தங்கும் நாட்கள் வெகுவாகக் குறைந்தன. பெரும்பாலான நேரமும் அவர்களின் வீட்டில்தான் தங்கினான். இரவுகளிலும் அவன் தங்களுடைய வீட்டில் தங்குவதற்கு அவர்கள் எவ்வித ஆட்சேபமும் தெரிவிக்கவில்லை.

அவனுடைய வாழ்வின் ஒரு பகுதியாக அல்லாது மிக முக்கியமான பகுதியாக அவள் மாறிப் போயிருந்தாள். ஒருபோதும் வாழ்வில் எதிர்பார்க்காத ஆனால் எங்கிருந்தோ தன்னைத் தேடிவந்த தேவதை அவளென்று அவன் நம்பினான். அவளுக்கும் அவனைப் பிடித்திருந்தது. தன்னுடைய அன்பின் ஒளியால் அவள் அவனை மிளிரச் செய்தாள். ஒரு சிவராத்திரியில் மாபெரும் லிங்கமொன்றை சாட்சியாக வைத்து அவன் உதடுகளில் அவள் முத்தமிட்டுத் தனதன்பை அவனுக்குச் சொன்னாள். அவளது அன்பில் அவன் கிறங்கினான். அவளோடு வாழப்போகும் மகிழ்ச்சியான வாழ்வை எண்ணிக் கற்பனையில் மிதந்த ஒரு நாளில் அக்கேள்வியை எதிர்கொண்டான். “தம்பி... தப்பா எடுத்துக்காதீங்க... நீங்க எந்த ஆளுங்க?” அன்று தொடங்கி ஒரு சாபம் போல அந்தக்கேள்வி அவனை விடாமல் துரத்த ஆரம்பித்தது.

அவனுடைய கனவுகளனைத்தும் அந்த ஒற்றைக்கேள்வியில் கருகிப்போனது. அவன் அவர்களின் மொழியில் பேசியதால் தங்களுடைய சாதியென்று அவர்கள் நம்பியிருந்தார்கள். ஆனால் வேறொரு சாதியைச் சேர்ந்தவன் எனத் தெரிந்ததும் அவர்கள் மனமுடைந்து போனார்கள். நஞ்சேற்றிய மிருதுவான சொற்களால் அவளோடு அவனுக்கிருந்த அன்பை அறுத்துக் கொள்ளுமாறு அறிவுறுத்தினார்கள். அவள் அவனைக் கட்டிக்கொண்டு அழுதாள். எங்கேனும் தன்னை அழைத்துச் செல்லும்படி மன்றாடினாள். படிப்பு முடியாமல் கையில் வேலையும் இல்லாதவனுக்காக அவள் வாழ்வை வீணடிக்க அவனுக்கு மனம் ஒப்பவில்லை. தன்னைவிட நல்லதொரு வாழ்க்கை அவளுக்கு அமையுமெனச் சொன்னான். அவள் ஏற்றுக்கொள்ள மறுத்தபோதும் கடைசியாக ஒருமுறை நெற்றியில் ஆழ முத்தமிட்டு அவளைப் பிரிந்தான். அதன்பிறகு அவளை அவன் பார்க்கவேயில்லை.

“உங்களுக்கெல்லாம் எத்தனை சொன்னாலும் புரியாதா? ஏன் இன்னும் எறங்காம இருக்கீங்க?” டிக்கட் செக்கர் மீண்டும் அவனிருந்த பெட்டிக்குள் நுழைந்தார். ஆத்திரத்தில் கனன்ற மனத்தோடு அவன் அவர்முன்னே போய் நின்றான். “தெனமும் நீங்க இந்த ட்ரெயின்லதான வர்றீங்க... எங்க நிலைமை

உங்களுக்குப் புரியலையா? நடுவழியில இறங்கச் சொன்னா எங்க போக?" அவனுடைய குரலின் சீற்றம் ஒருகணம் அவரை நிலைகுலைய வைத்தது. பயணிகளில் ஒருவன் தன்னெதிரே வந்து கேள்வி கேட்பானென்பதை அவர் எதிர்பார்க்கவில்லை. சுதாரித்துக் கொண்டு குரலை அவரும் உயர்த்தினார். "அது எனக்குத் தெரியாது. இது ரிசர்வ்ட் கம்பார்ட்மெண்ட். இங்க அன்ரிசர்வ்டு மக்களுக்கு அனுமதி கிடையாது." மோதலுக்குத் தயாராகும் இரு மல்யுத்த வீரர்கள்போல இருவரும் நின்றிருந்தனர். "அவ்வளவு பேசுற ஆளுங்க எதுக்கு சார் இத்தனை பேருக்கு டிக்கெட் கொடுக்குறீங்க? ரெண்டு பெட்டி அன்ரிசர்வ்டுனா அதுக்குத்தக்கன டிக்கெட் தரவேண்டியதுதானே? அத விட்டுட்டு..." அவன் திருப்பிக்கேட்டான். இனியும் பொறுக்கமுடியாததுபோல கோபத்தில் அவரது உடல் நடுங்கியது. ரிசர்வேசன் செய்த மக்களில் பலரும் தனக்கு ஆதரவாக இருப்பார்களென்று அவர் நம்பினார். ஆனால் அவர்களில் யாரும் பேசாதது அவருக்கு ஏமாற்றத்தைத் தர அனைவரும் தன்னைக் கைவிட்டதாக உணர்ந்தார். தொண்டையைச் செருமிக்கொண்டு அவன்புறம் திரும்பினார். "ஓ... ரூல்ஸ்? அப்ப நீங்க யார் டிக்கெட் கொடுத்தாங்களோ அங்க கேளுங்க. இங்க நான் வைச்சதுதான் சட்டம்" அவர் முடிக்குமுன்பே அவனது வாயிலிருந்து வார்த்தைகள் வெடித்தன. "சட்டம் எல்லாருக்கும் பொதுதான் சார். இங்கதான் இருப்போம். உங்களால ஆனதைப் பார்த்துக்கோங்க..." அவனுடைய தைரியம் தொற்றுநோயைப் போல அருகிலிருந்தவர்களுக்கும் பரவ டிக்கெட் செக்கருக்கு எதிரான குரல்கள் பெட்டியின் அனைத்துத் திசையிலிருந்தும் உரத்து ஒலிக்கத் தொடங்கின. அதற்குமேலும் அங்கிருக்க முடியாதென்பதை உணர்ந்து செக்கர் அவனை முறைத்தவாறு நகர்ந்தார். மீண்டும் தனது இடமான கதவருகே வந்து நின்றான். இப்போது ரயிலுக்குள் அவனிடம் புன்னகைக்கும் முகங்களின் எண்ணிக்கை அதிகரித்திருந்தது.

ஒரு பாலத்தின் கீழ் நகர்ந்த ரயிலின் வேகம் மெல்லக் குறைந்து இறுதியில் நின்றுபோனது. அடுத்த பெரிய ஜங்ஷனுக்குள் நுழைவதற்கு முன்னால் சிக்னலுக்காக வண்டியை நிறுத்தியிருந்தார்கள். அவனருகே நின்ற மனிதர் ஏதாவது கிராசிங்காக இருக்கும் சார் என்றபடி வெளியே எட்டிப்பார்த்தார். ஒருசிலர் வண்டியிலிருந்து இறங்கி கீழே சரளைக்கற்களின் மீது நின்றார்கள். சற்றுக் காற்றாட நிற்கலாமென்று அவனும் அந்த மனிதரோடு சேர்ந்து கீழே இறங்கினான். அப்போது பாலத்தின்

மீது பலத்த ஆரவாரம் கிளம்பியது. என்னவென்று அவர்கள் நிமிர்ந்து பார்க்க அங்கு சில பள்ளி மாணவர்களின் தலைகள். அருகிலிருந்த மனிதர் அவர்களைப் பார்த்துக் கையசைத்தார். அம்மாணவர்களில் ஒருவனும் உற்சாகமாக அவரைப் பார்த்துக் கையசைத்தவாறு கத்தினான்: "டேய் கிழட்டுக்கூதி... நல்லா இருக்கியா?" அவன் அவ்வாறு சொன்ன மறுகணம் மாணவர்களின் மொத்தக்கூட்டமும் ஹோவென்று சிரித்தார்கள். மற்றவர்களும் அவனோடு சேர்ந்து அதே வசவை உரக்கக் கத்தினார்கள். எதிர்பாராமல் முறிந்துவிழும் மரம் போல அவ்வார்த்தைகள் அவன்மீது விழுந்து சரிந்தன. சங்கடம் பெருகும் முகத்தோடு அவர்புறம் திரும்பினான். அவரோ எதையும் கண்டுகொள்ளாமல் அவர்களின் தலை மறையுமட்டும் கையசைத்தவாறேயிருந்தார். ரயில் நகர்ந்திட இருவரும் மீண்டும் ஏறிக்கொண்டார்கள். அவன் முகத்தை அவர் எதிர்கொண்டபோது அதிலிருந்த கேள்வியைப் புரிந்துகொண்டாற்போல சொன்னார், "விடுங்க தம்பி. சின்னப்பசங்க. என்னென்னைக்கும் தங்களுக்கு வயசே ஆகாதுன்னு நினைக்குறானுங்க போல. குறைந்தபட்சம் அந்த எண்ணம் இருக்குற வயசு மட்டும் சந்தோசமா இருக்கட்டும்." அவரைத் தனது மனதுக்கு நெருக்கமான நபராக அத்தருணத்தில் அவன் உணர்ந்தான். அவரைப் பற்றி விசாரித்தபோது பெருநகர நிறுவனமொன்றில் வேலை செய்வதாகச் சொன்னார். குழந்தைப்பேறுக்காகத் தாய்வீடு சென்றிருந்த மனைவியைப் பார்க்க அவனுடைய ஊருக்கு அருகேயிருந்த கிராமத்துக்குப் போகிறார். அவருடைய எண்ணைத் தனது அலைபேசியில் பதிந்து கொண்டான்.

ரயில் ஜங்ஷனுக்குள் நுழைந்தபோது இருள் கவிந்திருந்தாலும் வண்ண விளக்குகளின் ஒளியில் அந்த நிலையம் ஒரு கேளிக்கை விடுதிபோல மின்னிக் கொண்டிருந்தது. தண்ணீர் பிடிக்க வண்டி அங்கு சிறிதுநேரம் நிற்குமென்று அவனுக்குத் தெரியுமாதலால் கீழே இறங்கி நடைமேடையில் நின்றான். அவனுக்குச் சற்றுத் தள்ளி ஒரு போலிஸ்காரர் கையில் லத்தியை உயர்த்தியவாறு யாரையோ மிரட்டிக் கொண்டிருந்தார். அவன் விலகி நின்று பார்த்தபோது அவருடைய காலுக்குக் கீழே ஒரு முடமானப் பிச்சைக்காரன் தரையோடு தரையாகயிருந்த ஒரு சக்கரவண்டியின் மீது அமர்ந்திருப்பதைக் கண்டான். கடிகாரப் பெண்டுலம் போல வலதுகால் தரையில் நிலையின்றி ஆட அம்மனிதனின் இடதுகால் முட்டிக்குக் கீழே மொண்ணையாக இருந்தது. அவனுக்கு மதியம்

பார்த்த நாயின் நினைவு வந்தது. பேசிக்கொண்டேயிருந்த போலிஸ்காரர் திடீரென்று அவனை லத்தியால் அடிக்க வலிப்பு வந்ததுபோல அம்மனிதனின் உடல் தூக்கிவாரிப்போட்டது. ஆனால் அந்தத்தருணத்திலும் அதற்கும் அவ்வுடலுக்கும் யாதொரு தொடர்பும் இல்லையென்பதைப்போல இடதுகால் எந்த அசைவுமின்றி இருந்தது. ஓங்கி ஒலித்துக்கொண்டிருந்த நிலைய அறிவிப்புகளினூடாக அம்மனிதனின் கூக்குரல்களை யாரும் கேட்க முடியவில்லை. சற்று நேரத்தில் அவனை அடித்து அலுத்துவிட்டதைப்போல போலிஸ்காரர் விலகிச் சென்றார். கையிலிருந்த கட்டைகளைத் தேய்த்து நகர்ந்தவாறே அம்மனிதனும் அருகிலிருந்தவர்களிடம் பிச்சை எடுக்கத் தொடங்கினான். "இதோ... இவர்தான் சார்..." சற்று முன்னர் அவனுக்குப் பழகிய ஒரு குரல் முதுகுக்குப் பின்னால் ஒலிப்பதைக் கேட்டு அவன் திரும்பிட அங்கு டிக்கெட் செக்கர் ரயில்வே போலிஸாரோடு நின்றிருந்தார். அவனைப்பற்றி அவர்களிடம் சொல்வதற்கு அவரிடம் நிறைய குற்றச்சாட்டுகள் இருந்தன. ஆனால் அவற்றை எதிர்கொள்ள அவனும் தயாராயிருந்தான். தானும் ஒரு ரயில்வே பணியாளரின் மகன்தானென்பதை அவர்களுக்குச் சொல்லிவிட்டு ரயிலுக்குள் நடந்ததை அவர்களிடம் விளக்கினான். அவனுக்கு ஆதரவாக ரயிலுக்குள் நின்றவர்கள் அவ்விடத்தைச் சூழ்ந்தார்கள். இருதரப்பையும் சமாதானமாகப் போகும்படி அறிவுறுத்தி ரயில்வே போலிஸார் கிளம்பிப் போக மனம் ஆறுதல் கொள்ளாதவராக செக்கர் புலம்பியபடியே வேறொரு பெட்டிக்குச் சென்றார். தொலைவில் எரிந்த விளக்கு பச்சையாக மாறியதும் ரயில் நகர்ந்தது. உள்ளே போகாமல் வாசலில் நின்றுகொண்டவனின் பார்வையில் அந்த முடமான பிச்சைக்காரன் மீண்டும் தட்டுப்பட்டான். ஓர் இரும்புக்கிராதியின் மீது வசதியாகச் சாய்ந்து யாரோ தந்துசென்ற பழத்தை சாப்பிட்டுக் கொண்டிருந்தான். அவனது உதடுகள் பாடுவதுபோல எதையோ முணுமுணுத்தன. அம்மனிதனின் காலை அவன் உற்றுநோக்க இடதுகாலின் மொண்ணைப்பகுதி மட்டும் ஒருவித லயத்துடன் அசைந்தவாறிருந்தது.

கடைசியாக ரயில் அவனது நகரைச் சென்றடைந்தபோது நேரம் ஒன்பதைத் தாண்டியிருந்தது. அந்தப் பயணத்தில் அவனுக்கு நெருக்கமானவராக மாறி இருந்த மனிதரும் அவனிடம் விடைபெற்றார். ரயில் நிலையத்தை விட்டு வெளியேறும் பாலத்தில் ஏறியபோது டிக்கெட் செக்கரை அவன் மீண்டும் எதிர்கொண்டான். அவனைப் பார்க்க விரும்பாதவர்போல அவர்

முகத்தைத் திருப்பிக்கொண்டு போனார். இறுதியாக ஒரு முறை அவன் கண்களை மூடி யோசித்தான். அப்போதும் அம்முகத்தின் சாயல் அவனுக்குப் பிடிபிடவில்லை. ஒருவகையில் அதுவும் நல்லதுதான் என்றெண்ணியபடி வீட்டுக்குப் போகும் சாலையில் நடக்கத் தொடங்கினான்.

இரண்டு நாட்களுக்குப் பிறகு பணியில் தீவிரமாயிருந்தவனுக்குத் திடீரென்று ரயிலில் சந்தித்த மனிதரின் நினைவு வந்தது. அவருடைய எண்ணுக்கு அழைத்தான். முதலில் அம்மனிதர் ஏதும் பேசாமல் அமைதியாக இருந்தார். பிறகு பிரசவத்தின்போது குழந்தை இறந்துபோனதாகத் துயரம் பெருகும் குரலில் சொன்னார். அவன் சட்டென்று இணைப்பைத் துண்டித்தான். விடைபெற்றபோது பார்த்த அவருடைய மகிழ்ச்சியான முகம் மனதுக்குள் மின்னி மறைந்தது. சிறிது நேரம் அமைதியாயிருந்தவன் செல்போனில் அவருடைய எண்ணைத் தேடி அழித்தான். பிறகு கவனத்தைத் தனது பணியில் திருப்பினான்.

நடுகல், 2022

அ.கொ.தீ.க. உங்களை அன்புடன் வரவேற்கிறது

நீங்கள் எதிர்பாராத தருணத்தில் சட்டென்று பூமியிலிருந்து முளைத்ததைப் போல அந்த மாளிகை உங்களுடைய கண்களின் முன்னால் தோன்றுகிறது. வெகுதூரம் நடந்த களைப்பும் அடுத்தது என்னவென்று தெரியாத அச்சமும் மாளிகையின் பிரம்மாண்டமும் இணைந்து உங்களை ஒருவிதத் திகிலுக்குள் ஆழ்த்துகின்றன. சுதாரித்துக்கொண்டு மாளிகையை நோக்கி நடக்கிறீர்கள். இதற்குமுன் இதுபோன்ற மாளிகையை நீங்கள் விட்டலாச்சார்யா படங்களில் மட்டுமே பார்த்துள்ளீர்கள். கண்பார்வை இழந்த மன்னனின் மீட்சிக்காக ஓர் அற்புத மலரைத் தேடும் ராமாராவோ காந்தாராவோ குட்டைப்பாவாடையும் ஒட்டிப்பிடிக்கும் கால்சராயுமணிந்து குதிரையேறி வீரமாகக் கிளம்புவார்கள். காட்டுக்குள் வெகுதொலைவு வந்தபிறகு இதுபோன்ற மாளிகையைக் கண்டு எவ்வாறு உள்ளே போகலாமெனச் சிந்திக்கும் வேளையில் மாளிகைக்கு அருகேயுள்ள மரத்தின் கிளைகளில் திடீரென்று சில பெண்தலைகள் தோன்றி அவர்களைப் பார்த்துக் கேலியாக நகைக்கும். அவற்றின் வினாக்களுக்கு காதல்ரசம் சொட்ட அறிவார்த்தமாகப் பதில்கூறி உள்நுழையும் வழியறிந்து அங்கிருக்கும் கந்தர்வக்கன்னியின் உதவியால்... என

யாவும் நினைவுக்கு வர மாளிகைக்கு அருகே மரமேதுமுள்ளதா என்கிற கிலேசத்தோடு சுற்றுமுற்றும் பார்க்கிறீர்கள். அங்கு எந்த மரமும் இல்லை, தலைகளும் தொங்கவில்லை, யாரும் உங்களைப் பார்த்து நகைக்கவுமில்லை. மனம் சற்றே ஆசுவாசமாக உணர வெட்டவெளியில் தனித்து நிற்கும் மாளிகையை நெருங்குகிறீர்கள்.

மிக உயரமான கட்டிடம் என்றபோதும் இன்னதென்று வரையறுக்க முடியாத ஒரு விநோதமான வடிவமைப்பையும் அது கொண்டிருக்கிறது. எவ்வித சலனமுமின்றி வெளிப்புறம் மிகுந்த நிசப்தத்தில் ஆழ்ந்திருக்க வெகுகாலம் யாரும் புழங்காததுபோல அதன் கூரைகளில் சிலந்திவலைகள். சுவரின் பல பகுதிகளில் பச்சைநிறப் பாசியும் படிந்துள்ளது. உள்ளே நுழையக் கதவு தென்படுகிறதா என்று ஆராய கட்டிடத்தின் பக்கவாட்டில் நடக்கிறீர்கள். ஆச்சரியப்படும் வகையில் அந்தக் கட்டிடத்தின் ஒவ்வொரு இருபது அடிக்கும் ஒரு கதவு தென்படுகிறது. கதவுகளில் சில விநோதமான குறியீடுகள் வரைந்திருப்பதோடு ஒவ்வொரு கதவுக்கும் வரிசையாக எண்கள் குறிப்பிட்டுள்ளதையும் பார்க்கிறீர்கள். நீங்கள் நடக்கும்போது உங்களோடு சேர்ந்து மாளிகையின் சுவர்களும் அவற்றின் கதவுகளும் கூட முடிவேயின்றி நீள்வதாக உணருகிறீர்கள். ஆகவே நடப்பதைக் கைவிட்டு குறியீடுகளைப் புரிந்து கொள்ளும் முயற்சியாக சிறிது நேரம் யோசனையில் ஆழ்கிறீர்கள். அவற்றில் சில உருவங்கள் சிலந்திகளைப் போலவும் வேறு சில காலத்தால் அழிந்துபட்ட புராதன மிருகங்களைப் போலவும் உள்ளதாக உங்களுக்குத் தோன்றுகிறது. வெகுகாலம் முன்பே பூமியை விட்டுக் காணாமல் போன கொடூர மிருகங்களின் தைலவர்ண ஓவியங்கள் அவை எனப் புரிகிறது. ஆனாலும் உங்களால் அவற்றின் சரியான அர்த்தத்தைக் கைப்பற்ற முடியவில்லை. யோசனையைத் துறந்து உங்களுக்கான அடுத்த கட்டளையை எதிர்பார்த்துக் காத்திருப்பவராக அதே இடத்தில் நின்றிருக்கிறீர்கள்.

சற்று நேரத்தில் உங்கள் முன்னாலிருக்கும் கதவுகளில் ஒன்று திறக்கிறது. அதையொரு சமிக்ஞையாக எடுத்துக்கொண்டு விரைந்து உள்நுழைகிறீர்கள். உங்களுடைய முதுகுக்குப் பின்னால் கதவு மீண்டும் மூடிக்கொள்ள இருட்டும் உடன் அசௌகரியமான அமைதியும் கனத்த போர்வைபோல உங்களைச் சூழ்கின்றன. அவ்விடத்தின் குறைந்த ஒளிக்குக் கண்கள் பழகும்வரைக்கும் நகராமல் நிற்கிறீர்கள். விருப்பமான முறையில் கைகளையும் கால்களையும் அசைத்து நகரவிடாமல் எதுவோ உங்களைத்

தடுப்பதையும் அறிகிறீர்கள். மெல்ல அந்தச் சூழல் உங்களுக்குப் பழக ஆரம்பிக்கக் கூண்டுபோன்ற நீண்ட குறுகலான ஒரு பாதையின் தொடக்கத்தில் நின்றிருப்பதை உணர்கிறீர்கள். இத்தகைய குறுகிய பாதையை இதற்குமுன் சில மிருகக்காட்சிசாலைகளில் மட்டுமே நீங்கள் பார்த்துள்ளீர்கள். புதிதாகப் பிடிபட்ட ஆக்கிரோசமான மிருகங்களைச் சமாளிக்க கூண்டுகளுக்குள் கம்பித்தடுப்புகள் போடப்பட்டு அவை நடமாடுவதற்கான இடம் மிகவும் சிறிதாகக் குறுகிப்போகும். எனவே அவற்றால் எந்தப்பக்கமும் திரும்பமுடியாமல் முன்னும்பின்னுமாக மட்டுமே நடக்கவியலும். ஆத்திரம் தீருமட்டும் உறுமிக்கொண்டு, அனுமதிக்கப்பட்ட இடத்துக்குள் முன்பின்னாக நடக்கும் மிருகங்கள் ஒருகட்டத்தில் தங்களின் நிலையுணர்ந்து அமைதியாக அடங்கி நிற்கும். தற்போது நின்றிருக்கும் பாதை உங்களுக்கு அந்தக் கூண்டினை நினைவுபடுத்துகிறது. மனதைத் திடப்படுத்திக்கொண்டு இருட்டான பாதையில் முன்னேறிச் செல்கிறீர்கள்.

நடக்கும்போது பாதையில் சற்றுத்தள்ளி ஏதோவொரு ஒலி கேட்பதை உங்களால் உணரமுடிகிறது. கூர்ந்து கவனிக்க அது சங்கிலிகள் புரளும் ஒலி. புலன்களைத் தீட்டியவாறு எச்சரிக்கையுடன் தொடர்ந்து முன்னேறுகிறீர்கள். ஓர் ஒளிவட்டம் உங்கள்முன் தோன்ற அதற்குள் ஒரு முதிய பெண்மணி தரையில் குத்துக்காலிட்டு விகாரமாக இளித்தவாறு அமர்ந்திருக்கிறாள். அவளது கால்களில் ஒன்றில் தொடங்கும் சங்கிலியின் கண்ணி எங்கோ இருளுக்குள் சென்று மறைகிறது. உங்கள் பார்வை அம்முதியவள் மீது நிலைக்கிறது. ஆடை எனப் பெயருக்கு ஒரு கந்தலை அவள் உடுத்தியிருக்கிறாள். தொலைவிலிருந்து பார்க்க அவளின் கேசம் உயிர்பெற்று நெளிவதைப் போன்ற மயக்கத்தைத் தருகிறது. அவளுக்கு முன்னால் சிறிய வட்டிலில் சிறிது உணவு மட்டும் உள்ளது. கீழே குனியாமல் கைகளைக் கொண்டு தரையை அவள் தடவும்போது அவளுக்குப் பார்வையில்லை என்பதும் உங்களுக்குப் புலப்படுகிறது. நீங்கள் அவளிடம் நடக்கிறீர்கள். அவளை நெருங்கும்போது காற்றில் மிகவும் மோசமான நாற்றத்தை உணருகிறீர்கள். உண்பது மட்டுமல்லாமல் தனது கழிவுகளை அவள் வெளியேற்றுவதும் அதே இடத்தில்தான் என்பதால் அங்கு மிகவும் மோசமாக நாறுகிறது. கருகிக் காய்ந்திருக்கும் மலம் அவளைச் சுற்றிலும். இப்போது நீங்கள் முதியவளுக்கு மிக நெருக்கமாக நிற்க அவளை இன்னும் தெளிவாகப் பார்க்கமுடிகிறது. அவளுடைய கேசம் முழுக்கப் பேன்களும் புழுக்களுமாக உள்ளன.

அவற்றின் அசைவில் அவளது மொத்தக் கேசமும் அசைவதாக உங்களுக்குத் தோன்றுகிறது. இதற்கு நடுவே அவள் வட்டிலில் இருக்கும் சோற்றில் ஒரு வாயள்ளி உள்ளே திணிக்கிறாள். அதில் மலமும் கலந்திருப்பதைப் பார்க்கும்போது உங்களுக்கு வயிற்றைப் புரட்டுகிறது. அவள் தலையை உலுக்கும்போது அதிலிருந்து சில பேன்களும் புழுக்களும் கூட உணவுக்குள் விழுகின்றன. எந்த அய்யரவுமின்றி அவள் உணவை மெல்ல நீங்கள் தலையைப் பிடித்துக் கொள்கிறீர்கள். இந்தப்பாதையில் முன்னேறிப் போக நீங்கள் முதியவளைத் தாண்டவேண்டும். அதே நேரம் முதியவளின் முகத்தில் பரபரப்பு கூடுகிறது. தனக்கருகே வேறு யாரோ நின்றிருப்பதை அவளுடைய உள்ளுணர்வு அவளுக்குத் தெரிவித்திருக்க வேண்டும். ஆவேசம் கொண்ட விலங்கைப் போலத் தனது கைகளை அவள் காற்றில் வீசுகிறாள், உங்களைப் பிடிக்கும் எண்ணத்தோடு. எத்தனை காலங்களுக்குப் பிறகு ஒரு மனிதனின் அருகாமையை அவள் உணருகிறாள் என்பது உங்களுக்குத் தெரியவில்லை. தனக்கான மீட்சியாக உங்களை அவள் எண்ணியிருக்கலாம். ஏதோ பேசுவதைப் போல அவள் அரற்ற அவை வெறும் உளறல்களாக வெற்று ஒலிகளாக வெளிவருகின்றன. அவளுடைய சங்கிலியை அவிழ்த்துவிடலாமா எனும் எண்ணம் ஒருகணம் உங்களுக்குள் தோன்றுகிறது. ஆனால் நீங்கள் இங்கே வந்திருப்பதற்கான நோக்கம் அதுவல்ல. மூதாட்டியின் கைகளுக்குள் சிக்காமல் அவளைத் தாண்டிக்குதித்து விரைந்து விலகுகிறீர்கள். உங்களின் முதுகுக்குப் பின்னால் மூதாட்டியின் உறுமல்கள் மெல்லத் தேய்ந்து பின் இல்லாமல் ஆகின்றன. நீண்டு தொடரும் அப்பாதை இறுதியில் ஒரு சுவற்றில் மோதி முடிகிறது.

நீங்கள் ஓர் அறுகோண வடிவ அறைக்குள் நுழைகிறீர்கள். சற்று விசாலமாக இருந்தாலும் சாளரங்கள் இல்லாத காரணத்தால் அங்கு ஒருவித புழுக்கத்தை உங்களால் உணர முடிகிறது. சுவர்கள் வெறுமையாக இருக்க மிகச்சரியாக அறையின் நடுவில் ஓர் இருக்கை போடப்பட்டிருக்கிறது. நீங்கள் சென்று இருக்கையிலமர்ந்து சுற்றிப் பார்க்கிறீர்கள். சுவர்களின் வெண்ணிறப்பூச்சு அறைக்கு ஒருவிதப் பிரகாசத்தைத் தருகிறது. அதேவேளை எங்கிருந்தெனத் தெரியாமல் ஓர் ஒளிக்கற்றை உங்களுக்கு எதிரேயுள்ள சுவரில் மோதி அதையொரு திரையென மாற்றுகிறது. அமைதியான அறைக்குள் இப்போது கறுப்பு வெள்ளை சலனப்படங்கள் பின்னணியில் எந்த ஒலியுமின்றி ஓடத் தொடங்குகின்றன. ஒரு கூடாரத்துக்குள் - அது ராணுவ முகாமென்பதை உங்களால் யூகிக்க முடிகிறது

– மேசையைச் சுற்றி சில அதிகாரிகள் அமர்ந்திருக்கிறார்கள். சங்கிலிகளால் பிணைக்கப்பட்ட ஒருவன் அவர்களின் முன்னே இழுத்து வரப்படுகிறான். அவனுடைய உடலெங்கும் மிக மோசமான காயங்கள் தென்படுகின்றன. முகத்தின் ஒருபாதி சிதைந்திருக்க வினோதமாகப் பிளந்திருக்கும் வாய்க்குள்ளிருந்து ரத்தம் வழிந்தவாறு இருக்கிறது. தலையை நிமிர்த்தவும்கூடத் தெம்பின்றி இருக்கும் அவனைக் கூடாரக்கம்பத்தில் கட்டுகிறார்கள். மருத்துவரைப் போலிருக்கும் ஒருவர் அவனை நெருங்க பயத்தில் அலறுகிறான். அப்போது அவன் முகம் இன்னும் விகாரமாகிறது. மேசையைச் சுற்றியிருப்போர் கேலியாகச் சிரிக்கிறார்கள். உயிரோடிருக்கும் அம்மனிதவுடலை மருத்துவர் ஒரு தவளையைப்போலக் கத்தியால் கீறிப் பிளக்கிறார். அத்தனை திசைகளிலும் ரத்தம் பீறிட்டுத் தெறிக்கிறது நீரூற்றாக. அவனுடைய உள்ளுறுப்புகளை ஒன்றன்பின்ஒன்றாக அறுத்து மருத்துவர் அவற்றை மேசையில் அடுக்குகிறார். இறந்தவனின் முகத்தைப் பிறகு நெருக்கத்தில் காட்டும்போது அதில் உறைந்திருக்கும் பீதி உங்களை உலுக்குகிறது. திரையில் காட்சி மாறுகிறது. அதிகபட்சம் போனால் நாற்பது பேர் நிற்கக்கூடிய சிறிய அறை. வரிசையாக மனிதர்கள் அதற்குள் நுழைகிறார்கள். கூட்டம் அதிகரித்தவாறே இருக்கிறது. நெரிசல் கூடக்கூட மனிதர்கள் மிகுந்த சிரமத்தோடு ஒடுங்கி நிற்கிறார்கள். இருநூறுக்கும் அதிகமான மனிதர்கள் வந்தபிறகு அறையின் கதவு இழுத்து மூடப்படுகிறது. ஒவ்வொரு மனிதனின் முகத்திலும் மரணபயத்தின் சாயல். அறையின் மூலையிலிருந்து ஏதோ வாயு அறைக்குள் கசிகிறது. மக்கள் முண்டியடித்துக்கொண்டு அங்கிருந்து வெளியேறப் பார்க்கிறார்கள். ஆனால் அவர்களால் கதவை உடைக்க முடியவில்லை. ஒருவர் மீது ஒருவர் விழுகிறார்கள், புரள்கிறார்கள், கழுத்தைப் பிடித்தவாறு கதறுகிறார்கள். சிறிது நேரத்தில் மெழுகுபோல அவர்களின் சதை உருகி வழிகிறது. ஒவ்வொருவராகக் கீழே விழுந்து அவர்கள் சாக தரையெங்கும் சதைக்கூழாக மிதக்கிறது. திரையில் மீண்டும் காட்சி மாறுகிறது. ராணுவம் ஓர் ஊருக்குள் டாங்கிகளில் நுழைகிறது. வீரர்கள் ஒவ்வொரு வீடாக நுழைந்து ஆண்களை இழுத்து வந்து வீதியில் தள்ளுகிறார்கள். குழந்தைகள் முதல் முதியவர்கள் வரை எந்தப் பாகுபாடுமின்றி வரிசையாக நிற்க வைத்துச் சுடுகிறார்கள். பிறகு ஒரு பெரிய மைதானத்தில் அவ்வூரின் அத்தனை பெண்களும் கூட்டு வன்புணர்ச்சிக்கு ஆளாக்கப்படுகிறார்கள். முரண்டு செய்யும் பெண்களின் கைகளும் கால்களும் மரக்குச்சிபோல ஒடிக்கப்படுகின்றன. ரத்தம் சொட்டத்

தரையில் கிடக்கும் பெண்களின் மீது வெறிகொண்டவர்களாக வீரர்கள் படர்கிறார்கள். சில பெண்களுக்கு வலிப்பு வந்து வாய்களில் நுரை தள்ளினாலும் அவர்கள் இரங்குவதில்லை. வன்புணர்ச்சிக்குப் பிறகு அந்தப் பெண்களின் மார்புகள் வெட்டி வீசப்படுகின்றன. ரத்தம் பெருகும் யோனிகள் குண்டாந்தடிகளால் அடித்துச் சிதைக்கப்படுகின்றன. நிர்வாண உடல்களின் நடுவே நின்று வீரர்கள் உற்சாகமாகத் தங்களின் துப்பாக்கிகளை உயர்த்தி ஆரவாரம் செய்கிறார்கள். திரை இருண்டு வேறொரு காட்சி தொடங்குகிறது. கைகளைப் பின்னால் இழுத்துக்கட்டி மண்டியிட்டு உட்கார்ந்திருக்கும் சிலருக்குப் பின்னால் ராணுவவீரர்கள் சிரித்தவாறு நிற்கிறார்கள். தங்களை விட்டு விடும்படி கைகள் கட்டப்பட்டவர்களின் கண்கள் இறைஞ்சுகின்றன. கண்ணீர் தாரையாக வழிந்தோட உயிர்பிச்சைக் கேட்டு மன்றாடுகிறார்கள். அவர்களின் கண்ணீர் துப்பாக்கி ஏந்தியவர்களுக்கு அதிக உற்சாகத்தைத் தர கோரமாகச் சிரித்தவாறே அவர்கள் துவக்குகளை இயக்க, மண்டியிட்டவர்கள் அப்படியே மடங்கி முன்னால் சரிகிறார்கள். பிறகு ஆழமாக வெட்டப்பட்ட ஒரு குழிக்குள் நிறைய உடல்கள் சரிந்து கிடப்பதைக் காண்கிறீர்கள். அவற்றில் சிலவற்றில் அசைவுகளிருப்பதையும். எந்திரத்தின் மூலம் மண்ணையள்ளி வீசி அந்தக்குழி மூடப்படுவதை சாவகாசமாகப் புகைத்தபடி ஒரு ராணுவ வீரன் பார்த்தவாறிருக்கிறான். அந்தக் காட்சியுடன் ஒளிவெள்ளம் மறைந்து திரை மீண்டும் வெற்றுச்சுவராக மாறுகிறது. மொத்தநேரமும் உங்களுடைய பார்வை திரையைவிட்டு வேறெங்கும் திரும்பவில்லை. ஒரு கல்லைப்போல இறுகி இருக்கையில் அமர்ந்திருக்கிறீர்கள். வலப்பக்கம் ஏதோவொரு சத்தம் கேட்டு நீங்கள் திரும்பும்போது அங்கு புதிதாக ஒரு கதவு திறக்கிறது. எவ்வித உணர்வையும் வெளிக்காட்டாமல் எழுந்து அதன்வழியே அடுத்த அறைக்குள் நுழைகிறீர்கள்.

தரையில் காலை வைக்கும் நேரத்தில் எதையோ பார்த்துத் துணுக்குற்று காலைப் பின்னுக்கு இழுத்துக் கொள்கிறீர்கள். தரையில் ஒரு முகம் வரைந்து ஓடுபோலப் பதிக்கப்பட்டிருக்கிறது. அந்த முகத்தை உற்றுப் பார்க்கையில் சற்றுமுன்னர் நீங்கள் திரையில் கண்ட பாவப்பட்ட மனிதர்களில் ஒருவரின் முகமென்று உங்களுக்குப் புரிகிறது. இன்னும் கூர்ந்து கவனிக்கும்போது அந்த அறையின் தரை முழுக்க எண்ணற்ற முகங்கள் இறைந்து கிடப்பதைப் பார்க்கிறீர்கள். கொடூர சித்திரவதைகளை

அனுபவித்துச் செத்தவர்களின் முகங்கள். யோசித்தவாறே மெல்ல உங்களின் காலைத் தூக்கி ஒரு முகத்தின் மீது வைக்க மிகச்சின்னதாக ஆரம்பித்து பின் மெல்லப் பெருகி உயிரை உலுக்கும் ஓர் அலறல் அவ்வறையை நிறைக்கிறது. ஒவ்வொரு உறுப்பாக அரிந்து எடுக்கப்பட்டவனின் அலறல் அது. திரையில் படம் ஓடியபோது மக்களின் வலியை முகக்குறிப்புகளாக மட்டுமே உங்களால் உணரமுடிந்தது. அவர்களின் அலறல்கள் எவ்வாறு இருக்குமென்பதை இந்தச் சத்தம் உங்களுக்குப் புரிய வைக்கிறது. சமாளித்துக்கொண்டு இன்னொரு காலை மற்றொரு முகத்தின் மீது வைக்கிறீர்கள். வன்புணர்ச்சி செய்யப்பட்ட ஒரு பெண்ணின் ஓலம் அடுத்ததாக ஒலிக்கிறது. நீங்கள் ஒவ்வொரு எட்டாக எடுத்து வைத்து முன்னேற விதவிதமான ஓலங்கள் தொடர்ந்து ஒலித்தவாறே இருக்கின்றன. வலி பொறுக்காமல் மனிதர்கள் அலறுகிறார்கள். பெண்களின் கெஞ்சும் குரல்களும் கேவல்களும் குழந்தைகளின் இடைவிடாத அழுகைகளும். மொத்தநேரமும் துவக்குகள் தொடர்ந்து இயங்கியவாறே இருக்கின்றன. நடுநடுவே சில எக்காளச் சிரிப்புகளையும் கேட்கமுடிகிறது. வெகுநேரம் நீளும் அந்தத் துயர்மிகு பயணம் சத்தங்கள் ஓய்ந்து இறுதியாக முடியும்போது நீங்கள் ஒரு பெரிய அரங்கத்தை வந்தடைகிறீர்கள்.

பழங்காலப் புதிர் மாளிகைக்குள் நுழைந்தபோது உள்ளே இப்படியொரு அரங்கம் இருக்குமென்று யாரேனும் சொல்லியிருந்தால் நீங்கள் நம்பியிருக்க மாட்டீர்கள். ஆனால் இப்போது அரங்கம் உங்களின் கண்களுக்கு முன்னே விரிந்திருக்கிறது. மெலிதான வெளிச்சத்தில் உங்களைப் போலவே வேறு சில மனிதர்களும் அவ்வரங்கத்தின் வெவ்வேறு பகுதிகளில் நின்றிருப்பதைப் பார்க்கிறீர்கள். மாளிகையின் வெளிப்புறம் நிறைய கதவுகளைப் பார்த்தது உங்களுடைய நினைவில் இடறுகிறது. ஒருவரை மற்றவர் அடையாளம் கண்டுகொள்ளக்கூடாது என்பதற்காகவே அந்த இடத்தில் வெளிச்சமில்லை என்பதை உணர்கிறீர்கள். ஒரு சிறிய நகரத்தின் மனிதர்களைச் சேர்க்க இத்தனை சோதனைகள் இருக்குமென்றால் அவர்களின் ஒட்டுமொத்தச் செயல்பாடு எத்தனை திட்டமிட்டதாக இருக்கும்? நீங்கள் ஏற்றிருக்கும் பணியின் தீவிரம் குறித்த அச்சம் ஒரு பனிக்கத்தியைப் போல உங்களுடைய வயிற்றுக்குள் ஆழமாக இறங்குகிறது. அரங்கத்தின் நடுவே சதுரவடிவில் ஒரு சிறிய மேடை அமைந்திருப்பதைப் பார்க்கிறீர்கள். அதை நோக்கி நகரலாம் என்றெண்ணும் அதேவேளையில் மேடையின் மீது ஓர் உருவம்

நிழலாகத் தோன்றுகிறது. அரங்கத்தின் கூரையில் ஒளிந்திருக்கும் ஒலிபெருக்கி மூலம் ஓர் எந்திரக்குரல் ஒலிக்கத் தொடங்குகிறது:

“அ.கொ.தீ.க. உங்களை அன்புடன் வரவேற்கிறது.”

“இன்று நமது இயக்கத்தின் ஓர் அங்கமாகியிருக்கும் உங்களனைவரையும் மகிழ்ச்சியோடு வரவேற்கிறோம். நிறைய சோதனைகளைக் கடந்து இங்கு வந்திருக்கிறீர்கள். சற்றே அமைதி கொள்ளுங்கள், ஆழமாக மூச்சுவிடுங்கள், நிதானமாக உணருங்கள். உங்கள் ஆன்மாவின் குரலுக்குச் செவிமடுத்தே இயக்கத்தில் இணைய விரும்பினீர்கள். அப்படியொரு முடிவை எடுத்ததற்கு ஒருபோதும் வருந்தமாட்டீர்களென எங்களால் உறுதிபடச் சொல்லமுடியும். எண்ணற்ற கேள்விகள் உங்கள் மனங்களை அரித்துக் கொண்டிருப்பதை அறிவோம். அவற்றுக்கானத் தெளிவான பதில்கள் இக்கூட்டத்தின் முடிவில் உங்களுக்குக் கிட்டும். உடன் உங்களுடைய பணி குறித்தத் தகவல்களும். இப்பணியை உளமார நேசிப்பீர்களென்றும் நம்புகிறோம். உங்களுடைய ஒட்டுமொத்த வாழ்வும் இனி மாறவிருப்பதை நீங்கள் நிச்சயம் உணர்வீர்கள்.”

“யூதர்களின் மறைநம்பிக்கைகளில் லமேத் வாவ்நிக்குகள் *(The Lamed Wufniks)* என்கிற ஒரு கருத்தாக்கம் உண்டு. அந்தச் சொற்றொடருக்கு முப்பத்தியாறு நீதிமான்கள் என்றர்த்தம். பூமிபிறந்த நாள்தொட்டே இருக்கும் அவர்களுக்கு மனிதர்களின் செயல்களை கடவுளிடம் நியாயப்படுத்துவதே பணியென்று சொல்வார்கள். மனிதர்களின் ரட்சகர்களான அவர்களினாலேயே உலகம் அழியாமல் பாதுகாக்கப்படுகிறதென விவிலியத்தில் ஒரு வசனம் கூறுகிறது. இஸ்லாமியர்களும்கூட இதேபோன்ற குணவார்ப்பில் குதுப்களைக் *(Kutb)* கொண்டிருக்கிறார்கள். நன்மையும் தீமையும் ஒரு நாணயத்தின் இருவேறு பக்கங்கள் என்றாகும்போது கடவுளின் பிள்ளைகள் என்கிற கருத்தாக்கம் இருந்ததெனில் அதற்கெதிராகச் சாத்தானின் குழந்தைகளும் இருந்தாக வேண்டும்தானே? அதுவே நமது அழிவு கொள்ளை தீமை கழகம்.”

“முதலிலேயே தெளிவாகச் சொல்லி விடுகிறோம், எந்த அரசாங்கத்துக்கும் நாம் எதிரானவர்கள் அல்ல, எந்தக் குறிப்பிட்ட அரசாங்கத்துக்கு ஆதரவாகவும் நாம் பணிபுரியவில்லை. மற்றவர்கள் மீது மதவெறி கொண்டு பாயும் பயங்கரவாதிகளோ அல்லது பணத்துக்காகக் கொலை செய்யும் கூலிப்படையினரும் அல்ல. யாரையும் அடிமைகளாக மாற்ற நாம் விழையவில்லை, எனில் யாரிடமும் நாம் அடிமையாக இருக்கமாட்டோம் என்பதும்

தெளிவாகப் புரியும். கண்ணுக்குப் புலப்படாத ஒரு மாபெரும் வலைப்பின்னல்போல உலகம் முழுக்கப் பல்வேறு நாடுகளில் நாம் இயங்கி வருகிறோம். நமது இயக்கத்தின் ஆதார லட்சியம் மனித வெறுப்பிலிருந்து விளைவது. இவ்வுலகின் மிகவும் மோசமான உயிரினம் எதுவென்று கேட்டால் யோசிக்காமல் மனிதன் எனலாம். மனிதனைப் போல புத்திக்குறைபாடும் சுயநலமும் கொண்ட உயிரினம் வேறெதுவும் கிடையாது. இந்தப்பூமியை முழுதாக ஆக்கிரமித்து வாழும் அருகதை மனிதனுக்குக் கிடையாதென்று நாம் தீவிரமாக நம்புகிறோம். இம்முடிவை அடைய நம் முன்னோடிகளுக்குப் பலநூறு வருடங்கள் ஆயின. மனிதனின் ஒவ்வொரு செயலையும் நியாயப்படுத்தும் எண்ணற்ற தத்துவங்களைப் பொறுமையாக வாசித்து அவற்றை மறுப்பதன் மூலம் இந்நிலைப்பாட்டை அவர்கள் வந்தடைந்தார்கள். ஆனால் அவர்களோடு ஒப்பிட நாம் ஒருவகையில் கொடுத்து வைத்தவர்கள். மிகுந்த மனச்சோர்வளிக்கும் பழங்காலத் தத்துவங்களைத் தேடியெடுத்து வாசிக்கும் கட்டாயம் நமக்கில்லை. நாம் தகவல்தொழில்நுட்பக் காலத்தில் வாழ்கிறோம். அத்தனைத் தகவல்களும் விரல்நுனிகளில் கிடைக்கும் காலம். எந்த அடிப்படை வசதிகளும் இல்லாத இடங்களைக்கூட இன்று ஊடகங்களும் மின்னணு சாதனங்களும் ஊடுருவியுள்ளன. போரால் ஒரு தேசத்தின் மக்கள் சீரழியும்போது ஒரு நடிகையின் திருமணத்தை முதன்மைச்செய்தியாக்கி அனைவரையும் பேச வைக்கும் வல்லமை ஊடகங்களுக்கு உண்டு. எங்கும் நாசத்தை விளைவிக்கக் கோரும் நமது எண்ணங்களைச் சுமந்து செல்லும் வாகனங்கள் அவை. ஒவ்வொரு நாளும் பரபரப்பான செய்திகளை வெளியிட வேண்டிய கட்டாயம் ஊடகங்களுக்கு உள்ளது. அவர்களுக்குத் தேவையான அந்தச் செய்திகளை நாம் உருவாக்குகிறோம். ஆக ஊடகங்களின் வழியாக ஒரு போரை மக்களின் மீது அவர்கள் அறியாமலேயே நாம் தொடுக்கிறோம் என்பது மட்டும்தான் உண்மை."

"நமது இயக்கத்தில் நிறைய பிரிவுகள் உண்டு. அரசியல்ரீதியாக நாடுகளிடம் பிரிவினையை ஏற்படுத்துவது, கொலை கொள்ளைகளில் ஈடுபடுவது, மக்களுக்கு மத்தியில் கலவரங்களைத் தூண்டுவது, போதைப்பொருட்களைக் கடத்துவது, கள்ளநோட்டுகள் மூலம் பொருளாதார வீழ்ச்சிக்கு வித்திடுவது, செயற்கையான பஞ்சங்களை உருவாக்கி அரசாங்கங்களை நெருக்கடிக்கு உள்ளாக்குவதெனத் தனித்தனி செயல்பாடுகள் ஒவ்வொரு பிரிவுக்கும் வகுக்கப்படும். இவற்றில் எதுவும்

தனிப்பட்ட மனிதர்களின் சுயநலத்திற்காக மேற்கொள்ளப்படும் சங்கதிகள் அல்ல. மாறாக, பூமியின் சமநிலைத்தன்மை நிலைக்கவே நாம் இவையனைத்தையும் செய்கிறோம். அவ்வகையில் பார்த்தால் நமது பிரிவை 'சிறிய விசயங்களின் கடவுள்கள்' எனலாம். ஜிம் கார்பெட்டின் புகழ்பெற்ற வசனம் ஒன்று உண்டு. 'பெரிய விசயங்களை விடச் சிறிய விசயங்கள் பயங்கரமானதாகவும் நிலைகுலையச் செய்வதாகவும் இருக்கக்கூடும்.' மாபெரும் சக்திகளால் செய்யமுடியாத காரியங்களை எளிய மனிதர்கள் சாதித்து முடிப்பதை நாம் வரலாற்றில் வாசித்திருப்போம். ஆகவே, சிறிய குற்றங்களை மனிதர்களுக்கு மத்தியில் விதைப்பதே உங்கள் பணி. துல்லியமாகச் சொன்னால் ஊடகங்களுக்கு அன்றாடம் தேவைப்படும் குற்றச்செய்திகளை அவற்றின் அடிப்படைக் குற்றங்களை நாம் உருவாக்கித் தருகிறோம்."

"எனில் எளிய மனிதர்களைக் குற்றங்களின் பக்கம் எவ்வாறு திருப்புவது? குணா என்றொரு திரைப்படத்தைப் பற்றி நீங்கள் கேள்விப்பட்டிருக்கலாம். முதன்முதலில் அந்தப்படத்தைப் பார்க்கும்போது வெறுமனே ஒரு குருவி இறந்ததற்கு ஒரு மனிதன் இத்தனை மூர்க்கம் கொள்வானெனில் அவனொரு பைத்தியக்காரன் என்றே நாம் எண்ணுவோம். Then Life happens. கொஞ்சம் வயதும் அனுபவமும் அடிகளும் வலிகளும் சேரும்போதே "அது வெறும் குருவி இல்லை" என்பதை உணர்வோம். அது அவனுக்கு வாழ்க்கையில் இருந்த ஒரே பற்று. இன்மைக்கும் இருண்மைக்கும் இடையில் ஊடாடும் வாழ்க்கையில் ஒவ்வொரு நாளைக் கடத்தவும் மறுநாளை எதிர்கொள்ளவும் அவனைப் பிணைத்து வத்திருக்கும் ஒற்றைச்சரடு. அது இல்லையென்று ஆகும்போதும் அவன் சமநிலை இழக்கிறான். இழந்தபிறகு அதற்குக் காரணமானவர்களை நிர்மூலமாக்க அது அவனை நிர்ப்பந்தப்படுத்துகிறது. யோசித்துப் பார்த்தால் வாழ்வில் அனைவரும் ஏதோவொன்றைப் பற்றிக்கொண்டுதான் நாட்களைக் கடத்துகிறார்கள். பற்றியிருத்தல் இயற்கையின் விதி. வெளியே இருந்து பார்ப்பவர்களுக்கு ஒன்றுமில்லாததாகத் தெரியும் ஒரு பொருளோ உறவோ சிலருக்கு வாழ்க்கையாக இருக்கக்கூடும். ஆக உங்களின் பணி மிகவும் எளிமையானது. ஒரு மனிதருடைய வாழ்வின் ஆதாரமாக இருக்கும் அந்தப் பற்றைக் கண்டுபிடித்து அதனைச் சிதைக்க வேண்டும்."

"எந்தப் பின்புலமுமற்ற சாதாரண மனிதர்களே உங்களின் இலக்குகள். முதலில், அவர்களுள் ஒருவரை நீங்கள் தேர்ந்தெடுக்க

வேண்டும். ஏற்கனவே ஏதேனும் சிக்கலில் இருப்பவர்களைத் தேர்ந்தெடுக்கும்போது உங்கள் வேலை எளிதாகும். ஆனால் எந்தச் சிக்கலும் இல்லாதவர்களைத் தேர்ந்தெடுத்தால் அவர்களுக்கானப் பிரச்சினைகளை உருவாக்கும் பொறுப்பு உங்களையே சேரும். உதாரணத்துக்கு உங்களுடைய இலக்கு ஒரு நாற்பது வயது ஆண் என்று வைத்துக்கொள்வோம். மிகுந்த பொறுமையோடும் நிதானத்தோடும் அவருடைய குணங்களை நீங்கள் படிக்க வேண்டும், மிகக்குறிப்பாக பலவீனங்களை. அவருடைய தொழில் என்ன, நெருங்கிய சொந்தங்கள், யார் மீது அவர் அதீத அன்பு வைத்திருக்கிறார், அவரது ரகசியங்கள் என அனைத்தையும் தெரிந்து கொள்ள வேண்டும். அதற்கான போதிய கால அவகாசமும் உங்களுக்கு வழங்கப்படும். பிறகு ஏதேனும் ஒருவகையில் அவரோடு நீங்கள் தொடர்பினை ஏற்படுத்திக் கொள்ளவேண்டும், உங்களின் உண்மையான அடையாளம் ஒருபோதும் அவருக்குத் தெரியாதபடிக்கு. நம் மக்களில் பெரும்பாலானோர் எளிதில் உணர்ச்சிவசப்படக்கூடியவர்கள். அதனை நீங்கள் சரியான முறையில் பயன்படுத்தலாம். அத்தனை வகையிலும் உங்களை அவர் நம்பும்படியாக உங்களின் செயல்பாடுகள் இருக்கவேண்டும். இறுதியில் நீங்கள் செய்ய வேண்டியதெல்லாம் சரியான தருணத்திற்குக் காத்திருப்பதுதான். அப்படி ஒரு நேரம் வரும்போது உளவியல்ரீதியான தாக்குதலை அவர்மீது நீங்கள் நிகழ்த்துவீர்கள். தங்கள்மீதே சந்தேகம் கொள்ளும் சூழலுக்கு அவர்களைத் தள்ளுவீர்கள். அதன் தீவிரம் தாங்கமுடியாமல் அவர்கள் ஒன்று தங்களை மாய்த்துக் கொள்வார்கள் அல்லது தங்களின் கோபத்தை மற்றவர்களிடம் காட்டுவார்கள். அதுவே நாம் விரும்புவதும்கூட. கடைசியில் அவர்கள் வெறும் செய்திகளாக மாறும்போது தடயங்கள் ஏதுமின்றி அவ்விடத்தை நீங்கி நீங்கள் கிளம்பியிருக்க வேண்டும். ஆங்கிலத்தில் இதனை கேஸ்லைட்டிங் (Gaslighting) என்று சொல்வார்கள். மனிதர்களின் உணர்வுகளைச் சீண்டி நிதானத்தை இழக்கச்செய்து குற்றத்தில் ஈடுபடத் தூண்டுவதே உங்களின் முதன்மைப்பணி. அப்படி நிகழாதபட்சத்தில் நேரடியாகக் குற்றச்செயலில் ஈடுபட உங்களுக்கு அனுமதியுண்டு. ஆனால் முடிந்தமட்டும் நேரடிக் குற்றங்களில் ஈடுபடுவதைத் தவிர்ப்பதே உங்களுக்கும் நமது இயக்கத்துக்கும் நல்லது. ஆக யாரை நீங்கள் தேர்ந்தெடுத்தாலும் அவர்களைப் பற்றிய முழுமையான ஒரு கோப்பைத் தயாரித்து உங்கள் தலைமை அதிகாரியிடம் வழங்கவேண்டும். எவ்வகையில் உங்களுடைய இலக்கின் உணர்வுகளைத் தூண்டுவீர்கள் என்பதைப் பற்றிய

விரிவான அறிக்கையும் கோப்பில் இடம்பெற வேண்டும். திட்டங்களைச் செயல்படுத்த நமது மற்ற உறுப்பினர்களின் உதவி தேவைப்படுமெனில் அதையும் நீங்கள் குறிப்பிட வேண்டும். அதற்கான ஒப்புதல் கிடைத்தபிறகு உங்களுடைய திட்டங்களை நீங்கள் செயல்படுத்தலாம். பணியை முடிக்க நீங்கள் எடுத்துக்கொள்ளும் காலம், செய்நேர்த்தி, குற்றத்தின் அழகியல், அதன் விளைவாக ஏற்படும் நாசம் ஆகியவற்றைக் கணக்கில் கொண்டு உங்களின் ஊதியம் வழங்கப்படும். உங்களின் திட்டங்கள் தோற்றாலும் அதையெண்ணி நீங்கள் கவலைப்பட வேண்டியதில்லை. அடுத்தடுத்த பணிகளில் உங்களை நிரூபிக்கும் வாய்ப்பை நமது இயக்கம் உங்களுக்கு வழங்கும். என்றாலும் தொடர்தோல்விகளை நாங்கள் சகித்துக் கொள்ள மாட்டோம் என்பதையும் உங்களுக்கு நினைவுபடுத்தும் கடமை எங்களுக்கு உண்டு. இன்னும் எளிதாக நமது செயல்பாட்டைப் புரிந்துகொள்ள உங்களுக்குச் சில நேரடியான உதாரணங்களைச் சொல்ல விரும்புகிறோம்."

(அரங்கத்தின் நடுவே மேடையின் திரை உயிர்பெற அதில் ஒரு பத்திரிகை துண்டுச்செய்தி திரையிடப்படுகிறது.)

<u>வேறொரு பெண்ணைத் திருமணம் செய்ததால் மிரட்டல்:</u>

தலை துண்டித்து பொறியியல் மாணவி படுகொலை

ரத்தம் சொட்டச்சொட்ட தலையுடன் போலீசில் வாலிபர் சரண்

ராணிப்பேட்டை, மார்ச் 11.

வேறொரு பெண்ணைத் திருமணம் செய்ததால் மிரட்டல் விடுத்த பொறியியல் மாணவியை தலை துண்டித்து கொலை செய்துவிட்டு தலையுடன் ரத்தம் சொட்ட சொட்ட வாலிபர் போலீசில் சரண் அடைந்தார்.

மிரட்டல்

ராணிப்பேட்டை மாவட்டத்தின் வனப்பாடியைச் சேர்ந்தவர் சங்கர் (24). அதே ஊரில் வசித்து வந்த சியாமளா (21) என்ற பெண்ணைக் காதலித்து வந்தார். சியாமளாவும் சங்கரைக் காதலித்திருக்கிறார்.

இந்நிலையில் சங்கர் சியாமளாவுடம் பழகுவதைக் கைவிட்டு மூன்று மாதங்களுக்கு முன்பு வேறொரு பெண்ணைத் திருமணம் செய்து கொண்டிருக்கிறார். இதை அறிந்த சியாமளா சங்கருடன் தகராறு செய்து வந்ததுடன் காதலைப் பற்றி அவரது மனைவியிடம்

கூறுவதாக மிரட்டியதாகவும் தெரிகிறது.

தலை துண்டித்துக் கொலை

இதனால் ஆத்திரமடைந்த சங்கர் சியாமளாவைக் கொல்லத் திட்டம் தீட்டிக் காத்திருந்தார். கடந்த மூன்று நாட்களுக்கு முன்பு பொறியியல் கல்லூரியில் இருந்து சொந்த ஊருக்கு சியாமளா வருவதைத் தெரிந்து கொண்ட சங்கர் நேற்று மதியம் சியாமளாவின் வீட்டுக்குச் சென்றுள்ளார். அப்போது அவர் அரிவாளை மறைத்து எடுத்துச் சென்றிருக்கிறார்.

வீட்டுக்குள் போனதும் அங்கிருந்த சியாமளாவை அவர் சரமாரியாகத் தாக்கியதுடன் அரிவாளால் கழுத்து வெட்டித் துண்டாக்கினார். இதில் சியாமளா பரிதாபமாகத் துடிதுடித்து உயிரிழந்தார்.

போலீசில் சரண்

பின்னர் ரத்தம் சொட்டச் சொட்டத் துண்டித்த தலையைக் கையில் பிடித்தபடி நடந்தே அவர் முதன்மைக் காவல் நிலையத்துக்குச் சென்றார். அவரைப் பார்த்து அதிர்ச்சியடைந்த போலீசார் விபரமறிந்து அவரைக் கைது செய்தனர். அதையடுத்து சியாமளாவின் வீட்டுக்குச் சென்று அவரது உடலைப் போலீசார் மீட்டு பிரேதப்பரிசோதனைக்காக அரசு ஆஸ்பத்திரிக்கு அனுப்பி வைத்தனர்.

இந்தச் சம்பவம் தொடர்பாக போலீசார் வழக்குப்பதிவு செய்து கைதான சங்கரிடம் தீவிரமாக விசாரித்து வருகின்றனர். இந்தக் கொலைச் சம்பவம் அப்பகுதியில் பெரும் பரபரப்பையும் அதிர்ச்சியையும் ஏற்படுத்தியுள்ளது.

“இந்தச் செய்தியின் பின்னணியில் நமது உறுப்பினர் ஒருவரின் பங்குண்டு. கொலை செய்யப்பட்ட நபர், கொன்றவர் என இருவருக்கும் பொதுவான ஒரு நண்பராக அவர் இருந்தார். நான்கு மாதங்கள் எனும் மிகக்குறுகிய காலத்தில் இந்தக்குற்றத்தை நிழல் எண் - 316 நிகழ்த்திக் காட்டினார். சங்கரைத் தனது இலக்காக 316 தேர்ந்தெடுத்தபோது சியாமளாவோடு அவர் நெருங்கிய உறவில் இருந்தார். ஒரு மதுக்கூடத்தில் சங்கரின் நட்பைச் சம்பாதித்தபின் அவரோடு அனைத்தையும் பகிர்ந்திடும் ஒருவராக 316 மாறினார். அதேவேளையில் சங்கரின் நண்பராக அறிமுகமாகி சியாமளாவோடும் அவர் நெருக்கத்தை அதிகரித்துக் கொண்டார். மிகுந்த வசதியோடு ஒரு வரன் வந்தபோது சங்கருடைய பெற்றோரின் பணத்தாசையைத் தனது துருப்புச்சீட்டாகப் பயன்படுத்தி சங்கரையும் அதற்கு ஒத்துக்கொள்ள வைத்தார்.

சங்கர் வேறொரு பெண்ணைத் திருமணம் செய்தபிறகு 316 சியாமளாவிடம் திரும்பினார். ஏமாற்றமும் கோபமும் சியாமளாவை எளிதில் 316-ன் வார்த்தைகளுக்குள் வீழ்த்தின. சங்கர் அவளிடம் மீண்டு வரவேண்டுமெனில் பழைய உறவைச் சொல்லி மிரட்டும்படி சியாமளாவைத் தூண்டினார் 316. அவரும் அதைத்தான் செய்தார். குடும்பம் ஒருபுறமும் காதலித்தவள் மறுபுறமும் எனச் சிக்கிக்கொண்ட சங்கர் என்ன செய்வதென்றறியாமல் மீண்டும் 316-ன் உதவியை நாடினார். சங்கரையும் அவரது கோபத்தையும் நன்கறிந்த 316 மிகச்சரியான தருணமொன்றில் சியாமளாவைக் கொல்வதே இதிலிருந்து மீள்வதற்கான வழி என்பதை மெல்ல சங்கருக்குள் விதைத்தார். வெறுமனே ஒரு பெண் கொல்லப்பட்டிருந்தால் அது இத்தனை பெரிய செய்தியாக ஆகியிருக்காது. சியாமளாவின் தலையை வெட்டி ரத்தம் சொட்ட காவல் நிலையத்துக்குக் கொண்டு போகுமளவுக்கு சங்கரின் ஆத்திரத்தைத் தூண்டமுடிந்ததே இந்த வழக்கைப் பொருத்தமட்டில் 316-ன் வெற்றி. காதலனை மிரட்டும் எந்தவொரு பெண்ணுக்கும் தனக்கும் இப்படியொரு நிலைமை வரக்கூடும் எனும் அச்சத்தையும் கூடுதலாக விதைத்திருக்கிறார். எந்தப் பிசிறுமின்றி 316 நிகழ்த்தியிருக்கும் மூன்றாவது குற்றச்செயல் இது. எனவேதான் நிழல் எண் - 316 க்கு நமது இயக்கத்தின் சார்பில் உயர்ந்த பொறுப்பும் வெகுமானங்களும் வழங்கப்பட்டுள்ளன."

(குரல் அமைதியாக, திரையில் வேறொரு துண்டுச்செய்தி திரையிடப்படுகிறது.)

மகன் வேறு சாதிப் பெண்ணைத் திருமணம் செய்த ஆத்திரத்தில்

மருமகளின் தலையில் கல்லைத் தூக்கிப்போட்ட மாமியார்:

எட்டு மாதக் கைக்குழந்தையும் கொல்லப்பட்ட பரிதாபம்

பெங்களூரு, ஜூன் 25.

வேற்றுசாதிப் பெண்ணை மகன் திருமணம் செய்ததால் கோபம் கொண்டு மருமகளின் தலையில் கல்லைப் போட்டுக் கொலை செய்த மாமியாரைப் போலீசார் கைது செய்தனர்.

திருமணம்

பெங்களூரு புறநகர் ராஜனுகுண்டேவைச் சேர்ந்தவர் கல்பனா (56). பூ வியாபாரம் செய்து வந்தார். இவருடைய மகன் விஜயன் (29) லாரி டிரைவராக இருக்கிறார். இவர் அதே பகுதியைச் சேர்ந்த உமாவை (23) காதலித்து வந்தார்.

உமா வேறு சாதியைச் சேர்ந்தவர் என்பதால் தனது மகனை அவருக்கு மணமுடிக்க கல்பனாவுக்கு விருப்பம் இல்லை என்று சொல்லப்படுகிறது. போகவும் தன் அண்ணன் மகளைக் கல்யாணம் செய்ய விஜயனை வற்புறுத்தியதாகவும் தெரிகிறது. ஆனால் கல்பனாவின் வார்த்தையை மீறி இரண்டு வருடங்களுக்கு முன்பு உமாவை விஜயன் திருமணம் செய்திருக்கிறார்.

பிரச்சினை

கல்யாணம் ஆன நாள்முதலே உமாவுக்கும் கல்பனாவுக்கும் பிரச்சினைகள் இருந்து வந்துள்ளன. தெருவில் இருவரும் சண்டை போடுவதைப் பலரும் பார்த்திருக்கிறார்கள். இந்நிலையில் கருவுற்ற உமா எட்டு மாதங்களுக்கு முன்பு ஒரு குழந்தையைப் பெற்றிருக்கிறார்.

கல்லைத் தூக்கிப் போட்டுக் கொலை

சம்பவம் நடந்த நாளன்று காலையில் உமாவுக்கும் கல்பனாவுக்கும் மிகப் பெரிய சண்டை நடந்திருக்கிறது. தன்னையும் மனைவியையும் விட்டு விலகிப் போகும்படி விஜயன் கல்பனாவிடம் சத்தம் போட்டிருக்கிறார்.

மதியம் இரண்டு மணி போல தனது குழந்தையுடன் உமா வீட்டுக்குள் தூங்கிக் கொண்டிருந்தார். அப்போது தனது அண்ணன் மகளுடன் உள்ளே நுழைந்த கல்பனா அருகே இருந்த அம்மிக்கல்லைத் தூக்கி உமாவின் தலையில் போட்டுக் கொலை செய்திருக்கிறார். பிறகு தொட்டிலில் தூங்கிய குழந்தையைத் தூக்கிச் சென்று வெளியே இருந்த தண்ணீர் டிரம்முக்குள் போட்டிருக்கிறார்கள். இதில் குழந்தை மூச்சுத்திணறி பரிதாபமாக இறந்தது.

சம்பவ இடத்திற்கு விரைந்த போலீசார் கல்பனாவையும் அவரது அண்ணன் மகளையும் கைது செய்து விசாரணை நடத்தி வருகிறார்கள்.

“செய்தியை வாசிக்கும்போதே நமது உறுப்பினர்களின் பங்கு என்ன என்பதை உங்களால் யூகிக்க முடியும். இந்தக் குற்றத்தை நிகழ்த்த நிழல் எண் - 802 க்கு ஒரு வருடத்துக்கும் மேல் ஆனது. கல்பனாவின் மனம் சஞ்சலத்தில் இருப்பதையறிந்தே அவரைத் தன்னுடைய இலக்காக அவர் தேர்ந்தெடுத்தார். கல்பனாவின் பக்கத்துக் குடிசையில் சென்று தங்கி அவரோடு நல்ல உறவை 802 வளர்த்துக் கொண்டார். பிறகு சின்னச்சின்ன விசயங்களிலும் மருமகள் மீது கல்பனாவுக்கு வெறுப்பு உண்டாவதையும் அவர்

உறுதி செய்தார். உமா வேறுசாதியைச் சேர்ந்தவரென்பதால் 802-ன் பணி எளிதாகியது. பழமையில் ஊறிய மனங்களைக் குற்றங்களிடம் திருப்புவது அத்தனை கடினமாக காரியமல்ல. கல்பனாவைக் குற்றத்தில் ஈடுபடுத்தத் தூண்டும் சரியான தருணத்துக்காகப் பிறகு அவர் காத்திருந்தார். வீட்டை விட்டு வெளியேறச் சொன்ன மகனின் வார்த்தைகள் அவருக்கு அந்தத் தருணத்தை உண்டாக்கித் தந்தன. வெறுமனே மருமகளின் மரணமென்றால் அது சாதிக்கொலையாக மட்டும் நின்று போகும். மனதின் உண்மையான வன்மத்தை வெளிப்படுத்தும் தருணமென்பது அக்குழந்தையை அவர்கள் நீருக்குள் போட்டுக் கொன்றதே. இச்செய்தியை வாசிக்கும் யாருடைய கருணையையும் அந்தக் குழந்தையின் மரணம் யாசித்து நிற்கும். அதுதான் இவ்வழக்கில் நாம் குறிப்பிட்டு நிகழ்த்திய சாதனையென்று சொல்ல வேண்டும்."

"பணி குறித்த சங்கதிகள் உங்களுக்குத் தெளிவாகப் புரிந்திருக்கும். இதற்கு மேலும் எதையும் விளக்கிச் சொல்லத் தேவையிருக்காது என நம்புகிறோம். உணர்வுகளைக் களமாக்கி மக்களைக் குற்றத்தின்பால் திருப்பினாலும் அதில் ஈடுபடும் உங்களுக்கு எவ்வித உணர்வுப்பற்றும் இருக்கக்கூடாது. காணும் அனைத்தையும் இலக்காக எண்ணும் மனதை நீங்கள் பயிற்சி செய்யவேண்டும். எனவேதான் உங்களின் உணர்வுகளைச் சோதிக்கும் நிறைய பரிசோதனைகளுக்குப் பிறகு நம்முடைய இயக்கத்தில் உங்களைச் சேர்க்கிறோம்."

"நமது இயக்கத்திற்கு ஜனநாயகத்தில் மிகவும் நம்பிக்கை உண்டு. ஆகவே உங்களது இலக்கைத் தேர்ந்தெடுக்கும் உரிமை உங்களுக்கே கிடைக்கும். ஏற்கனவே கூறியதுபோல படைப்பாற்றலோடு பணியினைத் திறம்படச் செய்பவர்களுக்கு உரிய மரியாதையும் ஊதியமும் வழங்கப்படும். என்றாலும் நீங்கள் ஒரு விசயத்தைக் கவனத்தில் கொள்ள வேண்டும். இது ஒருவழிப்பாதைப் பயணம். ஒருமுறை உள்ளே வந்தபிறகு இயக்கத்துடனான தொடர்பை நீங்கள் துண்டிக்க முடியாது. ஊதியத்தைப் பெற்றபிறகு பணியை விட்டு வெளியேற விரும்புவீர்களேயானால் அது அத்தனை எளிய சங்கதியாகவும் இருக்காது. நம்மை விட்டு விலகியவர்களுக்கு என்ன நேர்ந்ததென்பதைப் பற்றிய கோப்புகள் நமது நூலகத்தில் உண்டு. நேரம் கிட்டும்போது அவற்றை வாசித்துப் பாருங்கள். ஆக, பணியில் தொடர்ந்து மகிழ்ச்சியோடு ஈடுபட்டு நீங்களனைவரும் புதிய சாதனைகளைப் படைப்பீர்கள் என்று உறுதியாக நம்புகிறோம். எல்லோருக்கும் மீண்டும் எங்களின் அன்பும் வாழ்த்துகளும்."

ஓர் அசரீரியைப் போல ஒலித்துவந்த இயந்திரக்குரல் அமைதிக்குள் ஆழ்ந்திட அரங்கத்திற்குள் அனைவரும் நிதானத்திற்குத் திரும்புகிறார்கள். நீங்களோ பயத்தோடு கைகளும் கால்களும் குழையாடிப்போய் அமர்ந்திருக்கிறீர்கள். அச்சம் அலையலையாக உங்களுக்குள் பரவுகிறது. வியர்த்து விறுவிறுத்து உடைகள் யாவும் உங்கள் உடலோடு ஒட்டிக்கொள்கின்றன. நீங்கள் நினைத்ததைக் காட்டிலும் இந்த விவகாரம் சிக்கலானதாக இருப்பதை உணர்கிறீர்கள். இங்கிருந்து வெளியேறியவுடன் யாரையெல்லாம் தொடர்பு கொள்ளலாம் என நீங்கள் யோசிக்கும்போது திடீரென்று மீண்டும் அரங்கத்தின் திரை உயிர்பெற பின்னணியில் மீண்டும் அந்த இயந்திரக்குரல்.

"நமது ஆற்றல் புரியாமல் நம்மைப் பற்றி ஒற்றறிய நம்மிடையே ஒரு உளவாளியைக் காவல்துறை அனுப்பி வைத்துள்ளதாகத் தகவல். அ.கொ.தீ.க. பற்றி அவர்களுக்கு இன்னும் சரிவரத் தெரியவில்லை என்றாகிறது."

(கூட்டத்திற்குள் ஒரு சலசலப்பு உண்டாகிறது.)

"அந்த உளவாளியைப் பற்றி நாளை செய்தித்தாள்களில் வெளியாகவிருக்கும் ஒரு பெட்டிச்செய்தியை இப்போது உங்களுக்குத் திரையிடுகிறோம்."

காவல் அதிகாரி படுகொலை

தலையைத் துண்டித்து மரத்தில் தொங்க விட்ட கொடூரம்

திருச்சி, ஜூலை 27

திருச்சி காவல் பிரிவின் மூன்றாம் சரகத்தைச் சேர்ந்தவர் ராகுலன் (38). மாநிலத்தில் தொடர்ந்து நிகழ்ந்து வரும் குற்றங்களைப் பற்றித் துப்பறியும் ரகசியப்பணியில் அவர் ஈடுபட்டிருந்ததாகத் தெரிகிறது. இந்நிலையில் நேற்று ஊருக்கு வெளியே ஒரு காட்டுப்பகுதியில் ஆலமர விழுதொன்றில் ராகுலனின் தலையை வெட்டித் தொங்க விட்டிருந்ததைப் போலீசார் கண்டுபிடித்திருக்கிறார்கள். இன்னும் அவருடைய உடல் எங்கே என்பதைப் போலீசாரால் கண்டுபிடிக்க முடியவில்லை. போலீஸ் அதிகாரி இவ்வாறு கொடூரமான முறையில் கொல்லப்பட்டிருப்பது மக்களிடையே பீதியையும் அதிர்ச்சியையும் உண்டாக்கியுள்ளது.

செய்தியை வாசிக்கும் உங்கள் முகம் இருண்டுபோகிறது. அதற்குக் கீழே சின்னதாக உங்களுடைய புகைப்படம் அச்சிடப்பட்டிருப்பதையும் பார்த்து மருள்கிறீர்கள். அங்கிருந்து தப்ப வேண்டும் என்கிற உந்துதலோடு நீங்கள் வேகமாகத் திரும்புகிறீர்கள். அதேநேரத்தில் மிகுந்த விசையோடு ஒரு கத்தி ஆழமாக உங்கள் கழுத்தில் இறங்குகிறது.

சதக்.

நன்றி:

1. லயன் – முத்து காமிக்ஸ் (அ.கொ.தீ.க.)
2. கே.என்.செந்தில் முகநூல் பக்கம் (ஜிம் கார்பெட் பற்றிய குறிப்பு)
3. போர்ஹேஸின் 'The Book of Imaginary Beings' (லமேத் வாவ்நிக்குகள்)
4. @sherlockveedu ட்விட்டர் (குணா பற்றிய குறிப்பு)
5. தினத்தந்தி செய்தித்தாள் குறிப்புகள்

தனிமை வெளி, 2022

அம்மன்குடில்

கருப்பசாமி கோயிலில் நாங்கள் சென்றிறங்கிய காலை எட்டுமணிக்கு சூரியன் தொலைவானில் எரிந்து கொண்டிருந்தான். வெளிநாடு கிளம்பும் நண்பனின் நலனுக்காக ஐந்து ஆடுகளைப் பலியிட வேண்டியிருந்தார் அவன் அம்மா. சிறுதெய்வங்கள் மீதான இயல்பான ஈடுபாட்டின் காரணமாகவும் மக்கள்கூட்டத்தை விட்டு விலகி நல்ல காற்றை சுவாசிக்கக்கிட்டும் எந்த வாய்ப்பையும் தவறவிடுவதில்லை என்பதற்காகவும் நானும் அவர்களோடு இணைந்திருந்தேன்.

ஒரு சிற்றோடையைக் கடந்துதான் கோயிலுக்குப் போகவேண்டும். அடர்ந்து வளர்ந்திருந்த ஒரு புங்கை மரத்தடியில் வாகனத்தை நிறுத்திவிட்டு இறங்கி நடந்தோம். இரண்டு சிறுவர்களையும் உள்ளடக்கிய எட்டுபேர் கொண்ட குழு. ஆடுகளை ஓட்டிக்கொண்டு மற்றவர்கள் முன்னால் செல்ல நான் பின்தங்கினேன். சிலர் ஓடையில் குளித்துக்கொண்டிருந்தனர். கிராமவாழ்வின் தடங்களைச் சுமந்திருந்த அம்மனிதர்களின் கண்களில் ஒருவித சந்தேகம் உறைந்திருக்க பார்வையை அங்கிருந்து விலக்கி ஓடையில் பதித்தேன். நீர் சற்றுக்கலங்கி செந்நிறமாய் ஓடுவதைப் பார்த்தபடி, நடுவிலிருந்த பாறைகளில் கவனமாகக் கால்பதித்து ஓடையைக் கடந்தேன். இப்போது எனக்கு எதிரிலிருந்த செம்மண் பாதை சட்டென்று செங்குத்தாக மேலேறியது. பாதையின்

இருபுறமும் சிறிய இடைவெளிகளில் தெய்வத் திருமேனிகள். அத்தனை சிலைகளுக்கும் நீலநிற சாயம் பூசியிருந்தது. காலமும் கடந்துவந்த பருவங்களும் சிலைகளைச் சிதைத்து உருமாற்றியிருந்தன. அப்பாதை முடிவடைந்த இடத்தில் கோயிலைக் கண்டேன்.

அதை முழுமையான கோயில் என்று சொல்லமுடியாது. பெரிய ஆலமரத்தை ஒட்டி வேய்ந்திருந்த தகரக்கூரைக்குக் கீழே சிறுதெய்வங்களின் சிலைகளை வரிசையாக நிறுத்தியிருந்தார்கள். கையில் அரிவாளுடன், எழுந்து வரட்டுமா என்பதைப்போல ஒற்றைக்காலை மடித்து அமர்ந்திருந்த கருப்பசாமி. அதை ஒட்டித் துப்பாக்கியேந்திய காவலர் மற்றும் குதிரை சிலைகள். அதற்குமருகில் சப்தகன்னிமார் கற்சிலையாக. மரத்தின் பின்னால் கட்டியெழுப்பிய சுவரில் தெய்வ ஓவியங்கள். சுவரைத்தாண்டி நீண்ட பாதை காட்டின் இருளுக்குள் சென்று கலந்தது.

என்னுடன் வந்தவர்கள் பூசைக்கான ஆயத்தங்களைத் தீவிரமாகச் செய்தனர். கருப்பசாமியின் பாதங்களில் வாழையிலையில் படையல். சற்றுத் தள்ளி ஒரு மரத்தடியில் கட்டியிருந்த ஆடுகள் தீனமான குரலில் அரற்றின. அனைவரும் அங்கு யாருக்காகவோ காத்திருந்ததை நான் உணர்ந்தேன்.

ஏதோ சத்தம் கேட்டுத் திரும்பியபோது சுவரின் பின்னிருந்து ஒரு முதியவள் வெளிவரக்கண்டேன். அவளுக்கு அறுபது வயதிருக்கக்கூடும். அச்சூழலுக்கு சற்றும் பொருந்தாமல், காலத்தின் துருவேறியபிறகும் அவளது பழுப்புநிறக் கண்களில் கனிவும் கருணையும் விலகாதிருந்தன. கறுப்புச்சேலையில், தாழ்நெற்றியின் அகலக்குங்குமப்பொட்டில், வலிந்து கொணர்ந்த முகத்தின் கடுமையில், தன்னியல்புக்கு மாறான ஏதோவொன்றை வரித்துக்கொள்ள அவள் முயற்சிப்பதாய் எனக்குப்பட்டது. அவளுடைய இடுப்பின் இடப்புறம் ஒரு பெரிய தழும்பு - சூரியனை அதன் கதிர்களோடு வரைந்த ஓவியம் போல - அனேகமும் தீக்காயமாக இருக்கலாம் என்றெண்ணினேன். நான் அவளைக் கவனிப்பதை உணர்ந்ததும் அவள் முகத்தின் கடுமை இன்னும் தீவிரமானது. என்னைத்தாண்டிச் சென்று கருப்பனின் முன்னாலிருந்த படையலிடம் குனிந்தபோதே அந்தக்கோயிலின் பூசாரி அவளென்பது எனக்குப் புரிந்தது.

படையலில் இருந்த சாராயத்தைத் தீர்த்தம்போல ஒவ்வொரு சிலையின் மீதும் தெளித்து அவள் அரிவாளைக் கையிலெடுத்தகணம் நான் அங்கிருந்து விலகி நடந்தேன். கால்களைத் தூக்கிவைக்க

மறுத்த ஆட்டைக் கயிற்றால் அடித்து நகர்த்த ஒருவர் முயற்சித்தார். அந்தத்திசையில் பார்க்காமல், வந்தவழியே கீழிறங்கி, ஓடையின் பாறைகளில் நின்றேன். சற்று நேரத்தில், தலை வெட்டிய ஆடுகளை, கழுத்துக்கு நெகிழிப்பையால் உறையிட்டு, கால்களைப் பிடித்துத் தூக்கியவாறு மக்கள் இறங்கி வந்தார்கள். அவர்கள் வந்தவழியில் உதிரம் சிந்தி செம்மண்பாதையின் நிறம் கூடியது. ஓடையிலமர்ந்து, அவர்கள் ஆட்டைக் கழுவத்தொடங்கினார்கள். நீரின் சிவப்புக்கான காரணம் புரிபட எனக்குள் ஏதோ என்னைப் பாரமாக அழுத்தியது. நான் நின்ற இடத்திலிருந்து ஒரு வழி பிரிந்து ஊருக்குள் போவதைக் கண்டேன். சட்டென்று அதற்குள் நுழைந்து நடக்கத்தொடங்கினேன்.

ஊர்ச்சாவடிக்கருகே கவனிப்பாரற்றுக் கிடந்த மண்பீடத்தைக் காணும்வரை தொடர்ந்து நடந்தேன். சற்று மூச்சிறைக்க, பீடத்தினருகில் சென்றமர்ந்தேன். வெறுமையாயிருந்த பீடத்தினடியில் முத்தாலம்மன் என்று கறுப்புச்சாந்தால் எழுதியிருந்தது. முன்பு அந்தப்பீடத்தில் ஏதும் கடவுள் இருந்திருக்கலாம் என நான் நினைத்தவேளையில் எனக்குப்பின்னால் ஒரு குரல் ஒலித்தது. "இதுக்கு முன்னால நீ முத்தாலம்மன் பத்திக் கேள்விப்பட்டதில்லையா?" நான் திரும்பினேன். ஒரு முதியவர் - உயிரற்ற சிலைபோல, எந்த அசைவுமின்றி - குத்தவைத்திருந்தார். நான் இல்லை எனத் தலையசைக்க ஓர் ஆச்சரியம் அவரது முகத்தை நிறைத்தது. கந்தல்துணிகளை ஆடையாய்ச் சுற்றியிருந்த அவரின் உதடுகள் மெல்லக்கோணின. அவர் சிரிக்கிறார் எனப் புரிந்தது. "முத்தாலம்மன் கதை என்ன?" என்றேன். "இங்கன நாட்டுல எத்தனை ஊர் இருக்கோ அத்தனை முத்தாலம்மன். எத்தனை முத்தாலம்மன் இருக்கோ அத்தனை கதையும்." அவரது உதடுகள் மீண்டும் கோணின. தனக்கருகே வைத்திருந்த துணிமூட்டைக்குள் கைவிட்டு எதையோ எடுத்தார். ஒரு சிறிய புத்தகம். "இதைப் படி. யாரும் சொல்லாத கதை." அதை வாங்கினேன். வெகுகாலம் முன்பெழுதிய சிறு கையேடு. அதன் முதல் பக்கங்கள் கிழிந்து நைந்திருந்தன. எழுதியவரைப் பற்றிய எந்தக்குறிப்பும் அதில் காணவில்லை. கையேட்டை நான் வாசிக்கத் தொடங்கினேன்:

"...சரியாகத் திருவிழா துவங்கிய முதல்நாளில் நான் ஊருக்குள் நுழைந்தேன்.

மதுரைக்குக் கிழக்கே அமைந்த இக்கிராமமும் இதன் திருவிழாவும் குறித்து அறிந்த நாள்முதல் இங்கு வரும் ஆவல்

எனக்குள் கிளர்ந்திருந்தது. எப்போதும் ஏழு ஊர் திருவிழாவாக கொண்டாடப்படும் சப்தகன்னிமார் கதையின் ஒரு பகுதியாகத்தான் முத்தாலம்மனை நான் அறிந்திருந்தேன். அதற்கு முற்றிலும் மாறாக வேறொரு கதை இங்கு வழங்கப்படுவதைச் சொல்லக்கேட்டு எனக்குள் ஆர்வம் பொங்க அம்மன்குடிலுக்கு வந்திருந்தேன்.

பிரதானவீதியை நடுவில் வகிர்ந்து மேல்பாதியாகவும் கீழ்பாதியாகவும் ஊர் இரண்டாய் பிரிந்திருந்தது. விழாநாட்கள் தவிர கீழ்பாதி சனங்களுக்கு மேல்பாதியில் நுழைய அனுமதியில்லை. கீழ்பாதியில் மக்களின் தொகை ஐநூறுக்கும் குறைவானாலும் சுற்றுப்பட்டு கிராமங்களிலிருந்து உறவுகள் குவிந்திருக்க மக்கள் வெள்ளத்தில் மிதந்தது. வெகுசில டாணாக்காரர்களும் பாதுகாப்புக்கு வந்திருந்தார்கள்.

விழாவின் முதல்நாள் நிகழ்வென ஊர்வலம் தொடங்கியிருந்தது. சாலையின் இருபுறமும் வேடிக்கை பார்க்கும் மேல்பாதி சனங்கள் நிறைந்திருந்தார்கள். சில பொடிசுகளும் பெண்களும் தங்களுக்குள் பேசியவாறு கடந்துபோக ஒரு மாட்டுவண்டி வீதிக்குள் நுழைந்தது. ஆனால் அதில் மாடுகளுக்குப் பதிலாக அதுபோல வேடமணிந்த இரு இளைஞர்கள் வண்டியை இழுத்து வந்தார்கள். உடல் முழுக்க கரியைப் பூசிக்கொண்டு எமகிங்கரன் ஒருவன் முன்பகுதியில் நின்றிருக்க ஜ்வலிக்கும் ஆடைகளும் நகைகளும் அணிந்து சித்திரகுப்தனும் எமனும் பின்னால் இரு சிம்மாசனங்களில் அமர்ந்திருந்தார்கள். நடமாடும் நாடகநிலையமாய் கிறீச்சிடும் சக்கரங்களோடு அந்த வண்டி மக்களினடுவே மிதந்து நேராக அரிசிக்கடைக்காரரின் வீட்டிற்குமுன் சென்று நின்றது. ஒரு கேலிச்சிரிப்போடு எமன் உரத்தகுரலில் கேட்டான். “அடேய் குப்தா, இந்த மானிடனின் பாவக்கணக்கு என்ன?” அதே கேலியோடு சித்திரகுப்தனும் பதிலளித்தான். “ராசா, இவன் எல்லாருக்கும் புழுத்துப்போன அரிசியை விக்குறான். தட்டிக்கேக்குற ஆளுங்க வீட்டுக்குச் சத்தமில்லாத நெருப்பு வைக்குறான். இவனச் சும்மா விடக்கூடாது. எண்ணெய்க்கொப்பறைல தள்ளி வறுத்தபிறகு தேளுங்களை விட்டுக் குண்டியிலேயே கடிக்க வைக்கணும்.” கூட்டம் ஓவென்று வெடித்துச் சிரித்தது. வாசலில் இருந்த அரிசிக்கடைக்காரர் ஏதும் சொல்லமுடியாமல் நெளிந்து வளைந்து ஒருமாதிரிச் சிரித்தார். வண்டி அங்கிருந்து நகர அடுத்து அது யார் வீட்டின் முன் நிற்குமோ என்ற ஆவலோடு மக்களும் தங்களுக்கு முன்னால் நிற்குமோ என்ற பீதியில் வீட்டுக்காரர்களும் நின்றிருந்தார்கள். மாட்டுவண்டி ஊர்ப்பால்காரரின் வீட்டின்

முன்னால் நின்றது. சித்திரகுப்தன் வாயைத் திறக்குமுன்னே அவசரமாக வெளியே வந்த பால்காரர் அவன் காலடியில் ஒரு துணிப்பையை வைத்தார். எமனும் சித்திரகுப்தனும் அவரைப் பார்த்து ஏளனமாகச் சிரிக்க கிங்கரன் பையை எட்டியுதைத்தான். தரையில் விழுந்த பைக்குள்ளிருந்து நாணயங்கள் தெறித்து வீழ்ந்தன. மறுபடியும் அனைவரும் ஓவென்று சிரிக்க பால்காரர் சிவந்தமுகத்துடன் தலையைக்குனிந்தபடி காசுகளைப் பொறுக்கினார். கருமேகம் வானில் நகர்வதாய் மெதுவாக ஊர்ந்து வண்டி அடுத்த வீதியின் திருப்பத்தில் சென்று மறைந்தது.

சற்று நேரத்தில், நீண்ட கழிகளைச் சுழற்றியபடி சிலம்பாட்டக்காரர்களின் அணிவரிசை வீதியில் நுழைந்தது. சிறார் முதல் முதியோர்வரை அனைவரும் அதிலிருந்தனர். வரிசையாக வருவதுபோலத் தோன்றினாலும் அவ்வப்போது அவர்களின் கழிகள் - ஒருவித சவாலைப் போல - தெருவோரங்களில் நின்ற மக்களின் பக்கமும் சென்றதை என்னால் உணரமுடிந்தது. பலகாலமாகத் தாங்கள் சந்தித்த அவமானத்தின் தழும்புகளை ஓரேநாளில் இறக்கிவைக்கும் வேகத்தோடு சிலம்பாடினார்கள். மேல்பாதி கூட்டத்தில் இருந்த இளைஞர்கள் சிலர் கோபமாக அவர்களை நோக்கிக் கிளம்பியபோது ஊர்ப்பெரியவர்கள் தடுத்து ஆற்றுப்படுத்தினர். “இந்த மூணுநாளுதான? விட்டுத் தள்ளுங்கப்பா...” பேசிக்கொண்டிருக்கும்போதே சில கழிகள் அவர்களின் திசையிலும் சென்று மீள ஊர்வலம் சென்றவர்கள் ஓவென்று அலறினார்கள். டாணாக்காரர்கள் காணாததுபோலத் தலையைத் திருப்பிக்கொண்டனர். இருண்டமுகங்களுடன் மேல்பாதி இளைஞர்கள் சிலர் கூட்டத்திலிருந்து வெறுப்புடன் வெளியேறிச் செல்வதைக் கண்டேன்.

ஊர்வலத்தில் அடுத்து வந்த மனிதரைக் கண்டவுடன் அங்கு நிலவிய கூச்சல் யாவும் குறைந்து சட்டென்று அமைதியானது. அனேகமாக அவர் கீழ்பாதியின் தலையாரியாக இருக்கக்கூடும். வீதியின் இருபுறமும் நின்றிருந்த மக்களை நோக்கிக் கைகூப்பி புன்னகையோடு நடந்துபோனார். அவருக்குப் பின்னால் கையில் தடிமனான புத்தகத்தோடு கண்ணாடியணிந்த ஒரு வயதான மனிதர் நடந்துவர அருகில் மற்றொருவர் அவருக்குக் குடைபிடித்தவாறே சென்றார். அவர்களின் தலைகள் மறைந்த மறுகணம் சத்தமும் பரபரப்பும் மீண்டும் கூட்டத்திற்குள் வந்தமர்ந்தது.

தொட்டிகளில் அல்லது காவடிவடிவில் வளர்ந்திருந்த முளைப்பாரியைத் தலையிலேந்திய பெண்களின் நீண்டவரிசை அடுத்ததாக வீதியில் நுழைந்தது. கையில் மஞ்சள்கயிறோடு முகத்தில் பெருமிதம் பொங்க அப்பெண்கள் நடந்து சென்றார்கள். திருவிழாவுக்குத் தண்டோரா போட்டுக் கொடிமரம் நட்ட நாள்முதல் ஊருக்குள் தனியாக இடம்பிரித்து நெல், நவதானியம், கோதுமை, கேழ்வரகு, பயறுவகைகளைப் பயிரிட்டு அதனுடன் இயற்கைஉரமும் கலந்து வளர்க்கும் முளைப்பாரியினைச் சுமந்துசென்று அம்மனுக்கு மாவிளக்குப் போடுவது பெண்களின் முக்கியச்சடங்காயிருந்தது. அவர்களுக்கு வழிவிட விலகுகையில் ஒரு மூதாட்டியின்மீது தெரியாமல் இடித்துக்கொண்டேன். நிறைய வருடங்களைக் கடந்திருந்தாலும் அவை விட்டுச்சென்ற நினைவுகள் இன்னும் அவளுக்குள் தேங்கியிருந்தன. ஊரையும் திருவிழாவையும் பற்றி அவளிடம் விசாரித்தேன். முதியவள் சொன்ன அம்மன்குடிலின் கதை இதுதான்.

முத்தாலம்மன் சரிதம்

ஆலயத்தில் கூடிமகிழ உலகத்தாயான
எங்க முத்தாலம்மனுக்கு
தனித்துநின்ன தாயான தங்கமுத்தாலம்மனுக்கு
வாருமம்மா முத்தாலம்மா உனக்கேத்த ஆலயமும்
நாங்கள் அமைத்துதாறோம் என்றுசொல்லி மக்களெல்லாம்
சொல்லிவருகையிலே என்தாயே முத்தாலம்மா
எனக்கேத்த கோயிலும் எங்குமே இல்லையே
எனக்கேத்த இடமும்தான் முச்சந்தியாம் என்றுசொல்லி
என்தாயே முத்தாலம்மா அன்றுபிறந்து அன்றழிவேன்
மக்கள் செய்யும் பூஜையிலே மனமுவந்து வந்திடுவேன்

(முத்தாலம்மன் கதைப்பாடலின் ஒரு பகுதி)

ஊருக்குள் சீரும்சிறப்புமாய் வாழ்ந்த தனவந்தனுக்கு இரு பெண் பிள்ளைகள். மூத்தவளுக்குப் பட்டத்தரசி, சின்னவளுக்கு முத்தாலம்மா எனப் பெயரிட்டு, வாழ்வின் அர்த்தமாய் வந்த தவப்புதல்விகளை அவன் கண்ணுங்கருத்துமாய் வளர்த்துவந்தான். நீர்விட்டு வளரும் நெடுமரமாய் குற்றங்குறை ஏதுமின்றி பெண்களிருவரும் வளர்ந்து மகிழ்ந்திருந்தனர். ஊரே கண்போடும்விதமாக அக்காளும் தங்கையும் அனைவருக்கும் செல்லப்பிள்ளைகளாக இருந்தனர். விளையாட்டு ஒருபுறமிருக்க

தந்தையின் பேர் எங்கும் கெட்டுவிடாதபடிக்கு கவனமாகவும் பொறுப்போடும் இருவரும் விளங்கினர். பெண்டுகளுக்கு மணக்காலம் வர, நல்வரன்களைத் தேடி இருவரையும் வெவ்வேறு ஊர்களில் கட்டித்தந்தான் அப்பன். பிரிவெண்ணி வருந்தினாலும் எங்கிருந்தபோதும் தங்களின் அன்பு குறையாதெனும் உறுதியோடு புகுந்தஊர் கிளம்பினார்கள் சகோதரிகள்.

பட்டத்தரசிக்கு அடுத்தடுத்துப் பதினாறு பிள்ளைகள் பிறக்க இளையவளுக்கு ஏனோ குழந்தைபாக்கியம் இல்லையென்றாலும் அதையெண்ணி எந்நாளும் அவள் கவலைகொண்டாளில்லை. அக்காளின் பிள்ளைகளைத் தன்னதாய் வரித்துக்கொள்ள குழந்தைகள் அவளிடம் பிரியத்தோடு ஒட்டிக்கொண்டன. தினமும் சூரியன் உதிக்கும் முன்னெழுந்து ஏழுகாத தூரம் நடந்து அக்கா வீடடைந்து பிள்ளைகளை எழுப்பிக் குளிப்பாட்டி, சீவிச்சிங்காரித்து, உணவூட்டிக் கொண்டாடி, சேர்ந்து விளையாடி, அதுகள் விளையாடும் அழகை ரசித்து, இரவானபிறகு உறங்கவைத்து, அதன்பிறகு வீடு திரும்புவாள் முத்தாலம்மா. தன்னை விடவும் தங்கையிடம் பிள்ளைகள் கொண்ட அன்பை எண்ணிப்பூரித்தாள் பட்டத்தரசி.

நல்லதொன்று நடக்கையில் அதைக்கண்டு எரிச்சலுறும் சனங்கள் இல்லாத ஊரென்று ஏதுமில்லை என்பது அனைவரும் அறிந்ததுதானே?

சகோதரிகள் ஒற்றுமையாய் இருப்பதுகண்டு பொறுக்காத குரூரமனங்கள் இல்லாததும் பொல்லாததும் அக்காளிடம் சொல்லத்தொடங்கின. மெல்லக் குழந்தைகளைத் தன்பக்கம் இழுத்துப் பிறகு உன் தாலியையும் சொத்தையும் பிடுங்கிக்கொண்டால் நீ என்ன செய்வாய்? தன்னைக் கேட்டவர்களை எள்ளி நகையாடிக் கடந்தாள் பட்டத்தரசி. ஆனால் அதற்காக அவர்கள் கேட்பதை நிறுத்தவில்லை. சந்தேகம் எனும் எறும்பூர மனம் எனும் கல் மெல்லத் தேய்ந்திட அச்சம் ஆட்கொண்டது பட்டத்தரசியை. பிள்ளைகளையும் கணவனையும் எண்ணிக் கலக்கம்கொண்டு தன்னைமீறித் தங்கையிடமிருந்து மனதளவில் விலகவாரம்பித்தாள். ஒருபோதும் அவளிடம் சந்தேகம் கொண்டிராத முத்தாலம்மாவுக்கு அக்காளின் விலக்கம் புரிபடவில்லை. எப்போதும்போல அவள் அக்காளின் ஊருக்கு வருவதும் போவதுமாக இருந்தாள்.

அன்று அனைவருக்கும் முன்பு எழுந்தாள் பட்டத்தரசி. பிள்ளைகளை இனியும் தங்கையிடம் பகிர்ந்திட அவள்

தயாராயில்லை. உறங்கிய பிள்ளைகளைத் தட்டியெழுப்பி தான் சொல்லும்வரை வெளியே வரக்கூடாது என மிரட்டி நெல் அவிக்கும் குதிருக்குள் பதினாறு பேரையும் மறைத்தாள். பிள்ளைகளைத் தேடிவந்த முத்தாலம்மாவிடம் அப்பனோடு அனைவரும் வெளியூருக்குப் போனதாகக் கதை சொன்னாள். தன்னிடம் கூறாது சென்ற பிள்ளைகளை எண்ணி விசனம் கொண்டவளாக அங்கேயே அமர்ந்திருந்தாள் தங்கைக்காரி. தலைக்குமேலே உச்சிக்கு வந்த சூரியன் எதிர்த்திசை சென்று சாயும்வரை பிள்ளைகளை அவள் கண்கள் பார்க்கவில்லை. அவளின் இருப்பை மறுத்து கேலிச்சிரிப்போடு சுற்றிவந்த வாய்களும் கண்களும் முதன்முறையாக அவளுக்கு வேறுகதை சொன்னபிறகே தன்னுடைய சூழல் புரிபட்டது. ஆற்றில் புரண்டோடும் வெள்ளமாய் கண்களில் நீரோடு அக்காவைத் தேடினாள். பட்டத்தரசியோ மனம் இளக விரும்பாமல் வீட்டுக்குள் தன்னை ஒளித்துக் கொண்டாள்.

வாழ்க்கை முழுக்கக் கட்டியெழுப்பிய அன்பின் மாளிகை ஊரார் பேச்சால் சிதைந்ததெண்ணி கோபமும் ஆவேசமுமாகக் கிளம்பினாள் முத்தாலம்மா. அவள் சென்ற பாதையெங்குமிருந்த பச்சைப்பொட்டு யாவும் கருகி ஊரே சாம்பல்நிறமானது. நேரேசென்று அவள் ஊருக்குப் புறத்தேயிருந்த கிணற்றில் பாய்ந்தாள்.

தங்கை புறப்பட்டவுடன் வேகமாக ஓடிப்போய் நெற்குதிரின் கதவைத்திறந்த பட்டத்தரசி திகைத்தாள். பதினாறு குழந்தைகளும் நெல்லோடுநெல்லாக அவிந்துகிடந்தன. ஓவென்று அலறியரற்றியவளுக்குத் தனது தவறு புரிந்தது. அனைவரையும் அள்ளிச்சுருட்டிக்கொண்டு தங்கையைத் தேடியோடினாள். ஆனால் அவளோ கிணற்றுக்குள் பிணமாகக் கிடக்கக்கண்டு பட்டத்தரசியின் அழுகை கூடியது. செய்வதறியாது தங்கையின் உடலைக் கட்டிக்கொண்டு கதறினாள். பிள்ளைகளைத் திருப்பித்தந்தால் காலமெல்லாம் வழிபட்டுக் கொண்டாடுவதாக முத்தாலம்மாவின் பாதங்களைச் சரணடைந்தாள்.

அப்போதுதான் அசரீரியாக அந்தக்குரல் ஒலித்தது: "உன் பிள்ளைகள் உனக்கு மீண்டும் கிடைப்பார்கள். அதற்காக என்னை நீ வழிபட வேண்டாம். வாழ்வில் ஏதும் நிரந்தரமில்லை என்பதைச் சொல்லும்விதமாக அன்றேபிறந்து அன்றே அழிவேன். எனக்கு எந்தக் கோயிலும் தேவையில்லை."

குரல் ஓய்ந்த மறுகணம் பதினாறு குழந்தைகளும் உயிர்பெற்று வந்தனர். அன்றிலிருந்து முத்தாலம்மன் சாமியாக நின்று ஊரைக் காத்துவருகிறாள்.

ஊர்முச்சந்தியில் வைத்து வழிபட்டு ஒரேநாளில் அம்மன் தோன்றி மறையும் திருவிழாவும் அவளுக்காகக் கொண்டாடப்படுகிறது.

ஒவ்வொரு வருடமும் திருவிழாவைக் கொண்டாட அம்மனிடம் அனுமதி பெற ஊருக்கு வெளியே ஓலைக்கீற்றால் கூரைவேய்ந்து ஒரு வேலிப்படல் அமைப்பார்கள். ஆனால் சாதாரணமாக அப்படலை அமைத்து விடமுடியாது. பட்டத்தரசி வழிவந்தர்களின் குடும்பத்தில் மிக மூத்தவரும் இருப்பதில் இளையவனும் ஊரின் அருகிலிருக்கும் காட்டுக்குள் நுழையவேண்டும். மனிதவுரு அல்லது மிருகமென ஏதேனும் வடிவில் படல் அமைக்கும் மரத்தை அவர்களுக்குக் காட்டித்தருவாள் முத்தாலம்மன். பெரும்பாலும் நாகவடிவில் வருவாள் என்பதால் ஊருக்குள் ஏகப்பட்ட நாகர் சிலைகளைக் காணலாம். அடையாளங்காட்டப்பட்ட மரத்தின் இரு நுனிக்கிளைகளை வெட்டிவந்து அவற்றால் வேலிப்படல் அமைக்கவேண்டும். படல் அமைத்த மூன்று தினங்களுக்குள் அதற்குள் கெவுளிச்சத்தம் கேட்டால் திருவிழாவுக்கு அம்மன் அனுமதி வழங்கியதாக அர்த்தம். இல்லையெனில் அவ்வருடம் அம்மனுக்குத் திருவிழா நடத்தாமல்போய் ஊரே துயரத்தில் சிக்கிச்சூழலும். அதிலிருந்து விடுபடவும் அம்மனின் பாதம் பணிவதுதவிர அவ்வூர் மக்களுக்கு வேறேதும் தெரியாது.

திருவிழாக்காலத்தில் அம்மனுக்கு இரண்டு வழிகளில் நேர்த்திக்கடன்கள் செலுத்தப்பட்டன. முதலில் - 'உருண்டு கொடுப்பது.' அம்மனின் பீடம் அமைந்த இடத்தைச்சுற்றி நீர் நிறைத்து அப்பகுதி முழுக்கச் சேறாக்கியபின் ஆட்கள் அச்சேற்றில் விழுந்துபுரண்டு நெடுஞ்சாண்கிடையாகக் கோயிலைச் சுற்றி வருவார்கள். இவர்களைச் சேத்தாண்டிகள் என்றழைப்பர். தூசியையும் துரும்பையும் விடச்சிறியது மானிடப்பிறவி என்பதே இந்தப் பிரார்த்தனையின் தாத்பர்யம். அடுத்ததாக - 'தழும்பு போடுவது.' வெகுகாலம் குழந்தைப்பேறு இல்லாதவர்கள் அம்மனுக்கு வேண்டி குழந்தை பிறந்தால் அதன் வயிற்றில் நெருப்புக்கோலால் சூடு போடுவார்கள். மேல்பாதியைச் சேர்ந்தவர்கள் சூரிய வடிவிலும் கீழ்பாதி மக்கள் பிறைநிலவின் வடிவிலும் சூடு வைப்பது வழக்கம். அம்மன் அருளால் பெற்ற பிள்ளைகள் என்றும் அவளை மறக்காதவண்ணம் இயற்கையின்

இருபெரும் சக்திகள் குழந்தைகள் உடலில் என்றைக்குமாகத் தழும்பாக நிலைத்திருக்கும்.

பிறப்பும் இறப்பும் இங்கு அவளின் பெயராலே நிகழ்கிறது.

இதுவே முத்தாலம்மன் சரிதம்...!!!

[கையேட்டை வாசித்துக்கொண்டிருந்த எனக்கு கருப்பன் கோயிலில் பார்த்த முதிய பெண்மணி நினைவில் இடறினாள். வாசிப்பதைத் தொடர்ந்தேன்]

மூதாட்டி போனபின் கவனத்தை நான் மீண்டும் ஊர்வலத்திடம் திருப்பினேன். அங்கு இறுதியாக, ஆண்களும் சிறுவர்களும் அம்மன்போல பெண்வேடமிட்டு வந்தார்கள். அவர்களும் சென்றபிறகு மக்கள்திரள் அங்கிருந்து கலைந்து அம்மன் பிறப்பு மண்டபம் நோக்கி நகரத்தொடங்கியது.

அதற்குள் வெயில் சாய்ந்திருக்க, ஊர்மைதானத்தில் திருவிழா ஆட்டங்கள் களைகட்டத் தொடங்கின. நான் மைதானத்துக்குள் நுழைந்தேன். கையால் சுற்றும் ரங்கராட்டினத்தைக் குழந்தைகள் மொய்த்திருந்தன. வித்தை காட்டுபவர்களும் தந்திரநிகழ்ச்சி நடத்துபவர்களும் மக்களைத் தங்களின் பக்கம் இழுக்க உரக்கச் சத்தம் போட்டவாறிருந்தார்கள். தள்ளுவண்டியில் இரட்டைக்கட்டைகளோடு லங்கர் உருட்டியவனிடமும் நல்ல கூட்டம். "நாலணா வச்சா எட்டணா, எட்டணா வச்சா ஓர்ருவா, ஓர்ருவா வச்சா ரெண்ர்ருவா... எதுவச்சாலும் டபுளு. ஓடியா, ஓடியா" அவனது குரல் கணீரென்று ஒலித்தது. நான் நெருங்கிச்சென்று பார்த்தேன். அந்தப்பயல் ஜெய்சங்கர் ரசிகனாயிருக்க வேண்டும். பொதுவாக லங்கர்கட்டைகளில் காணக்கூடிய எம்.ஜி.ஆர், சிவாஜி, நடிகைகளின் படங்களுக்குப் பதிலாக விதவிதமான ஜெய்சங்கர் புகைப்படங்களை கட்டைகளில் ஒட்டி இருந்தான். "டவுன்ல இருந்து வந்திருக்குற சாருக்காக ரெண்டு ரூபா," என்னை யாரென்றே அறிந்திராத ஒருவன் என் பேரில் பணம் கட்டுவதைப் பார்த்து எனக்குச் சிரிப்பு வந்தது. இது எங்கு முடியுமென்பதும் எனக்குத் தெரியும். ஆரம்பத்தில் ஜெயிப்பதுபோல உள்ளேயிழுத்துக் கையிலிருக்கும் மொத்தப்பணத்தையும் உருவிக்கொண்டு விடுவார்கள். நான் சிரித்தவாறே தலையை அசைத்தபடி அங்கிருந்து வெளியேறினேன். தைரியமற்றவன் என என்னைக் கேலிசெய்து அவன் பேசிய வார்த்தைகள் என் முதுகுக்குப் பின்னால் காற்றில் கரைந்தன.

மெல்ல நடந்து அம்மன் பிறப்பு மண்டபத்தை வந்தடைந்தேன். பீடத்தினருகில் களிமண், சாந்து, முட்டை கலந்து உருவான சிலையை வைத்திருந்தார்கள். இதுதான் வடிவம் என்று சொல்லமுடியாத ஒரு வடிவத்துடன் கூடிய சிலை. மக்கள் பயபக்தியுடன் சுற்றி நின்றிருந்தார்கள். அம்மனின் சிலை செய்வது முதல் அவளுக்குக் கண்திறந்து பூசைகளிட்டுக் கடைசியாக முச்சந்தியில் உடைப்பதுவரை சடங்குகள் யாவும் கீழ்பாதி மக்கள்தான் செய்யவேண்டும். அம்மனுக்குக் கண்திறக்கும் நிகழ்வு அடுத்து நடைபெறக்கூடும். எனவே பூசாரியின் வருகைக்கு அனைவரும் காத்திருக்க நானும் அவர்களோடு போய் நின்றேன்.

வெகுநேரம் ஆகியும் பூசாரி வரவில்லை. மக்களுக்குள் சின்னதாக சலசலப்பு எழுந்தது. இதுபோன்ற நேரங்களில் பூசாரிகள் சில எடக்குகளைச் செய்வது வழக்கம்தான். தனக்குரிய மரியாதை தரவில்லை, வேண்டியதைச் செய்தால் மட்டுமே அம்மனின் கண் திறப்பேன் என அடாவடி செய்யும் பூசாரிகள் நிறைய உண்டு. அதிலும் ஒருசிலர் யாரும் பார்க்காதபடி மரக்கிளைகளின் உச்சியில் ஒளிந்துகொள்ள ஊர்மக்கள் அவர்களைத் தேடிக் கண்டுபிடிப்பதே பெரும்பாடாக இருக்கும். இதுவும் அப்படித்தான் என மக்கள் தங்களுக்குள் பேசிச் சிரித்தார்கள். என்றாலும் நேரம் செல்லச்செல்ல ஒரு சிறிய பதற்றம் பரவத்தொடங்கியது. எல்லோரும் சேர்ந்து பூசாரியைத் தேடத்தொடங்கினர். ஆனால் எங்குதேடியும் பூசாரியைக் காணவில்லை. ஏறத்தாழ இரண்டு மணி நேரங்களுக்குப் பிறகுதான் அந்த உண்மை தெரிய வந்தது. பூசாரியும்...”

அதன்பிறகு பக்கங்கள் கிழிக்கப்பட்டிருக்க கையேடு முடிந்திருந்தது. நான் குழப்பமாய் நிமிர்ந்தேன். முதியவர் இன்னும் அதே இடத்தில் இளித்தவாறே அமர்ந்திருந்தார்.

“பிறகு? பூசாரி கிடைச்சாரா? இந்தப் புத்தகத்தின் கடைசியைக் காணோம்?” நான் கேட்டேன்.

முதியவரின் கண்கள் இருண்டன. “அன்னைக்கு ஊருக்குள்ள பெரிய கலவரம். இதை எழுதினவரும் செத்துட்டாரு. அவர் ஒரு பத்திரிக்கைக்காரரு. இதையும் அழிக்கப் பார்த்தாங்க. கடைசில இதுதான் மீந்துனது”

நான் அதிர்ந்தேன். “எப்படி?”

"பூசாரி காணாமப்போன நேரம் மேல்பாதில ஒரு பொண்ணும் காணலை. ஊர்ப்பெரியவரோட பொண்ணு அது. அவங்க ரெண்டுபேரும் ஓடிப்போனதா சனங்க தங்களுக்குள்ள அடிச்சுக்க ஆரம்பிச்சு பெரிய கலவரமாச்சு. நிறைய சேதாரம், உயிர்ப்பலி. பாவம், எதுக்குமே சம்பந்தமில்லாத சீவனெல்லாம் போச்சு. இதெல்லாம் நடந்து முப்பது வருசமாகியும் இன்னும் திருவிழாவே நடக்குறதில்லை. அதுக்குப்பிறகு அவ திருவிழாக்கு அனுமதி தரவேயில்லை."

அவர் பேச்சிலிருந்த பூடகம் என்னைக் குழப்பியது. "உங்களுக்கு எப்படி இது எல்லாம் தெரியும்? அந்தப்பூசாரியும் பொண்ணும் என்ன ஆனாங்க?"

முதியவர் பதிலேதும் சொல்லாமல் கையை நீட்டினார். கையேட்டை மீண்டும் நான் அவரிடம் தர அதை வாங்கிக்கொண்டே மெல்ல எழுந்தார். அருகில் இருந்த மூட்டைக்குள் கையேட்டை வைக்கப்போனவர் ஏதோ யோசித்தவராக மெல்லத் தன்மீது போர்த்தியிருந்த கந்தல்துணியை விலக்கி அதை இடுப்பில் செருகினார். அவர் வயிற்றின் இடப்பகுதியின் எனது பார்வை நிலைக்க நான் அதிர்ந்தேன்.

அதேவேளை எனக்குப் பின்புறம் ஓர் ஒலிகேட்டுத் திரும்பினேன். கருப்பசாமி கோயிலில் நான் பார்த்த முதியவள் எங்களிடம் வந்துகொண்டிருந்தாள்.

உயிர்மை, 2023

சாமி

பெரியார் பாலத்திலிருந்து கீழிறங்கிய பேருந்து மெல்ல ஊர்ந்து வந்து மாப்பாளையத்தில் நின்றது. மகபூப்பாளையம் எனும் இப்பகுதியின் பெயர் எப்போதிருந்து மாப்பாளையம் ஆனதென்பது எனக்குத் தெரியாது. ஆனால் நினைவு தெரிந்த நாள் முதலே எனக்கு அது மாப்பாளையம்தான். முன்னால் நின்ற நாற்பது வயதுப் பெண் கண்டக்டரைத் திட்டியபடியே இறங்கினாள். இன்னும் சற்றுத்தள்ளி ஈ.எஸ்.ஐ-க்கு அருகே நிறுத்தினால் வீட்டினருகே இறங்கலாம் என்பது அவளின் ஆதங்கம். எனக்கு இதுவே தூரம். பேருந்தில் ஏறும்போதே காலனி ஆர்ச்சின் முன்னால் நிற்குமா என்று கண்டக்டரை நானும் கேட்டேன். ஆம் இல்லை என்றல்லாமல் அவன் பொத்தாம்பொதுவாகத் தலையசைத்தான். ஆனாலும் பேருந்து நிற்கவில்லை. மாப்பாளையத்தில் இருந்து இனி நான் பின்னால் நடக்க வேண்டும். எதிலும் குறைபட்டுக் கொள்ள ஒவ்வொருவருக்கும் ஏதோவொரு காரணம் கிடைத்து விடுகிறது, அதற்கு நானும் விதிவிலக்கில்லை. மெல்ல இறங்கினேன். மேலும் சிலரைக் கீழே உதிர்த்து விட்டு பேருந்து அரசரடிக்கு நகர்ந்தது.

எனது கால்கள் தன்னிச்சையாக ரயில்வே காலனி வாயிலை நோக்கி நடக்கத் தொடங்கின. இருபது வருடங்கள் நடந்து பழகிய பாதை. இரண்டு வருடங்கள் ஊரில் இல்லையென்றால் மறக்குமா

என்ன. மதுரைக்குள் வந்து இறங்கியதும் கூப்பிடாமல் வந்து சேரும் தோழன் போல சுட்டெரிக்கும் வெயிலும் வந்திருந்தது. முன்பை விடத் தற்போது பிசுபிசுப்பு கூடியிருப்பதாகத் தோன்றியது. ஆனால் நெல்லையோடு ஒப்பிடும்போது இது மோசமில்லை. சாலையின் வலது ஓரமாகவே நடந்து செவந்த்-டே ஸ்கூலின் முன்பக்கத்தை வந்தடைந்தேன். பூதமொன்று வாயைப் பிளந்து காத்திருப்பதைப் போன்ற காலனியின் முகப்பு வளைவு. நேற்றிரவு சாமியின் அம்மா அழைத்தபோது அவரின் குரல் பதற்றமின்றி திடமாக ஒலித்தது. “அவன் உன்னைப் பாக்கணும்னு சொல்றான். உன்னை மட்டும்தான் பாக்கணும்னு சொல்றான்.” என்னால் மறுக்க முடியவில்லை. வேலை பார்க்கும் கல்லூரியில் விடுப்புச் சொல்லிக் கிளம்பினேன். இருபுறமும் வாகனங்கள் வருகின்றனவா எனப் பார்த்தவாறே சாலையைக் கடக்கும்போது உடலில் நடுக்கம் கூடுவதை என்னால் உணர முடிந்தது. அதற்கான காரணம் என்னவென்பதும் எனக்குத் தெரியும். ஒருபோதும் சாமியை இப்படியொரு சூழலில் சந்திக்க நேரிடும் என்று நான் நினைத்ததே கிடையாது.

ஆட்கள் நடமாட்டமின்றி, அமைதியாயிருந்த ரயில்வே ஆஸ்பத்திரி. சில வருடங்களுக்கு முன்னால் சாமியின் அப்பாவை அட்மிட் செய்த காலத்தில் அவனும் நானும் இங்கு நாயாக அலைந்திருக்கிறோம். வீட்டிலிருந்து சாப்பாடு கொண்டு வர, உடைகளைத் துவைத்து எடுத்து வர, அவரைக் காண வரும் உறவினர்களை அழைத்துக் கொண்டு என இருவரும் மாற்றி மாற்றிப் போய் வருவோம். அப்போதெல்லாம் மீண்டும் இதற்குள் நுழையும் துயரம் நம்மில் யாருக்கும் நிகழக் கூடாதென்று சாமி தலைதலையாக அடித்துக் கொள்வான். ஆனால் இப்போது அவன் அப்பாவின் இடத்தை எடுத்துக் கொண்டிருக்கிறான்.

எதை எதிர்கொள்ளப் போகிறோம் எனும் தெளிவின்றி மருத்துவமனைக்குள் நுழைந்தேன். வழியில் ஒரு செவிலியிடம் விசாரித்தபோது உள்நோயாளிகள் பிரிவுக்குச் சென்று பார்க்கச் சொன்னார். பச்சையும் வெள்ளையும் கலந்த சுவர்கள் இயல்பாகவே அந்த இடத்துக்கு ஒரு நோய்த்தன்மையைக் கொண்டு வந்திருந்தன. நிறமும் நினைவுகளும் கலந்து மூச்சு முட்டுவது போலிருந்தது. மாடி லிஃப்டைத் தாண்டியபோது அதையொட்டி உள்வாங்கியிருந்த பகுதியின் கழிவறைக்குள்ளிருந்து ஒரு கிழவி வெளியேறி வந்தாள். நெருப்புக்கோழி போல அவள் முகம் மட்டும் மேல்நோக்கி நீண்டிருக்க உடல் முழுக்கவே கூன் போட்டிருந்தது. வயது

எண்பதுக்குக் குறையாது. சேலையைக் கைகளால் தொடை வரை தூக்கிப் பிடித்திருந்தாள். கட்டிடங்களில் பிடிமானத்துக்குக் கட்டும் மூங்கில் குச்சிகளைப் போன்ற ஒல்லியான கால்களின் வழியே இன்னும் நீர் வழிந்தது. அவளைப் பார்த்தவுடன் எனக்கு மீண்டும் சாமியின் அப்பாவும் அவ்வரைக் கவனித்துக்கொள்ள அவன் பட்ட சிரமங்களும் நினைவுக்கு வந்தன. சாமியின் துயரங்கள் யாவும் ஒற்றை உருக்கொண்டு அக்கிழவியின் வடிவில் வந்திருப்பதாக எனக்குள் ஒரு தோற்றமயக்கம் உண்டானது. அங்கிருந்து விலகி உள்நோயாளிகள் பிரிவை வந்தடைந்தேன்.

அனேகமாக அங்கு இருபது படுக்கைகளுக்குக் குறையாமல் இருக்கக்கூடும். எல்லாவற்றிலும் ஆட்கள். ஒரு படுக்கையினருகே சாமியின் அம்மா அமர்ந்திருப்பதைப் பார்த்தேன். ராஜியைக் காணவில்லை. ஒருவேளை வீட்டில் இருந்து சமைக்கும் வேலைகளை அவள் பார்த்துக் கொள்ளலாம். என்றாலும் அவள் இங்கு இருந்திருந்தால் நன்றாயிருக்கும் எனத் தோன்றியது. நான் வந்ததை சாமியின் அம்மா இன்னும் பார்த்திருக்கவில்லை. மெல்ல அந்தப் படுக்கைக்கு நடந்தேன். அவரைச் சமீபித்து, முதுகின் பின்புறமிருந்து எட்டி, படுக்கையில் கிடந்த உருவத்தைப் பார்த்தேன். என்னையும் மீறி உடல் அதிர்ந்தது. அந்தப் படுக்கையில் அங்கு கிடந்தது நானறிந்த சாமி கிடையாது. எனக்குத் தெரிந்தவன் ஆறடிக்கு நன்கு உயரமாயிருப்பான். அந்த உயரத்திற்கு ஏற்றாற்போன்ற திண்மையான உடல்வாகு. கடினமாக வேலை பார்த்துக் கைகளெல்லாம் உருண்டு திரண்டிருக்கும். நீ ஒரு அடி விட்டால் நானெல்லாம் சுருண்டு போவேண்டா சாமி என எத்தனையோ முறை அவனைக் கிண்டல் பண்ணியிருக்கிறேன். ஆனால் இங்கு படுத்திருந்தவனோ சிறு குழந்தையைப் போல உடல் மெலிந்து பிரிநாராகக் குறுகிக் கிடந்தான். கை கால்களெல்லாம் குச்சிகுச்சியாகச் சூம்பிப் போயிருந்தன. இது நிச்சயம் அவனாக இருக்க முடியாது. இருக்கவும் கூடாது. மனதின் நம்பிக்கைகளை யதார்த்தத்தின் கருணையற்ற கரங்கள் சிறுகிளையென முறித்துப் போடும் தருணம். அதிர்ச்சி எனக்குள்ளிருந்து ஒரு கேவலாக வெளிப்பட்டது. திடீரென்றெழுந்த சத்தம் கேட்டு சாமியின் அம்மா திரும்பினார். என்னைப் பார்த்தவரின் முகத்தில் எந்தச் சலனமுமில்லை. படுக்கையில் கிடந்தவனை நான் இன்னும் தெளிவாகப் பார்க்கும் வகையில் உட்கார்ந்த இடத்திலிருந்து எழுந்து விலகி நின்றார். படுக்கைக்கு அருகில் சென்றேன். இப்போது அவனை இன்னும் தெளிவாகப் பார்த்தேன்.

அவ்வுருவத்தின் முகம் மட்டுமே சாமியினுடையதாக இருந்தது. அதையும் அவனது சாயல் என்றுதான் சொல்ல முடியும். கண்கள் லேசாகத் திறந்திருக்க ஆழ்ந்து உறங்கிக் கொண்டிருந்தான். பிளந்த வாயினோரமாக எச்சில் வடிந்திருந்தது. தலைமாட்டில் கிடந்த துணியை எடுத்து அதைத் துடைத்தேன்.

“எப்போ எழுந்திருப்பான்?”

“தெரியலை, மாத்திரை போட்டிருக்கான்.”

ஏற்றஇறக்கங்கள் இல்லாத உணர்வற்ற குரல். என்னால் அதை ஏற்றுக் கொள்ள முடியவில்லை. என்னைப் பார்த்தவுடன் அவர் உடைந்தழுவார் என நான் எதிர்பார்த்திருந்தேன் போல. அல்லது நான் அழுவதற்கான உடைப்பை அவர் நிகழ்த்துவார் எனவும். அதில் எதுவும் நடக்கவில்லை என்பது எனக்கு சற்றுக் கடுப்பாக வந்தது. ராஜியைப் பற்றிக் கேட்கலாமா என்று யோசித்து பிறகு அதைத் தவிர்த்தேன். அவரிடம் கேட்க எனக்கு நிறையக் கேள்விகள் இருந்தன. ஆனால் அந்தக்கணத்தில் நான் பேச்சின் வலிமையை முற்றிலுமாக இழந்திருந்தேன். எரிச்சலுற்றவனாக, வெளியே சென்று வருவதாகச் சொல்லி அவர் பதிலுக்குக் காத்திராமல் திரும்பி நடந்தேன். என்னைத் தடுக்க அவர் முயற்சிக்கவில்லை.

எங்கு போவதென்று எனக்குத் தெரியவில்லை. இன்ஸ்டிட்யூட்டுக்குப் போய் உட்காரலாமா என்று யோசித்தேன். ஆனால் அங்கு என்னைத் தெரிந்தவர்கள் நிறையப் பேருண்டு. ஒவ்வொருவருக்கும் பதில் சொல்லி மாளாது. சற்று நேரம் நான் தனிமையில் இருக்க வேண்டும். ஒரு முடிவுக்கு வந்தவனாக ரயில் நிலையத்துக்கு நடந்தேன். அங்கே எட்டாவது பிளாட்பார்ம் யாரும் இல்லாமல் அமைதியாகக் கிடைக்கும். அந்த ஒரு பாதை மட்டும் இன்னும் பிராட்கேஜாக மாற்றப்படாத காரணத்தால் பெரும்பாலும் அதில் வண்டிகள் வருவதில்லை. எதையும் விட, சாமிக்கு அந்த இடம் ரொம்பப் பிடிக்கும். எத்தனையோ நாட்கள் அந்த பிளாட்பார ஓரத்தில் எங்களை மறந்து படுத்துக் கிடந்திருக்கிறோம். மகிழ்ச்சி, துயரம் என வாழ்க்கையின் எந்தச் சூழலிலும் எந்தச் சங்கடமுமின்றி எங்களிருவரையும் அந்த நடைமேடை தன் பாதைகளில் ஏந்திக் கொண்டிருக்கிறது. இப்போதிருக்கும் மனநிலைக்கு நான் அங்கு போவதுதான் சரியானதாகவும் இருக்கும்.

மேற்கு நுழைவாயில் பாலத்தில் ஏகப்பட்ட மனிதர்கள் அவதி அவதியாக ஓடிக் கொண்டிருந்தார்கள். அவர்களிடமிருந்து விலகி எட்டாம் பிளாட்பாரத்துக்குள் நுழைந்தேன். அதிலும் புதிதாகச் சில கடைகள் முளைத்திருந்தன. புதிதாக ஏதும் வண்டிகள் விட்டிருக்கிறார்களோ என்னமோ. மெஜுரா கோட்ஸின் திசை திரும்பி பிளாட்பாரத்தின் உட்புறமாக நடந்தேன். வடக்கிலிருந்து வந்த ஒரு குடும்பம் தங்களின் சாமான்களை ஓரமாக அடுக்கிக் கொண்டிருக்க அவர்களுக்குச் சற்றுத் தள்ளிக் கல் பெஞ்சில் சென்று படுத்தேன். கண்களை இறுக மூடிக் கொண்டேன்.

***

என் அப்பாவை நான் முதன்முதலாகச் சந்தித்தது எனது பத்தாவது வயதில். மனக்கசப்பு காரணமாக அப்பாவும் அம்மாவும் பிரிந்திருந்ததால் நான் அம்மாச்சி வீட்டில் வளர்ந்தேன். மதுரையின் நெருக்கடி மிகுந்த பகுதிகளில் ஒன்றான ஜெய்ஹிந்துபுரத்தில் ஒரு காம்பவுண்டு குடியிருப்பில் வசித்தேன். அப்பா என்னோடு சேர்ந்த பிறகும் கூட சுப்பிரமணியபுரம், சோலைஅழகுபுரம் எனக் கூட்டமான பகுதிகளில் இருந்தே பழகியவன் நான். ஆகவே, பத்தாம் வகுப்புக்குள் நுழைந்த காலத்தில், ரயில்வே காலனியில் எங்களுக்கு வீடு கிடைத்திருப்பதாக அப்பா சொன்னபோது எனக்குத் திகைப்பாயிருந்தது. ரயில்வே காலனியின் சூழல் எப்படி இருக்குமென்பது எனக்குத் தெரியாது. உண்மையைச் சொன்னால், ரயில்வே காலனி என்றொரு பகுதி மதுரைக்குள் இருந்ததும் கூட எனக்குத் தெரியாத சங்கதி.

பேருந்துகளில் போகும்போதும் வரும்போதும் ரயில் நிலையம் கண்ணுக்குத் தட்டுப்பட்டதோடு சரி. அதற்குப் பின்புறம் நகரத்தின் பிரதானப் பகுதியில் மாப்பாளையம் தொடங்கி ஒருபுறம் அரசரடி வரைக்கும் மறுபுறம் புது ஜெயில் ரோடு வரைக்கும் நீளும் மிகப்பெரிய குடியிருப்புப்பகுதி உண்டு என்பதை அங்கு சென்றபிறகே நான் தெரிந்து கொண்டேன். ஜெய்ஹிந்துபுரம் போலவே பரந்து விரிந்த பகுதிதான் ரயில்வே காலனியும். உத்தேசமாக நானூறு வீடுகள் இருக்கக்கூடும். உள்ளே நுழைய பிரதானமாக இரு வழிகள். மேற்கு நுழைவாயிலை ஒட்டியிருக்கும் ஆர்ச் வழியாக ஒருபுறம். ஜெயில்ரோடு வழியாக வந்தால், தண்டவாளங்களை நட்டு கனரக வாகனங்கள் உள்ளே வர முடியாத வகையில், நடந்து செல்பவர்களும் இரு சக்கர வாகனங்களும் மட்டுமே நுழையும்படியான பாதை

இன்னொரு புறம். ஆனால் காலனிக்குள் நுழைந்து விட்டால் நகரத்தின் பரபரப்புகளுக்குள் இருந்து துண்டித்துக் கொண்டு மனதுக்கு நெருக்கமான ஏகாந்தத்துக்குள் நுழைந்ததைப் போன்ற உணர்விருக்கும்.

எங்களுக்கு ஒதுக்கப்பட்டிருந்த வீட்டின் எண் 228-ஏ. முதல்முறை நானும் அம்மாவும் வீட்டைப் பார்க்கச் சென்றபோது அதைக் கண்டுபிடிப்பதே மிகவும் சிரமமாயிருந்தது. ஒரே அச்சில் வார்த்ததைப் போல அனைத்து சந்துகளும் ஒன்றுபோலவே தோற்றமளித்தன. ஒவ்வொரு பாதையும் உள்மடிப்பாகத் தங்களுக்குள் வெவ்வேறு பாதைகளைக் கொண்டிருக்க, ஒரே தெருவுக்குள் சுற்றுகிறோம் என்பதைப் போன்ற அலுப்பு எங்களைப் பற்றிக் கொண்டது. வீட்டின் எண்ணைச் சொல்லி வழியில் தென்பட்டவர்களிடம் விசாரித்தபோது தண்டுமாரியம்மன் கோயிலின் அடுத்த சந்தில் இருப்பதாகச் சொன்னார்கள். ஆக எங்களின் வீட்டை விடுத்து இப்போது நாங்கள் கோயிலைத் தேடத் தொடங்கி இறுதியில் அதைக் கண்டுபிடித்தோம். பிறகு எங்கள் வீடிருந்த தெருவை அடைவது எளிதாயிருந்தது.

அந்தத்தெரு மிகவும் விசாலமாக இருந்தது. தனிப்பட்ட முறையில் அதற்கென எந்தப்பெயரும் இல்லை. ஆனால் மிகுந்த அமைதியாக முதல் பார்வையில் யாரையும் ஈர்க்கக்கூடியதாக இருந்தது. அந்தச் சந்தின் - கூரைகளில் ஓடுகள் வேய்ந்திருந்த - வீடுகள் யாவும் பழமையானவை. பல ஆண்டுகளுக்கு முன்பு பூசிய சுண்ணாம்பு நிறம் வெளிறி வீடுகள் யாவும் தோலுரிந்து தனித்தனியாக நின்று கொண்டிருந்தன. தெருவின் இரு மருங்கிலும் வீடுகள். நடுவில் ஒரு பாதி தார்ச்சாலை. மீதிப்பாதி மண் ரோடு மாத்திரம். அங்கு என் வயதொத்த நிறைய பையன்களும் பிள்ளைகளும் விளையாடியவாறு இருந்தார்கள். மண்ணில் இரு கம்பங்களை ஊண்டி ஒரு கயிற்றை நடுவில் வலையாகக் கட்டி ஷட்டில் ஆடிக் கொண்டிருந்தார்கள். நாங்கள் போனது மாலை நேரமென்பதால் வெயில் மெல்ல மங்கத் தொடங்கியிருந்தது. வானமெங்கும் அந்தியின் ஆரஞ்சு நிறம் புகைந்து பரவியதில் மொத்தச் சூழலுமே மஞ்சள் நிறமேறி அழகாகத் தெரிந்தது. பெரும்பாலான வீடுகளின் வாசல்களில் மனிதர்கள் வெளியே அமர்ந்திருந்தார்கள். தெருவுக்குள் புதிதாக நுழையும் மனிதர்களைப் பார்க்கும் ஆர்வம் அவர்கள் கண்களில் மின்னியது. விளையாடியவர்களும் ஒரு கணம் அதை நிறுத்தி எங்களைப் பார்த்த பிறகு, மீண்டும் விளையாட்டைத் தொடர்ந்தார்கள். நானும் அம்மாவும் எங்கள்

வீட்டைத் தேடியபடியே நடந்தோம். ஒவ்வொரு சுவரிலும் அந்த வீட்டின் எண் பெயிண்டால் எழுதி வட்டமிடப்பட்டிருந்தது. ஒரு வாதுமை மரத்துக்குக் கீழே இருந்த எங்கள் வீட்டை இறுதியில் நாங்கள் கண்டுபிடித்தோம். மரத்தில் ஒரு அசைவு கூட இல்லை. ஆனாலும் அந்த இடம் குளுமையாக இருந்தது. ஒரு தொகுப்பைப் போல நீண்ட நான்கு வீடுகளில் அது முதலாவது வீடு. முழுக்கக் கட்டிடங்களால் நிறைந்த பகுதிகளுக்குள் நிறைய இட நெருக்கடிகளுக்கு மத்தியில் இருந்து விட்டு, இனி நிறைய காலி இடமும் செடிகொடிகளும் மரங்களும் உள்ள பகுதிக்கு வரப்போகிறோம் என்கிற எண்ணம் எனக்குள் சிறிய நிம்மதியைக் கொண்டு வந்தது. அம்மா வீட்டுக்குள் சென்று பார்க்கப் போனார். நான் அருகிருந்த குழாயடியில் அமர்ந்து விளையாடுபவர்களைப் பார்த்துக் கொண்டிருந்தேன். அவர்களுள் வளர்த்தியாக இருந்தவன் பந்தைத் தூக்கியடிக்க என்னருகே வந்து விழுந்தது. நான் அதைக் கையில் எடுத்தேன். அடித்தவன் என்னிடம் வேகமாக ஓடி வந்தான். நெருங்கி வந்தபோது அவன் என்னைக் காட்டிலும் உயரம் கம்மிதான் என்பது புரிந்தது. எதுவும் பேசாமல் என் கையிலிருந்த பந்தை விசையோடு பிடுங்கிக் கொண்டு திரும்பினான்.

“என் பேரு கார்த்தி”, நான் சொன்னேன்.

திரும்பியவன் அதே இடத்தில் நின்றான். மீண்டும் என்னிடம் வந்தான். கருத்த நிறம். என்னைப் போலவே அவனும் கண்ணாடி அணிந்திருந்தான். கையை எனக்கு முன்னால் நீட்டினான்.

“எம்பேரும் கார்த்திதான்.”

அதுதான் சாமிக்கும் எனக்குமான முதல் சந்திப்பு. நான் அவனது கைகளை அழுந்தப் பற்றிக் குலுக்கினேன்.

***

ரயில்வே காலனிக்குள் எங்கள் குழுவை அனைவரும் குழாயடி குரூப்ஸ் என்றே அழைத்தார்கள். அனேகமும் எங்களுடைய வீட்டின் அருகிருந்த குழாயடியில் பழியாகக் கிடந்ததால் உண்டான காரணப் பெயர். காலத்தைக் கிழித்துக் கொண்டு எங்களின் பேச்சுகள் மணிக்கணக்கில் நீளும். இரவு இரண்டு மணி வரைக்கும் கூட குழாயடியிலேயே கிடக்கும் அந்தக் குழுவில் நாங்கள் ஐந்து பேரிருந்தோம். நான், வீரக்குமார், திராவிடமணி, முத்துக்கண்ணன், மற்றும் சாமி கார்த்தி. என் வீட்டுக்கு இரண்டு

வீடு தள்ளி குமாரின் குவார்ட்டர்ஸ் வீடு. அவன் அப்பா எஞ்சின் டிரைவராக இருந்தார். மற்ற மூன்று பேரும் குமாரோடு பள்ளியில் ஒரே வகுப்பில் படிப்பவர்கள். பத்தாம் வகுப்பு. விளையாடுவதற்கு குமாரின் வீட்டில் கூடுவார்கள். இப்போது நானும் அவர்களோடு இணைந்து கொண்டிருந்தேன். ஐவர் நண்பர்களாயிருந்தும் அந்தக் கூட்டத்தில் ஏன் சாமி மட்டும் எனக்கு அத்தனை நெருக்கமானவனாக மாறிப் போனான் என்பது இன்றுவரைக்கும் எனக்குப் புரியாத புதிராகவே இருக்கிறது. நமது சாயலை வேறொருவரிடம் பார்க்குபோது ஓர் அணுக்கம் இயல்பாகவே உருவாகி விடும் போல.

ஆரம்பத்தில் அவனுக்கு சாமி என்று நாங்கள் பெயரிட்டிருக்கவில்லை. ஆனால் குழுவில் இரண்டு கார்த்திகள் இருந்ததால் குழப்பத்தைத் தவிர்க்க அவனுக்கு வேறொரு பெயரைத் தேடும்படி ஆனது. சாமிக்கு கடவுள்கள் மீது பக்தி அதிகம். அத்தோடு வருசாவருசம் அய்யப்பனுக்கு அவர்கள் குடும்பமே மாலை போட்டு பாதயாத்திரை போவார்கள் என்பதால் அவனுக்கு அதையே பெயராக வைத்தோம். ஒரு முறை, அய்யப்ப சீசன் இல்லாத சமயத்திலும், விருதுநகரில் இருந்து சபரிமலைக்கு, நடந்தே சென்று அதே போலத் திரும்பும் வழியிலும் நடந்துதான் வந்தான். அந்த அளவுக்கு கடவுள் மீது அவனுக்கு அதீத அன்பும் நம்பிக்கையும். முதலில் அவனுக்கு அந்தப் பெயரில் ஒப்புதல் இருக்கவில்லை. ஆனால் பிறகு அவன் அம்மாவும் கூட சாமி என்றே அழைக்குமளவுக்கு அந்தப் பெயர் அவனுக்கு நிலைத்து விட்டது.

சாமி சற்று வினோதமானவன். சற்று என்பதை விட ரொம்பவே என்று சொன்னால் கூட சரியாகத்தான் இருக்கும். சித்தன் போக்கு சிவன் போக்கு என்ற வார்த்தைகளே அவனுக்காகச் சொன்னதென்று எங்களுக்குள் சிரித்துக் கொள்வோம். ஆனாலும் அவன் நல்லவனென்பது எங்களுக்கு மிக நன்றாகத் தெரியும். அத்தனை பேரிடமும் அவ்வளவு பிரியத்தோடு நடந்து கொள்வான். ஆக மற்ற அனைவருக்கும் அவன் மீது ஒரு பயம் கலந்த அன்பு இருந்தது. அவனிடம் மிகுந்த கவனத்தோடு பேசுவார்கள். ஆனால் ஒருபோதும் என்னிடம் மட்டும் தனது கோபத்தை அவன் எதற்கும் வெளிப்படுத்திக் கொண்டதில்லை. சாமிக்கென்று தனிப்பட்ட சில நம்பிக்கைகள் இருந்தன. நாங்கள் அனைவரும் வற்புறுத்தினாலும் கெட்ட வார்த்தைகளைப் பேச மாட்டான். அணிந்திருக்கும் சட்டையை எப்போதும் இன்

பண்ண மாட்டான். கறுப்பு நிறப் பேனாவை வாங்க மாட்டான். நாங்கள் பெண்களைப் பற்றி ஆர்வத்தோடு பேசும்போதும் அதில் அவனுக்குப் பெரிதாக ஒட்டுதல் இருக்காது. பேச்சு பிடிக்காமல் போகும் சமயங்களில் சட்டென்று அங்கிருந்து எழுந்து நடக்கத் தொடங்கி விடுவான். அவன் சாதாரணமாக நடப்பதே ஓடுவதைப் போலிருக்கும். அவனைப் பிடிக்க நான் பின்னால் ஓடுவதைப் பார்த்து மற்றவர்கள் சிரிப்பார்கள். அவன் குணமே அதுதான் என்றும் சில மணி நேரங்களில் சரியாகி விடுவான் என்றும் கண்டுகொள்ளாமல் போ என்றும் என்னிடம் சொல்வார்கள். ஆனால் சாமி மலையிறங்கி மீண்டும் அனைவரிடமும் வந்து பேசும் வரைக்கும் என்னால் நிம்மதியாக இருக்க முடியாது.

பரீட்சை நேரத்தில் சாமி காலை நாலு மணியில் இருந்து சரியாக ஆறு மணி வரை மட்டுமே படிப்பான். கேட்டால், அதற்கு மேல் படித்தாலும் மண்டையில் நிற்காதென்பான். அவனுக்கு நிறைய பழைய பாடல்கள் மனப்பாடமாகத் தெரியும். சன்னமான குரலில் அவன் பாடுவதைக் கேட்க எனக்கு மிகவும் பிடிக்கும். எந்த நேரமும் ஏதேனும் ஒரு பாடலை முணுமுணுக்கும் பழக்கத்தை அவனிடம் இருந்தே நான் கற்றேன். பரீட்சைக்குக் கிளம்புவதற்கு முன் ஒரு பாடலைத் தனக்குள் பாடுவதை அவன் வழக்கமாகக் கொண்டிருந்தான். ஏன் குறிப்பாக அந்தப் பாடலைப் பாடியபிறகு பரீட்சைக்குப் போகிறான் என்று அவனிடம் ஒரு முறை கேட்டேன். ஆனால் அதற்கு எந்தப் பதிலும் சொல்லாமல் சிரித்து விட்டுப் போனான். நாங்கள் எல்லோரும் பத்தாம் வகுப்புப் பரீட்சையில் தேறியபோது சாமி மட்டும் தோற்றுப் போயிருந்தான். யாரையும் பார்க்க வராமல் வீட்டுக்குள்ளேயே இருந்தவனைப் பார்க்கப் போயிருந்தேன். செம்மண் திடலைத் தாண்டித் துப்புரவுப் பணியாளர்களின் குடியிருப்புகளுக்கு நடுவேயிருந்த மாடி வீடு அவனுடையது. சிறிய பால்கனியில் அமர்ந்து எதையோ வெறித்துக் கொண்டிருந்தான். நான் அவனருகே சென்று ஏதும் பேசாமல் அமர்ந்தேன். என் கைகளைப் பற்றிக் கொண்டு, அமைதியாக என்னைப் பார்த்துச் சிரித்து விட்டு, மீண்டும் அந்தப் பாடலைப் பாடினான்.

"புத்தியுள்ள மனிதரெல்லாம் வெற்றி காண்பதில்லை, வெற்றி பெற்ற மனிதரெல்லாம் புத்திசாலி இல்லை..."

அதன் பிறகு அவன் பள்ளிக்குப் போகவில்லை.

சாமியின் அப்பா ரயில்வே கெஸ்ட் ஹவுசில் கேட்கீப்பராகப் பணிபுரிந்தார். யாரேனும் ஒரு ஆபிசரிடம் வீட்டு வேலைக்குச் சேர்த்து விடுவதன் மூலம் அவனை ரயில்வேக்குள் கொண்டு வந்து விடலாம் என நம்பினார். ஆகவே சாமி அப்போதைக்கு கொரியர் ஆபிசில் வேலைக்குச் சேர்ந்தான். நாங்கள் பள்ளிக்குப் போன காலத்தில் அவன் சம்பாதிக்கத் தொடங்கியிருந்தான். குட்ஷெட் ரோட்டில் புரஃபொபசனல் கொரியரின் பிரதான அலுவலகத்தில் புக்கிங் பணி. மாலை ஐந்து மணி முதல் இரவு பத்து மணி வரைக்கும் டூட்டி. மாதம் 800 ரூபாய் சம்பளமும் டெய்லி பேட்டா பத்து ரூபாயும் கிடைக்கும். சம்பளத்தை அப்படியே கொண்டு போய் அவன் அம்மாவிடம் கொடுத்து விடுவான். ஆனால் பேட்டாவை மட்டும் எங்களுக்குச் செலவிடுவான். அந்தக் காலத்தில் எங்கள் அனைவருக்குமே புரோட்டா என்பது ஒரு பெரிய கனவு. ஆக ஒவ்வொருவரும் வாரம் முழுக்கச் சேமிக்கும் தொகையை எடுத்துக் கொண்டு சனியன்று ஹோட்டலுக்குப் போவோம். மெஜூரா கோட்ஸ் பாலத்திலிருந்து கீழிறங்கும் சாலை வலப்புறம் திரும்பி ஆரப்பாளையம் கிராஸ் ரோட்டோடு இணையும் இடத்தில், மதுரையின் முதல் மேயர் முத்து சிலைக்கு நேரெதிரே, திராவிடர் தேநீர் நிலையம் என்ற ஹோட்டல் உண்டு. புரோட்டாவுக்கு அந்த அண்ணன் ஊற்றும் ஸ்பெசல் சால்னாவுக்காக எப்போதும் கூட்டம் அள்ளும். எங்களின் வாரயிறுதிக் கொண்டாட்டங்கள் யாவும் அங்குதான் நடைபெறும். அனேகமும் சாமிதான் எங்களுக்கு வாங்கிக் கொடுப்பான். சாப்பாட்டின் மீது அவனுக்குப் பெரிதாகப் பிரியம் இருக்காது. ஆனால் அனைவருக்கும் நம்மால் செய்ய முடிகிறதென்னும் சந்தோசமே அவனுக்குப் பெரிதாயிருக்கும். அடுத்தவரின் சந்தோசத்தைத் தன்னுடையதாக எண்ணும் அக்குணமே தனது வீழ்ச்சிக்கும் காரணமாயிருக்கும் என்பதை அவன் அறிந்திருக்கவில்லை.

***

சாமியின் குணம் நிறைய வினோதமானது என்று சொன்னேன் இல்லையா? அது எப்போது எப்படி மாறும் என்பது யாருக்கும் தெரியாது, அவன் உட்பட. அவனுக்கும் புறவுலகின் மற்றவர்களுக்குமான தொடர்பு ஓர் அகாலத்தின் நுனியில் மெல்லிய இழையால் முடிச்சிடப்பட்ட ஒன்றாகவே இருந்து வந்தது.

அது சிடிக்கள் புகழ் பெறத் தொடங்கியிருந்த காலம். பக்திப்பட சிடிக்களைத் தேடித்தேடிப் பார்ப்பதென்பது எங்களின் ஆகப்பெரிய சாகசமாக இருந்தது. நண்பர்கள் யாரின் வீட்டிலும் பெரியவர்கள் ஊருக்குப் போனால் மறுகணம் எங்கள் ஜமா அங்கு கூடும். சாமியிடம் சிடி பிளேயர் இருந்தது. வெளிநாட்டில் வேலை பார்த்த அவனுடைய மூத்த அண்ணன் மோகன் வாங்கி அனுப்பிய சோனி சிடி பிளேயர். நாளும் இடமும் முடிவாகி விட்டால் பிறகு சிடி வாங்கும் படலம் தொடங்கும். சேதுபதி பள்ளியருகே மீனாட்சிபஜாரில் அதுபோன்ற தரமான சிடிக்களை விற்பதற்கென்றே பிரத்தியேகமான கடைகள் இருந்தன. எங்களால் மெனா எனச் செல்லமாக அழைக்கப்பட்ட முத்துக்கண்ணன் தான் எங்களின் வெப்பன் சப்ளையர். பஜாரில் இருந்து தரமான சிடியாகப் பார்த்து வாங்கிவருவது அவன் பொறுப்பு.

மெனாவுக்குப் பெற்றோர் கிடையாது. அவன் சித்தியின் வீட்டில்தான் அவனை வளர்த்தார்கள். நன்கு படிக்கக்கூடியவன் என்றபோதும் குடும்பச்சூழலின் காரணமாக அவனும் பத்தாவதோடு படிப்பை விட்டு வேலைக்குப் போனவன். சாமியோடு சேர்ந்து அவனும் கொரியரில் வேலைபார்த்து வந்தான். மொத்தக் கும்பலிலும் மிகவும் கலகலப்பானப் பேர்வழி அவனே. எனக்கு அடுத்ததாகச் சாமிக்கு நெருக்கமானவனும் அவன்தான்.

ஒருமுறை சாமியின் வீட்டில் எல்லோரும் கிளம்பி அவர்களின் சொந்த ஊரான விருதுநகருக்குப் போனார்கள். நாங்கள் எல்லோரும் சரியாகக் காலை பத்து மணிக்கு சாமியின் வீட்டில் கூடுவதென்று முடிவானது. கண்ணனிடம் சொல்லி சிடிக்கும் ஏற்பாடு செய்தாகிவிட்டது. சொன்ன நேரத்துக்கு நான் சாமியின் வீட்டுக்குப் போனேன். வீரக்குமாரும் திராவிடமணியும் எனக்கு முன்னாலேயே அங்கு வந்திருந்தார்கள்.

வாசலில் அமர்ந்திருந்த சாமியிடம் ஏதோ வித்தியாசமாகப்பட அனைவரும் அமைதியாக அமர்ந்தோம். சற்றுநேரத்தில் கண்களில் நட்சத்திரங்களோடு கண்ணனும் வந்து சேர்ந்தான். "புது சிடிடா... மலையாளம். தரமா இருக்காம். அண்ணன் சொல்லிக் கொடுத்தாப்ல..." அனைவரும் திரும்பி சாமியின் முகத்தைப் பார்த்தோம். அவன் எந்தச் சலனமுமின்றி வீதியை வெறித்துக் கொண்டிருந்தான். குமார் மெல்ல என்னிடம் சைகை காட்ட நான் சாமியிடம் கேட்டேன். "உள்ளே போய் படம்

போடலாமா சாமி?" குரல் கேட்டு நிமிர்ந்து என்னைப் பார்த்தவன் ஏதும் சொல்லவில்லை. மீண்டும் வீதியை வெறித்தான். நான் மறுபடியும் கேட்டேன். எங்கேயோ பார்த்தபடி இருந்தவனின் உதடுகள் மெல்லப் பிரிந்தன. "இன்னைக்குப் படம் பார்க்க முடியாது. அம்மா ஊருக்குப் போகும்போது பிளேயர் வயரைக் கொண்டு போயிட்டாங்க." அத்தனை பேரும் ஒருகணம் திகைத்தோம். "என்னடா சொல்ற?" திருத்தமான குரலில் மீண்டும் அவன் சொன்னான். "ஆமா. பிளேயரை வச்சுட்டு அம்மா வயரை மட்டும் கொண்டு போயிட்டாங்க." சட்டென்று ஓர் அமைதி அங்கு சூழ்ந்தது. அவனிடம் என்ன பேசுவதென்று யாருக்கும் தெரியவில்லை. கோபமும் பரிதாபமுமாக மற்றவர்கள் என்னைப் பார்க்க நானும் உதட்டைப் பிதுக்கினேன். இதுபோன்ற சூழலில் சாமியிடம் நாம் எதையும் பேசமுடியாது, சட்டென்று வார்த்தைகளை விட்டுவிடுவான். பிறகு மக்களைச் சமாதானப்படுத்த நான்தான் ஓடும்படி ஆகும். வீட்டின் ஒவ்வொரு மூலையாகப் பார்த்து ஒவ்வொருவராக ஓய்ந்து உட்கார்ந்தார்கள். நானும் படுத்து விட்டேன். அரைமணி நேரம் ஆகியிருக்கும். என்ன நினைத்தானோ சாமி சட்டென்று எழுந்து வீட்டுக்குள் சென்றான். அடுக்களைக்குள் பாத்திரங்களை உருட்டும் சத்தம் மட்டும் தொடர்ச்சியாகக் கேட்டது. எதுவும் புரியாமல் எங்களுக்குள் பார்வைகளை மட்டும் பரிமாறிக் கொண்டோம். பத்து நிமிடங்களுக்குப் பிறகு வெளியே வந்த சாமியின் முகம் முழுக்க வேறொன்றாக மாறியிருந்தது. விட்டேத்தியான பார்வை காணாமல் போய் ஒரு சிறுவனின் குதூகலம் அவனிடம். கைகளில் பிளேயரின் வயரை வைத்திருந்தான். "டேய் கார்த்தி, பார்த்தியா? அம்மா அரிசிப்பானைக்குள்ள ஒளிச்சு வச்சுட்டுப் போயிருந்துச்சு. கண்டுபிடிச்சு எடுத்துட்டேன்..." எதுவுமே நடக்காததுபோல நேரே டிவிக்கு அருகே சென்று வயரை எடுத்து மாட்டினான். "டேய் மெனா, சிடியைக் கொண்டு வாடா." இதற்கு மேலும் அந்தப்படத்தைப் பார்த்துத்தான் ஆக வேண்டுமா என்பதுபோல குமார் என்னை முறைத்தான். ஆனால் அவனுக்கும் தெரியும், அதுதான் சாமியின் இயல்பு.

எப்போது குளிரும் எப்போது கொதிக்கும் என்று யாராலும் கணிக்க முடியாத நீரூற்றாகத்தான் அவன் எப்போதும் இருந்தான்.

என்றாவது எங்களுக்குள் பிரச்சினை என்று வந்தால் அது பெரும்பாலும் சாமிக்கும் குமாருக்கும் இடையில்தான் இருக்கும். இத்தனைக்கும் இருவரும் சிறுவயதில் இருந்தே ஒன்றாகப்

படித்து வளர்ந்தவர்கள். ஆனாலும் நிறைய இடங்களில் மோதிக்கொள்வார்கள். அன்று சிடி பார்க்கும்போதும் அதுதான் நிகழ்ந்தது. கண்ணன் ஏற்கனவே சொன்னதுபோல அதுவொரு மலையாளப் படம். ஒரு மந்திரவாதி காட்டுக்குள் நுழையும் பெண்களை மயக்கமுறச் செய்து தூக்கி வருவதும் இன்னபிற சங்கதிகளும்தான் கதை. மந்திரவாதியின் அடிப்பொடியாக வரும் குள்ளன் அடிக்கடி அவனைப் பார்த்து 'ஆம்பளைன்னா அவன்தான் ஆம்பளை' என்று சொல்வதாக ஒரு வசனம் படத்தில் வந்தது. குமாருக்கு ஏனோ அது பிடித்துப்போக அந்த வார்த்தைகளைத் திரும்பத் திரும்பச் சொல்லி எங்களை ஓட்டிக் கொண்டிருந்தான். ஒரு கட்டத்துக்கு மேல் அதைப் பொறுத்துக் கொள்ள மாட்டாத சாமி திருப்பி குமாரிடம் கேட்டான். "அவன்தான் ஆம்பளைன்னா நீ யாரு? மொட்டப்பயலா?" அதோடு நிறுத்தாமல் குமாரின் அக்கா குழந்தைகளைப் பற்றியும் சில வார்த்தைகளை விட்டான். "உன்னை நம்பி எப்படிறா பிள்ளைகளை வீட்டுல விட்டுட்டுப் போறது?" குமாரின் முகம் களையிழந்து சிறுத்துப்போனது. சாமியின் வார்த்தைகள் அவனுக்குள் அமிலமாய் இறங்கின. பல நாட்களாக அவனுள் கனன்ற வெறுப்பு கோபமாய் மாறி வார்த்தைகள் வெடித்தன. "இதுக்குத்தான் இந்த மயிரான் வீட்டுல படம் பாக்க வேணாம்னு சொல்றது? அவன் சிடின்னா என்னன்னாலும் பேசுவானா?" ஆத்திரத்தில் வானுக்கும் மண்ணுக்குமாக எகிறியவனை அடக்க நாங்கள் படாதபாடுபட்டோம். ஆனால் தனக்கும் இதற்கும் எந்தச் சம்பந்தமும் இல்லையென்பது போல சாமியோ ஓரமாய் உட்கார்ந்து எதையோ வாசித்துக் கொண்டிருந்தான்.

எந்த நம்பிக்கைக்குள்ளும் அடங்கமறுக்கும் அவனது நிலையற்ற குணத்தால் நாங்கள் நொந்த மற்றொரு சம்பவமும் உண்டு. வைகாசி மாதம் விருதுநகரில் வெயிலுக்குகந்த அம்மன் கோவில் திருவிழாவினை விமரிசையாகக் கொண்டாடுவார்கள். எங்களை அதற்குக் கூட்டிக்கொண்டு போவதாக சாமி நிறையமுறை சொல்லியிருந்தான். மக்களுக்கு அதில் பெரிய விருப்பமில்லாத சூழலிலும் எனது வற்புறுத்தலுக்காக வர ஒப்புக் கொண்டார்கள். வீட்டாரோடு முதல்நாளே கிளம்பிப் போய்விட்டான் சாமி. குழாயடி குரூப்ஸை அழைத்துக் கொண்டு நான் மறுநாள் காலை ரயிலில் விருதுநகர் சென்றேன். சாத்தூர் போகும் நெடுஞ்சாலையில் சூலக்கரை எனும் பகுதியில் சாமிக்கு சொந்தமாக வீடு இருந்தது. வெளிநாட்டில் வேலை பார்த்த அவனுடைய மூத்த அண்ணன்

மோகனின் சம்பாத்தியம். அங்குதான் அனைவரையும் அழைத்து வரும்படி என்னிடம் சொன்னான். ஆனால் நாங்கள் சென்றபோது வீடு பூட்டிக்கிடந்தது. அருகில் மற்றவர்களிடம் விசாரித்தபோதும் யாருக்கும் தெரியவில்லை. நீண்ட நேரம் காத்திருந்து அவனைக் காணாமல் கடுப்போடு கிளம்பினோம். நல்ல பசி எல்லோருக்கும். கையில் திரும்பிப்போவதற்கான பணம் மட்டும். நானும் திராவிடமணியும் பொதுவாகப் பசி தாங்காதவர்கள். ஆனது ஆகட்டும் என்று கையில் இருந்த காசுக்குத் திருப்தியாகச் சாப்பிட்டுவிட்டுத் திருட்டு ரயில் ஏறி மதுரை திரும்பினோம். அத்தனை பயலும் என்னை ஒருபாடு திட்டிவிட்டுக் கிளம்பி வீட்டுக்குப் போனார்கள். மூன்று நாட்களுக்குப் பிறகு சாமி எனது வீட்டுக்கு வந்தான். “எல்லாரையும் வரச் சொல்லிட்டு எங்கடா போனே?” என்னுடைய கேள்வி அவனை எவ்விதத்திலும் பாதிக்கவில்லை. நான் மீண்டும் கேட்டேன். “மறந்துட்டேன். அன்னைக்கு என்னமோ திடீர்னு மலை மேல நின்னு பறவை பார்க்கணும்னு தோணுச்சு. அப்படியே கிளம்பி சதுரகிரி போயிட்டேன். விடு, இனிமே நடக்காது.” என்னிடம் அவன் பொய் சொன்னதில்லை. நிஜமாகவே மறந்திருப்பான்தான். ஆனால் அனைவருக்கும் அது புரியாது என்பதுதான் சிக்கலே.

***

கோவையில் இருந்த பொறியியல் கல்லூரியில் எனக்குப் படிப்பதற்கு இடம் கிடைத்த அதேவேளையில் சாமிக்கு ஒரு ரயில்வே ஆபிசர் வீட்டில் எடுபிடி ஆள் வேலை கிடைத்தது. ஹெல்ப்பர் பாய் என்பார்கள். அதிகாரப்பூர்வமாகக் கிடைத்த வேலை அல்ல, ஆனால் அதிகாரியின் மனம் கோணாமல் நடந்து கொண்டால் அவரின் சிபாரிசில் அவனுக்கு ரயில்வே வேலை உறுதியாகும். நான் கல்லூரிக்குப் போக சாமி வேலைக்குப் போனான். அதன்பிறகு நாங்களிருவரும் வாரயிறுதி நாட்களில்தான் சந்திக்கும்படி ஆனது. ஞாயிறு உட்பட எந்நாளும் அவனுக்கு விடுமுறை இல்லையென்பதால் அவன் வேலை முடிந்து திரும்பும் 11-12 மணி போல அவனைப் பார்க்க நான் காத்திருப்பேன். அரசரடி ரயில்வே மைதானம் போகும் குறுகலான பாதையில் ஆபிசரின் வீடு. எந்நேரம் நாய்கள் துரத்துமோ எனும் பயத்தோடுதான் அங்கு நிற்க வேண்டும். ஆனால் சாமியின் முகத்தைப் பார்க்கும் தருணத்தில் அதற்கு முன்பான சிரமங்கள் எனக்கு மறந்திடும். அந்த ஒருநாளுக்குக் காத்திருந்ததைப்போல அவ்வார நிகழ்வுகள் அனைத்தையும் ஒன்றுவிடாமல் ஒப்பிப்பான்.

பொட்டு பொடுசு முதல் அனைவரும் தன்னை ஏவுவது குறித்துச் சொல்லும்போது அவனது குரலில் சின்னதாக வருத்தம் இழையும். படிக்காமல் போனது குறித்த அவசம் அவனுக்குள் ஒரு புற்றாக உறைந்து வளர்ந்திருந்தது. ஆனால் எப்படியாவது ஆபிசரின் மதிப்பைப் பெற்று தன்னுடைய வேலையை உறுதிசெய்வதிலும் சாமி தெளிவாயிருந்தான். சாமியின் அம்மாவையும் சும்மா சொல்லக்கூடாது. அவனுக்கு உடம்புக்கு முடியாத நாட்கள் என (வெகு அரிதாகத்தான் அப்படி நடக்கும்) ஏதேனும் வந்தால் சாமிக்குப் பதிலாக அவர் ஆபிசரின் வீட்டுக்கு வேலைக்குப் போவார். அந்த வேலைதான் அவனது எதிர்காலம் என்பதை சாமியின் மொத்தக்குடும்பமும் நம்பியதால் அவனுக்காக அவர்களும் சேர்ந்து உழைத்தார்கள்.

நான் இரண்டாம் வருடப்படிப்பை முடிக்கும் தருணத்தில் சாமியின் அண்ணன் மோகனுக்குப் பெண் பார்த்து நிச்சயமானது. ரயில்வே இன்ஸ்ட்யூட்டில்தான் திருமணம். எங்கள் குரூப்ஸின் உறவுகளுக்குள் நடக்கும் முதல் திருமணம் ஆதலால் அதை விமரிசையாகக் கொண்டாட முடிவு செய்தோம். மதுரையைப் பொறுத்தமட்டில் எந்த விழாவாக இருந்தாலும் போஸ்டர் எப்படி அடிக்கிறோம் என்பதில்தான் கெத்து. அதுவரைக்கும் காலனிக்குள் நடந்திராத சங்கதியாக பனிரெண்டு பிட்டுகள் கொண்ட ஒரு போஸ்டரை சாமியின் அண்ணன் கல்யாணத்துக்கு அடிப்பதென்று தீர்மானம் ஆனது. மணமக்கள் பெயரை சிறிதாகப் போட்டு குழாயடி குரூப்ஸின் பெயர் மட்டும் நன்கு புலப்படும்படி ஒவ்வொருவரின் பெயருக்கும் முன்னால் அடைமொழியோடு போஸ்டர்கள் அடிக்கும் பணியை திராவிடமணியும் மௌனாவும் ஏற்றனர். உதாரணமாக, “சிங்கம்” திராவிடமணி, “செல்” கார்த்தி, “பாபா” குமார் இதுபோல. சரியாகக் கல்யாணத்துக்கு ஒரு வாரம் முன்பு நானும் மக்களோடு சேர்ந்து கொண்டேன்.

கல்யாணத்துக்கு முதல்நாளிரவு நாங்கள் தொடங்கிய போஸ்டர்களை ஒட்டும் பணி மறுநாள் அதிகாலை வரை நீடித்தது. அத்தனையும் ஒட்டி முடித்துவிட்டு நல்ல பசியோடு மண்டபத்தை வந்தடைந்தோம். நிச்சயம் சாமி ஏதாவது சாப்பிடுவதற்கு வாங்கித் தருவான் என்ற நப்பாசை எங்களுக்கு. ஆனால் சாமியின் அப்பா வேறு திட்டத்தோடு இருந்தார். முந்தினநாள் நிச்சயதார்த்த நிகழ்வில் மீந்துபோன உணவை எங்களுக்காகவே அவர் தனியாக எடுத்து வைத்திருந்தார். “டாய், பசங்க எல்லாம் மண்டை காஞ்சு கிடக்கானுகடா...” நான் சொன்னது சாமியின்

காதுகளில் ஏறவில்லை. “அப்பா சங்கடப்படுவாரு. வாங்கடா, இதைச் சாப்பிடுவோம்,” என்று முதல் ஆளாக உட்கார்ந்து மீதியான பொங்கலை அவன் நொக்கத் தொடங்கினான். அவ்வேளையில் வேறு எங்கும் புவாவுக்குப் போகமுடியாததால் நாங்களும் அதைச் சாப்பிட ஆரம்பித்தோம். முழுக்கடுப்பில் இருந்த திராவிடமணி சாமியிடம் சத்தமாகக் கேட்டான், “ஏண்டா வெண்ண, உன் கல்யாணத்துக்காவது எங்களுக்குக் கறிசோறு உண்டா?” சாமி சிரித்துக்கொண்டே பதில் சொன்னான். “என்னது, கறிசோறா? எங்கல்யாணத்துக்கு ஒரு கடலை உருண்டையும் கோலிசோடாவும்தான்.”

இன்னும் ஆறு மாதத்தில் என்னுடைய படிப்பு முடியப்போகிறது என்றிருந்த காலத்தில் சாமிக்கு ரயில்வே வேலை உறுதியானது. மூன்று வருடங்கள் எந்த முகச்சுளிப்பும் இன்று அவன் பார்த்த பணிகளுக்குப் பிரதிபலனாக அந்த அதிகாரி அவனுக்கு சிபாரிசுக் கடிதத்தைத் தந்தார். சென்னைக் கோட்டத்தில் கலாசியாக வேலைக்குச் சேர்ந்து அரசாங்க ஊழியனாக மாறினான் சாமி.

***

மதுரை ஜங்ஷன் மேற்கு நுழைவாயில் வழியாக வெளியே வந்தால் வலப்புறம் ஒரு சாலை பிரிந்து காலனிக்குள் போகும். அந்தப்பாதையில் இரண்டாவதாக இருந்த மாளிகைதான் ரயில் நிவாஸ். மற்ற ஊர்களில் இருந்து அதிகாரிகளோ அல்லது பெரும்பதவியில் இருப்பவர்களோ வந்தால் அதில்தான் தங்குவார்கள். சாமியின் அப்பா அங்குதான் கேட்கீப்பராகப் பணிபுரிந்து வந்தார். ரொம்ப நல்ல மனிதர். ஆனால் ரயில்வேயில் பணிபுரிந்த பலருக்கும் இருந்த மிக மோசமான குடிப்பழக்கம் அவருக்கும் இருந்தது. அதன் காரணமாக ஒருசில முறை பணியிடை நீக்கம் செய்யப்பட்டவரும் கூட. என்றாலும் அவர்மீது மற்ற அதிகாரிகளுக்கு இருந்த அனுசரணையின் காரணமாகத் தப்பித்து வந்தார்.

சாமிக்கு வேலை உறுதியான சில நாட்களுக்குப் பிறகு அவன் அப்பாவின் உடல்நிலை மோசமானது. அடிக்கடி வயிற்றுவலி வந்து துடிக்கத் தொடங்கினார். அவ்வப்போது வாந்தியும். திட ஆகாரம் எதையும் அவரால் உட்கொள்ள முடியாமல் போனது. வலிதாங்க முடியாத தருணங்களில் அவர் வெளிப்படுத்திய அலறல்களைக் கேட்கும் யாருக்கும் உடல் ஒருகணம் நடுங்கிப் பின்

இயல்புக்குத் திரும்பும். ஆனால் அப்போதும் அவர் குடிப்பதை மட்டும் நிறுத்தவில்லை.

சாமியின் முதல் அண்ணன் வெளிநாட்டில் இருக்க இரண்டாவது அண்ணன் முத்துவோ யாரோடும் பெரிதாக ஒட்டாதவர். சாமியின் அம்மாவால் அவன் அப்பாவைத் தனியாளாகப் பார்த்துக்கொள்ள முடியவில்லை. சென்னையில் தனக்கு மேலிருந்த அதிகாரிகளிடம் நிலையை விளக்கிச்சொல்லி சாமி தனது வேலையை மதுரைக்கு மாற்றிக்கொண்டு வந்தான். நானும் படிப்பு முடிந்து அந்நேரம் மதுரைக்குத் திரும்பியிருந்தேன். நீண்ட ஆலோசனைக்குப் பிறகு சாமியின் அப்பாவை ரயில்வே ஆஸ்பத்திரியில் அட்மிட் செய்தோம். ஸ்கேன் செய்தபோது அவருக்குக் குடலில் புற்றுநோய் இருப்பது உறுதியானது. ஒரு கட்டத்தில் அவரால் நடக்க முடியாமல் முழுக்கவே படுக்கையில் கிடக்கும்படி ஆனது. சாமி அவனது வாழ்வில் சந்தித்த முதல் நரககாலம் அதுதான் என்று சொல்வேன்.

மருத்துவமனையில் எந்நேரமும் சாமியின் அப்பாவுக்கு அருகில் யாராவது ஒருவர் இருந்தாக வேண்டும். சாமியின் அம்மா இரவுப்பொழுதுகளில் அங்கே படுத்துக்கொள்வார். மற்றநேரங்களில் நானும் சாமியும் அவரைப் பார்த்துக் கொண்டோம்.

சாமி அதிகாலை நான்கு மணிக்கெல்லாம் எழுந்து விடுவான். வீட்டைச் சுத்தம் செய்து பால் வாங்கி வந்து காய்ச்சிவிட்டு காலையுணவுக்கு ஏதேனும் தயாரித்து எடுத்துக்கொள்வான். சாமி மருத்தவமனைக்குச் சென்றபிறகே அவன் அம்மா வீட்டுக்குக் கிளம்பிப்போவார். எட்டரை மணி போல நானும் அங்கு போய்விடுவேன். இருவரும் சேர்ந்து அவன் அப்பாவின் உடலை ஈரத் துணியால் துடைத்து எடுப்போம். நான் அவரின் கால்களை உயர்த்திப் பிடிக்க இடுப்பில் இருக்கும் துணியைக் கழற்றிவிட்டு அவருடைய மலக்கழிவுகளை சாமி சுத்தம் செய்வான். புதிய உடைகளை அவருக்கு மாட்டிவிட்டு அழுக்குத் துணிகளை எடுத்துக்கொண்டு போய் துவைத்துப்போடுவான். அதன்பிறகு அவன் வேலைக்குக் கிளம்பிப்போக நான் அவரருகே அமர்ந்திருப்பேன். மதியம் போல சாமியின் அம்மா எங்களுக்கு சாப்பாடு கொண்டுவருவார். பிறகு ஒரு ஓரமாக அவரும் அமர்ந்து கொள்வார். இரண்டுமணிக்கு மேல் வந்து சாமியும் அவரைப் பார்த்துவிட்டுப் போவான். சாயங்காலம் அவன் வேலை முடிந்து திரும்பியபிறகு நானும் அவனும் காலனி ஆர்ச்சிலிருந்த

டீக்கடையில் டீயைக் குடித்துவிட்டுக் கிளம்புவோம். நான் வீட்டுக்குப் போக, இரவுணவைத் எடுத்துக்கொண்டு அவன் மீண்டும் மருத்துவமனைக்கு வருவான். எந்நேரம் வீட்டுக்குத் திரும்பிப்போவான் என்று தெரியாது, ஆனால் மறுநாள் காலை நான்குமணிக்கு அவனது நாள் தொடங்கிவிடும். எப்படியும் அப்பாவைக் காப்பாற்றி விடலாம் எனும் நம்பிக்கை அவனுக்குள் இருந்தது. ஆனால் இருமாதப் போராட்டத்திற்குப்பின் சாமியின் எண்ணத்தைப் பொய்யாக்கி அவன் அப்பா வயிறுவெடித்துச் செத்துப்போனார்.

சாமி அழுததை அன்றுதான் முதல்முறையாகப் பார்த்தேன். தத்தநேரி சுடுகாட்டில் என் தோளில் சாய்ந்து அழுதவன் அரற்றலினூடாகச் சொன்னான், “ஒருவகைல அவருக்கு இது விடுதலைதானே?”

பணியில் இருந்த காலத்தின்போதே இறந்ததால் சாமியின் அப்பாவினுடைய வேலையை அவனுடைய இரண்டாவது அண்ணன் முத்துவுக்குத் தந்தார்கள். அதற்கான ஆயத்தங்களை சாமிதான் முன்னிருந்து செய்தான். அண்ணனுக்கு வேலை உறுதியான சில நாட்களில் விருதுநகரில் ஒரு பெண்ணைப் பார்த்து அவருக்குத் திருமணமும் செய்து வைத்தான்.

***

ரயிலின் ஊளைச்சத்தம் காதுக்கு மிக அருகில் கேட்க கண்களைத் திறந்தேன். ஷண்டிங் அடிக்கும் எஞ்சின் மட்டும் நானிருந்த இடத்தைக் கடந்து சென்றது. வடக்கத்தியக் குடும்பம் அங்கிருந்த கற்களை அடுக்கி நெருப்பு மூட்டி ரொட்டி சுடும் வேலையில் இறங்கியிருந்தார்கள். நான் நிமிர்ந்து பார்த்தேன். வெயில் தலைக்கு நேர்மேல் நின்றிருக்க தரையில் விழுந்த நிழல்கள் யாவும் சுருங்கிப் போயிருந்தன. வயிறு காந்தியது. ஒரு டீ குடித்தால் தேவலாம் போலிருந்தது. எழுந்து மெதுவாகப் பாலத்தை நோக்கி நடந்தேன்.

ஜங்ஷனின் முன்வாசல் வழியாக வெளியேறி தங்கரீகல் தியேட்டரின் முன்னால் வந்து நின்றேன். மதுரையின் அடையாளங்களில் ஒன்றான டவுன்ஹால் ரோடு கண் முன்னால் வளர்ந்து நீண்டது. சில வருடங்களுக்கு முன்பு வரைக்கும் வீதிமுக்கில் நெல்லை லாலா ஸ்வீட்ஸை ஒட்டினாற்போல சிறிதாக ஒரு டீக்கடை இருந்தது. அங்கு சாயாவை வாங்கிக்கொண்டு நானும் சாமியும் பக்கத்தில் இருந்த லோக்கல் டாக்ஸி ஸ்டாண்டில்

போய் உட்கார்ந்து கொள்வோம். இப்போது எதுவும் இல்லை. டீக்கடை இருந்த இடத்தில் ஒரு பெரிய காம்ப்ளக்ஸ் கடை முளைத்திருந்தது. வேறொரு கடையில் டீயை வாங்கிக்கொண்டு எப்போதும் உட்காரும் இடத்தில் நான் மட்டும் தனியாகப் போய் உட்கார்ந்தேன்.

சாமி கொரியரில் பணிபுரிந்த காலத்தில் தினமும் ராத்திரி ஒன்பது மணிக்கு மேல் அங்கு சந்தித்துக்கொள்வோம். வயிற்றுப்பாட்டுக்காக நாளெல்லாம் நகரத்தின் சந்துகளுக்குள் அலைந்து திரிந்து சோர்ந்து வரும் எங்களைப் போன்ற அனைவருக்கும், ஒன்றாய்ப் பேசி மகிழும் அந்தப் பொழுதுகள், கூண்டுப் பறவைகள் வானத்தின் வாசம் தேடும் சிற்சில சுதந்திரக் கணங்கள்.

மதுரையைச் சுற்றிய கழுதை வேறெங்கும் போகாது என்று சொல்வார்கள். நாங்கள் இருவருமே அதைத் தீவிரமாக நம்பினோம். நகரமும் கிராமமும் அல்லாத ஒரு கலவையான நிலம் அது. பழமையான வீடுகளும் நவீன பாணிக் கட்டிடங்களும் ஒருசேரக் காணக்கிடைக்கும் ஊர். அதிநவீன வசதிகளுடன் கூடிய ராயல் கோர்ட்டுக்கு அருகில்தான் நூற்றாண்டு காலப் பழமையான மங்கம்மாள் சத்திரம் இருந்தது. சரியாக அதற்குப் பின்புறம் இருந்தது நாங்கள் ஒன்றுகூடும் டாக்ஸி ஸ்டாண்ட்.

பச்சை வர்ண இரும்புக்கம்பங்கள் தாங்கி நிற்கும் ஓர் ஆஸ்பெஸ்டாஸ் கூரை. அந்தக்கூரையில் தனது கூட்டை அமைத்துக்கொண்டிருந்த குருவியின் குவிக் குவிக் சத்தம் இரவுபகல் வித்தியாசமின்றிக் கேட்டுக்கொண்டே இருக்கும். தரையினோரமாகக் குவிந்திருக்கும் பழைய டயர்களும் ட்யூப்லைட்டுகளும். பள்ளிப்பிள்ளைகள் சீருடையோடு வரிசையாகப் போவதுபோல வெண்ணிற அம்பர்சிடர்கள் அங்கு நிற்பதைப் பார்க்க அத்தனை அழகாயிருக்கும், ஒரே நேரத்தில் அதிகம்போனால் ஐந்து கார்கள் நிறுத்தலாம் என்கிற அளவில்தான் ஸ்டாண்ட் இருந்தது. விதவித வசதிகளோடு எத்தனை கார்கள் இருந்தாலும் நெடுந்தூரப் பயணம் என்றால் மதுரைக்காரர்களுக்கு அம்பாசிடர்கள்தான். அந்தக் கார்களை ரசித்தவாறே நிறைய இரவுகள் நானும் சாமியும் அங்கு பழியாகக் கிடந்திருக்கிறோம். வீட்டை விடவும் அதிகமாகத் தனது காரை நேசித்த தன்ராஜ் அண்ணன், பகலில் இட்லிக்கடையும் இரவில் வேறு தொழிலுமாய் பிழைத்திருந்த லலிதா அக்கா, அங்கு கிடைக்கும் மீதங்களில் உயிர்வளர்த்த ஒரு கறுப்புநாய், கிழிந்த ஆடைகளோடு சுற்றிவந்த மனநலம் பிறழ்ந்தவன் என நிறைய

சாமி | 143

உறவுகளையும் சேர்த்து வைத்திருந்தோம். ஆனால் ரோட்டை அகலப்படுத்துவதாகக் கூறி அந்த டாக்ஸி ஸ்டாண்டை அரசாங்கம் அறுத்தெறிந்த ஒரு நாளில் அனைவரும் காணாமலாகிக் காற்றோடு கரைந்து போனார்கள். ஒவ்வொரு முறையும் காரை ஸ்டார்ட் செய்யும் புகையினால் பின்புறச்சுவரில் உண்டான கறுப்புக்கறை மட்டுமே ஸ்டாண்டில் மீந்திருந்தது. வெறுமையான கண்களோடு நானும் சாமியும் அங்கு நின்றிருந்தது எனக்கு நினைவில் இடறியது. இன்று சாமியும் கூட அந்தப் புகையைப்போலத்தான் என்பது எனக்கு உறைக்க சட்டென்று அங்கிருந்து எழுந்து கொண்டேன்.

மீண்டும் எட்டாம் நடைமேடைக்குத் திரும்பினேன். மருத்துவமனைக்கு ராஜி வந்திருப்பாளா எனத் தெரியவில்லை. சிறிதுநேரம் கழித்துப் போகலாம் எனக் கல்பெஞ்சில் சாய்ந்து அமர்ந்தேன்.

***

சாமிக்குத் திருமணம் செய்யலாம் என்று முடிவாகி முதன்முதலில் வந்த வரன் ராஜி. அவளின் சொந்த ஊர் சாத்தூர். அப்போது நான் பெருந்துறையில் கல்லூரி வேலைக்குச் சேர்ந்திருந்தேன்.

திருமணத்தின் மீது சாமிக்குப் பெரிதாக ஈர்ப்பு இருந்ததில்லை. பெண்ணுடல் சார்ந்த கனவுகளோ அல்லது ஆசைகளோ இல்லாதவனாக அவனிருந்தான். ஆனால் ராஜியின் புகைப்படத்தைப் பார்த்ததும் அவனுக்குப் பிடித்துவிட்டது. அந்தப் பெண்ணின் முகத்தில் இருந்த குழந்தைத்தனம் தனக்கு ரொம்பப் பிடித்ததாகச் சொன்னான். பெண்ணைப் பார்ப்பதற்கு நானும் கண்ணனும் அவனோடு சென்றிருந்தோம்.

ராஜியின் அப்பா ஊரில் விவசாயம் செய்து வந்தார். அவளுக்குப் பிறகும் இன்னொரு பெண்ணுக்குத் திருமணம் செய்யவேண்டி இருந்ததால் தன்னால் இயன்றளவு மூத்தவளுக்குச் செய்வதாகக் கூறினார். உண்மையில் சாமியின் அம்மாவுக்கு அந்தச் சம்பந்தத்தில் பெரிதாக விருப்பமில்லை. தன் மகன் ரயில்வே ஊழியன் என்பதால் அவருக்கு நிறைய கனவுகள் இருந்தன. ஆனால் சாமியின் சொல்லை மீறி அவரால் வேறெதுவும் சொல்ல முடியவில்லை. திருமணச்செலவில் பாதியை மாப்பிள்ளை வீட்டார் ஏற்றுக்கொள்ளவேண்டும் என்பதற்கும் அரைமனதாகத்தான் சம்மதித்தார். அப்போதைக்குப் பூ மட்டும் வைத்துக்கொள்ளலாம்,

திருமணத்துக்கு முந்தைய நாளிரவு நிச்சயம் செய்து கொள்ளலாம் என்று முடிவானது.

ராஜியோடு தனியாகப் பேசச்சென்ற சாமி அன்று அவளிடம் முழுக்க முழுக்க நண்பர்கள் பற்றித்தான் பேசினான் என்பதைப் பின்னாட்களில் ராஜியிடம் நான் தெரிந்துகொண்டேன். இருவரும் தங்களின் செல்போன் எண்களையும் பரிமாறிக் கொண்டிருந்தார்கள். பிறகான சில நாட்களே சாமியின் வாழ்வில் மிகுந்த அழகான நாட்கள். அவனுக்குள் தன்மையான ஒரு காதலன் இருந்ததை ராஜி அவனுக்கு உணர்த்தினாள். எப்போதாவது, அவளிடம் பேசும்படி சாமி என்னிடம் போனைத் தருவான். அண்ணா என்கிற அந்தக்குரலில் இழையும் உண்மையான வாஞ்சையை என்னாலும் உணரமுடிந்தது. சாமியை முழுக்கப் புரிந்துகொள்ளக்கூடிய ஒருத்தி அவனுக்கு மனைவியாக வரப்போவதில் நானும் மகிழ்ந்திருந்தேன்.

திருமணத்துக்குச் சரியாக இரண்டு வாரங்கள் இருந்தபோது ராஜியின் அப்பாவுக்கு மாரடைப்பு ஏற்பட்டு விருதுநகரில் தனியார் மருத்துவமனையில் அவரைச் சேர்த்தார்கள். ஒரேநாளில் சங்கதிகள் யாவும் திசைமாறிப் போயின. விவசாய நிலத்தை விற்று வைத்தியம் பார்த்தாலும் அவருடைய உடல்நிலை சீராகவில்லை. திருமணத்திற்காக வைத்திருந்த பணத்தையும் அவருக்காகச் செலவு செய்திடும் சூழல். அந்த வாய்ப்புக்காகத்தான் காத்திருந்ததைப்போல சாமியின் அம்மா தன் முகத்தைக் காட்டத்தொடங்கினார். கல்யாணத்தை நிறுத்திவிடலாம் என்று சாமியிடம் வற்புறுத்தினார். சாமியின் செல்போனில் எந்நேரமும் ராஜியின் அழுகைச்சத்தம் மட்டுமே கேட்டது. அவன் எடுக்கும் எந்த முடிவுக்கும் கட்டுப்படுவதாக அவள் சொன்னதை என்னிடம் பகிர்ந்தபோது சாமியின் கண்கள் கலங்கின. மறுபுறம் ராஜியின் அப்பாவின் நிலைமையும் மோசமாகிக்கொண்டே சென்றது. அவர் இருக்கும்போதே அவள் திருமணத்தை நடத்திப்பார்க்க ராஜியின் வீட்டில் ஆசைப்பட்டார்கள்.

சாமி தீர்மானமாக முடிவெடுத்தான். திருமணம் என்றால் ராஜியோடுதான் என்பதை அவன் அம்மாவிடம் அழுத்திச்சொன்னான். வேறு வழி இல்லாமல் சாமியின் அம்மா ஒத்துக்கொள்ள மறுநாள் அதிகாலையில் ஒரு வண்டியைப் பிடித்து விருதுநகர் சென்றோம். நண்பர்களில் சாமியோடு நான் மட்டும் இருந்தேன். மருத்துவமனையில் ராஜியின் அப்பாவின்

கண்களுக்கு முன்னால் சாமி அவளுக்குத் தாலி கட்டினான். கைகளைக்கூப்பியபடி ராஜி அழுது கொண்டேயிருந்தாள். வயர்களுக்கும் ட்யூப்களுக்கும் நடுவே சுருண்டு கிடந்தவரின் கண்களிலும் நீர் துளிர்த்தது.

திருமணம் முடிந்து நானும் சாமியும் ஒரு டீ குடிக்கலாம் என்று வெளியே வந்தோம். சாமி விரக்தியாகச் சிரித்தபடி சொன்னான், "நான் அன்னைக்கே சொன்னேன்ல, என்னோட கல்யாணத்துக்கு வெறும் கடலைஉருண்டையும் சோடாவும்தான்... பார்த்தியா, நெஜமாயிருச்சு?" அழுதபடி அவனை நான் இறுக்கமாகக் கட்டிக்கொண்டேன்.

அன்றிரவே சாமியின் மாமனார் செத்துப்போனார்.

***

நம்முடைய விதிக்கும் நடவடிக்கைகளுக்கும் நாம்தான் பொறுப்பு என்று நம்ப ஆசைப்படுகிறோம். ஆனால், மாறாக, விதிதான் நமக்கான தேர்வுகளைச் செய்கிறது. தீர்ப்புகளையும் எழுதுகிறது. இங்கு நாம் வெறும் பொம்மலாட்ட பொம்மைகள் மாத்திரமே.

முத்து அண்ணனுக்கு விருதுநகர் கோட்டத்தில் போஸ்டிங் கிடைத்ததால் சாமியின் அம்மாவும் அவரோடு கிளம்பிப் போய்விட்டார். சாமியும் ராஜியும் ரயில்வே காலனிக்குள்ளேயே தண்ணீர்த்தொட்டிக்கு அருகிலிருந்த வேறொரு வீட்டுக்குக் குடிமாறினார்கள். திருமணத்திற்குப் பின் வாழ்க்கை மீண்டும் சமநிலைக்குத் திரும்பிவிட்டதாக சாமி நம்பினான். விருதுநகரில் அண்ணன் வீட்டுக்கு அருகிலிலேயே நிலம் வாங்கிபோட்டு ரயில்வே லோனில் தானும் ஒரு வீட்டைக் கட்ட ஆரம்பித்தான் சாமி.

ஆனால், ஆறு மாதங்களுக்குப் பிறகு, சாமியின் உடல்நிலையில் மாற்றங்கள் தென்பட்டன. அவனுடைய கழுத்தில் சிக்கல் என்பதைப்போல நிலையாக நிற்காமல் உடல் நடுங்கத் தொடங்கியது. மருத்துவரிடம் அவனை அழைத்துச் சென்றால் இதற்குமுன் இதுபோன்ற வேறு பிரச்சினை ஏதும் இருந்துள்ளதா என்று விசாரித்தார். சிறுவயதில் ஒருமுறை வெற்றுத்தரையில் படுத்துத் தூங்கியதில் சாமிக்கு முகவாதம் வந்திருந்தது. அதனால் அவனுடைய உதடு சற்று இடப்புறமாகக் கோணியிருக்கும். தற்போது சாமிக்கு வந்திருக்கும் நரம்புத்தளர்வும் அதுபோன்றதுதான், கொஞ்ச காலத்தில் தானாகவே சரியாகும் என்று வில்லைகளைத்

தந்து அனுப்பினார் மருத்துவர். ஆனால் பிறகும் அவனது நோயின் தீவிரம் கூடியதே தவிர குறையவில்லை. கழுத்தின் பாதிப்பு கைகளுக்கும் கால்களுக்கும் பரவத் தொடங்கியது. சாமியின் வாழ்க்கையில் அவன் சந்தித்த இரண்டாம் நரககாலம் அங்கிருந்துதான் ஆரம்பித்தது.

மனிதனுக்கு நோய் வருகையில் அது அவனை மட்டும் தாக்குவதில்லை. அவனைச் சார்ந்தோரின் மனவுறுதியை வெட்டிச்சாய்ப்பதோடு சமூகத்திலும் எதிர்வலையை உருவாக்குகிறது. எதையும் கேள்வி கேட்கவும் சந்தேகத்தோடு பார்க்கவும் வைக்கிறது. சாமிக்கும் அதுதான் நேர்ந்தது.

அமர்ந்திருக்கும்போது தானாக எழுந்து கொள்ளவோ அல்லது நின்றிருந்தால் இயல்பாகக் கீழே அமரவோ முடியாமல் போனது சாமிக்கு. யாராவது ஒருவர் அவனுடைய கையைப் பிடித்து எழுப்பிவிட வேண்டும் அல்லது உட்காரவைக்க வேண்டும். நடக்க ஆரம்பித்தால் அவனாகவே நிற்க முடியாமலும் போனது. கழிவறைக்குப் போகவும் உடைமாற்றவும் கூட அவனருகில் இன்னொருவர் இருக்கவேண்டும். தன்னுடைய உடலின் நிலைத்தன்மையை அவன் இழக்கத் தொடங்கியிருந்தான். ஆக, நாளின் தொடக்கத்தில் அவனுக்குப் பல்துலக்கி விடுவதில் இருந்து முடிவில் அவனை மீண்டும் படுக்கையில் தூங்க வைக்கும் வரைக்கும் அனைத்து உதவிகளையும் ராஜிதான் முகம்காட்டாமல் செய்தாள். ரயில்வேயில் அவனோடு இருந்தவர்களும் அவர்களால் இயன்ற உதவிகளைச் செய்தனர். லைனில் சென்று அவனால் வேலை பார்க்கமுடியாது என்பதால் அவன் அப்பா பார்த்துவந்த கேட்கீப்பர் பணியை அதிகாரிகளிடம் பேசி அவனுக்கு வாங்கிக் கொடுத்தார்கள்.

மதுரையில் இருந்த ஒரு பொறியியல் கல்லூரியில் எனக்கு வேலை கிடைத்த சமயம். ஆகவே ஒவ்வொரு நாள் மாலையும் வேலைவிட்டு வந்ததும் சாமியின் வீட்டுக்குக் கிளம்பிவிடுவேன். வாசலில் சேரைப் போட்டு உட்கார்ந்திருப்பான் சாமி. அவனது கால்மாட்டில் ராஜி. எத்தனை துயரங்கள் வந்தபோதும் தனது முகத்தின் சிரிப்பை மட்டும் சாமி விட்டுத் தராமல் இருந்தான். கெஸ்ட் ஹவுசில் நடக்கும் அனைத்தையும் சொல்லிச் சிரிப்பான். நடுவில் ராஜியைக் கிண்டலடிப்பதும் இருக்கும். சற்று நேரங்கழித்து அவனைக் கூட்டிக்கொண்டு செம்மண் திடலுக்கு நான் நடக்கப்போவேன். அத்தனை பிரச்சினைகளுக்கு மத்தியிலும் ராஜி

நன்றாகப் பார்த்துக்கொள்கிறாள் என்பதில் சாமிக்குப் பெருமை, அதைச் சொல்லிச்சொல்லி ஆற்றுப்போவான். கூடியவிரைவில் எல்லாம் சரியாகும் என்று என்னிடம் சொல்வதைப்போல தனக்குத்தானே சொல்லிச் சிரிப்பான். ஆனால் நிதர்சனம் அதற்கு நேர்மாறாக இருந்தது.

சாமியின் உடல்நிலை மோசமாகிக்கொண்டுதான் போனது. ஒருநாளைக்குக் கிட்டத்தட்ட 20 மாத்திரைகள் சாப்பிடும்படி ஆன நிலையில் அவனது உடல் மெல்ல உருக்குலைய ஆரம்பித்தது. அந்த நேரத்தில்தான் சாமியின் அம்மா திரும்பிவந்தார். சாமிக்கு வந்திருந்தது உண்மையில் நோயல்ல, யாரோ அவனுக்குச் சூனியம் வைத்துவிட்டார்கள் என்று சொல்ல ஆரம்பித்தார் சாமியின் அம்மா. அதைச் செய்தது ராஜியின் வீட்டார்தான் என்று அவர் தீவிரமாக நம்பினார். இந்த நோயை மருந்துகளின் வழியாகத்தான் குணப்படுத்த முடியும் என்கிற எங்களின் குரல் எதுவுமே அவரின் காதில் ஏறவில்லை. கெட்டநேரம் என்பதாக சாமியும் அவரோடு ஒத்துப்பேசினான். ராஜிக்கு மிகுந்த மனவருத்தம். எதைத் தின்றால் பித்தம் தெளியும் என்றிருப்பவனை எப்படி நாம் குற்றம் சொல்லமுடியும்?

தூத்துக்குடி போகும் வழியில் ஹைகோர்ட் மகாராஜா என்றொரு கோயில் உண்டு. சாமியும் அவன் குடும்பமும் அந்தக்கோவிலில் மிகுந்த நம்பிக்கை வைத்திருந்தார்கள். சாமியை அங்கு கூட்டிப்போகலாம் என முடிவானது. ஒவ்வொரு வாரமும் வெள்ளிக்கிழமை ரயிலேற்றி அவனைக் கோயிலுக்கு அழைத்துச் சென்றார்கள். குறிசொல்லும் இடத்தில் நாம் பொறுமையாகக் காத்திருக்கவேண்டும். ஏதேனும் ஒரு குறிப்பைச்சொல்லி குறிசொல்பவர் நம்மை அழைத்தால் மட்டுமே நமது குறையைச் சொல்லலாம். சாமியின் உடல்நிலை சீக்கிரம் சரியாகும் என்று சொல்லித் தரப்படும் எலுமிச்சையை வாங்கிக்கொண்டு அவனும் அம்மாவும் வீடுதிரும்புவார்கள். பெரும்பாலான நேரங்களில் ராஜியைத் தன்னோடு வரவிடாமல் பார்த்துக்கொண்டார் சாமியின் அம்மா. அங்கிருந்து கொண்டுவரும் திருநீறையும் குங்குமத்தையும் உடல்முழுக்கத் தூவிவிடுவது மட்டுமே மருந்து. இந்தக்கூத்து கிட்டத்தட்ட நான்கைந்து மாதங்கள் நீண்டது. அந்த இடைவெளியில் ஆங்கில மருந்துகள் உட்கொள்வதை சாமி அறவே நிறுத்தியிருந்தான். ஆக முன்னைக் காட்டிலும் உடல்நிலை மிக மோசமானது. ஒருகட்டத்தில் கோயிலுக்கு அழைத்துச்சென்று எதுவும் சரியாகவில்லை என்று தெரிந்ததும் சாமியின் அம்மா

சத்தமில்லாமல் மீண்டும் விருதுநகருக்குப் போய்விட்டார். மறுபடியும் சாமியை முழுதாகப் பார்த்துக்கொள்ளும் பொறுப்பு ராஜியை வந்தடைந்தது.

மீண்டும் ரயில்வே ஆஸ்பத்திரி மருத்துவர்களிடம் நாங்கள் தஞ்சம்புகுந்தோம். ஆகக் கடைசியாக, அவனுக்கு வந்திருப்பது பார்கின்ஸன்ஸ் நோய் என்பதை மருத்துவர்கள் கண்டறிந்தார்கள். இந்தமுறை மாத்திரைகளின் எண்ணிக்கை இன்னும் அதிகரித்தது, உடன் அவற்றின் வீரியமும். ஆனால் ஆச்சரியப்படும் வகையில் மோசமான நிலையில் இருந்த சாமியின் உடல் மீளவாரம்பித்தது. தொலைதூர வெளிச்சம் கண்ணில் படுவதாக ராஜியும் நானும் நண்பர்களும் மகிழ்ந்தோம். ஆனால் அதுவும் குறைகாலம்தான். உடலின் நடுக்கம் குறையத் தொடங்கிய அதேவேளையில் சாமியின் மனநிலையில் வித்தியாசங்கள் ஏற்பட்டன. எப்போதும் சிரித்தவாறு இருப்பவனின் முகத்தில் வெறுப்பின் ரேகைகள் படியத் தொடங்கின. காரணமேயின்றி அருகிலிருக்கும் மக்களின் மீது அவன் எரிந்து விழ ஆரம்பித்தான். குறிப்பாக ராஜியை நோக்கி சாமி எய்த வார்த்தை அம்புகள் அவளைத் துயரத்தில் ஆழ்த்தின. சில சமயங்களில் தன்னிலை இழந்தவனாய் முரட்டுத்தனமாக நடந்து கொள்ளவும் செய்தான். ரயில்வே மருத்துவமனையில் மருந்துகளில் ஏதும் பிரச்சினைகள் உள்ளனவா என்பதையறிய அவனை ஒரு தனியார் மருத்துவரிடம் கூட்டிப்போனோம். நோயை எதிர்கொள்ள ரயில்வே மருத்துவர்கள் தந்த மாத்திரைகள் அவனது மூளையின் நரம்பு மண்டலத்தை பாதித்திருப்பதை அவர் கண்டறிந்து சொன்னார். அந்த மருந்துகள் அவனை ஒரு மூர்க்கனாக மாற்றுவதோடு இறுதியில் மனப்பிறழ்வு ஏற்படவும் வாய்ப்புண்டு என்பதை அந்த மருத்துவர் உறுதிப்படுத்தினார். மறுபடியும் சாமிக்கு மருந்துகளைத் தர வேண்டாம் என்று ராஜி கதறியழ வேறு வழியின்றி சாமிக்கு மாற்று மருத்துவம் பார்க்கலாம் என்று முடிவெடுத்து ஹோமியோபதியைத் தேர்வு செய்தார்கள். தனக்கு நிகழும் யாவையும் ஒரு பார்வையாளனாகப் பார்த்துக் கொண்டிருப்பதைத் தவிர சாமிக்கு வேறெந்த வழியும் இருக்கவில்லை.

துரதிர்ஷ்டவசமாக, அதே நேரத்தில், சாமிக்கு திண்டுக்கல்லுக்கு மாற்றலாகி உத்தரவு வந்தது. அவனுடைய அதிகாரிகளிடம் எத்தனை கெஞ்சியும் அந்த உத்தரவை எங்களால் மாற்றமுடியவில்லை. தன்னால் சாமியை நன்றாகப் பார்த்துக்கொள்ளமுடியும் என ராஜி தெளிவாகக் கூறினாள். வாய்ப்புக் கிட்டும் போதெல்லாம்

வருவதாக நானும் நண்பர்களும் அவளிடம் உறுதிகூறினோம். சாமியை அழைத்துக்கொண்டு ராஜி ஊருக்குக் கிளம்பிச் சென்றாள்.

இரண்டு மாதங்கள் கழித்து வீரக்குமாரையும் கண்ணனையும் அழைத்துக்கொண்டு நான் திண்டுக்கல்லுக்குப் போனேன். அங்கும் ரயில்வே காலனியில் சாமிக்கு வீடு கொடுத்திருந்தார்கள். சாமியின் முகத்தில் பழைய ஒளி இல்லாதபோதும் எங்களைப் பார்த்ததும் முகத்தில் சிரிப்பு மீண்டது. அவன் எப்படி இருக்கிறான் என்பதை எங்களிடம் விவரித்தவாறே ராஜி அனைவருக்கும் சமைக்கத் தொடங்கினாள். சற்று நேரம் அமைதியாகப் பேசிக்கொண்டிருந்த சாமி தன்னைச் சற்றே காலாற வெளியே அழைத்துப்போகும்படி என்னிடம் கேட்டான். “நாம செம்மண் திடலுக்குப் போவோமேடா, உனக்கு ஞாபகமிருக்கா?” வெயில் அடிப்பதால் வெளியே வேண்டாம் என்று ராஜி மறுத்துச் சொன்னாள். என்றாலும் பரவாயில்லை என்று சொல்லி அவனைத் தூக்கி விட்டேன். நானும் சாமியும் மட்டும் திண்டுக்கல் ரயில் நிலையத்தை நோக்கி நடந்தோம்.

ஜங்சனின் நீலநிறக் கூரைகளில் மோதி உடைந்த வெயில் நடைமேடைகளில் உக்கிரமாக பரவிக்கிடந்தது. ஆள் நடமாட்டமில்லாத நிழற்படிந்த ஓரிடத்தில் சாமியைக் கைத்தாங்கலாகப் பிடித்து உட்கார வைத்தேன். வழியிலும் அவன் ஏதும் பேசவில்லை. இப்போதும் மிகவும் அமைதியாக இருந்தான். அவனாகப் பேசட்டும் என நானும் அவனது யோசனையில் குறுக்கிடவில்லை. எங்கோ பார்த்தாலும் உண்மையில் அவன் தனக்குள் பார்த்துக் கொண்டிருப்பதாக எனக்குத் தோன்றியது. வெகுநேர அமைதிக்குப் பிறகு திடீரென்று ஓவென்று அலறி சாமி எனது தோளில் சாய்ந்து அழத்தொடங்கினான். எனக்கு ஒன்றும் புரியாது அவனைத் தேற்ற முயற்சித்தேன். ஆனால் அவனது அழுகை நிற்கவேயில்லை. நினைவுகளும் மனதின் உணர்ச்சிகளும் ஒன்றுசேர்ந்து அவனுக்குள் வலியின் வலையை நெய்து கொண்டிருந்தன. நீண்டநேரம் கழித்து அழுகை சற்றுக் குறைந்து தேம்பலாக மாறி அதுவும் நின்றபிறகு சாமி என்னிடம் பேசினான். தனக்கும் ராஜிக்குமான அந்தரங்க வாழ்க்கை குறித்து ஒருபோதும் அவன் என்னிடம் சொன்னதில்லை. முதலும் கடைசியுமாக என்னிடம் அதுகுறித்து சாமி அன்று பேசினான்.

விவரம் தெரிந்த நாள்முதலே சாமிக்குப் பெண்ணுடலின் மீது பெரிதாக ஈர்ப்பு இருந்ததில்லை. எங்களோடு சேர்ந்து இருந்ததால் அவன் செக்ஸ் படங்களைப் பார்த்தானே ஒழிய அவற்றின் பின்னால் ஒருபோதும் ஓடக்கூடியவன் இல்லை. ஆன்மீகத் தேடலும் பிறருக்கு வேண்டியதைச் செய்வதன் மூலம் மகிழ்ச்சியை உணர்வதுமே அவன் வாழ்வின் பிரதான நோக்கங்கள். ஆக திருமணத்துக்குப் பிறகும் அவன் அப்படித்தான் இருந்தானென்பதில் ராஜிக்கு வருத்தமிருந்தது. அவளோடு உறவில் முயங்கினாலும் அதுவும் தன் கடமைகளில் ஒன்று என்பதாகவே சாமி இருந்திருக்கிறான். வாழ்வு குறித்துப் பெரும் கனவுகளோடு வந்தவள் அவனது நடவடிக்கைகளை வினோதமாய் உணர்ந்திருக்கிறாள். மேலும் திருமணமாகி ஆறேமாதங்களில் சாமிக்கு உடல்நிலை சரியில்லாமல் போக அந்தரங்க வாழ்க்கை எனும் ஒன்றே அதன்பிறகு அவர்களுக்குள் இல்லாமலானது. கலைந்துபோன கனவுகள், மருந்து மாத்திரைகளுடனான வாழ்க்கை, தனது வீட்டார் மீது சாமியின் அம்மா வைத்த குற்றச்சாட்டுகள், மற்ற மனிதர்களின் உதவியின்றி தானே யாவற்றையும் எதிர்கொள்ளும் சூழ்நிலை என எல்லாம் சேர்ந்து ராஜியின் மனதில் கோபமும் ஆத்திரமுமாக உருமாறியிருந்தன. திண்டுக்கல்லில் சாமியோடு தனியாக வாழும் வாய்ப்புக் கிடைத்ததும் அந்த வன்மத்தை அவள் வெளிப்படுத்தத் தொடங்கினாள். உடைமாற்றும் நேரங்களில் அவனுடைய இயலாமையைச் சொல்லிக்காட்டிப் பழிப்பதையும் உடல்ரீதியாக அடிப்பதையும் துன்புறுத்துவதையும் தனது வழக்கமாக்கிக் கொண்டிருந்தாள். தொடையில் நெருப்பால் சுட்ட வடுக்களை சாமி காட்டியபோது நான் அதிர்ந்தேன். ஸ்பிங்க்ஸ் சிலை போல நட்டமாக அமர்ந்தபடி இதைச் சொன்னாலும் சாமியின் முகத்தில் எந்த உணர்ச்சியும் வெளிப்படவில்லை. எல்லாவற்றையும் சொன்னபிறகு எதையும் ராஜியிடம் அல்லது மற்ற நண்பர்களிடம் சொல்லவேண்டாம் என்றான் சாமி.

வீட்டுக்குத் திரும்பியபிறகு ராஜியிடம் என்னால் இயல்பாகப் பேச முடியவில்லை. எனது முகத்தின் மாற்றத்தை அவளும் புரிந்துகொண்டிருக்க வேண்டும். எங்களுக்குள் நிலவிய நட்புணர்வை நாங்களிருவருமே அந்தக் கணத்தில் தொலைத்திருந்தோம். விடைபெற்றுக் கிளம்பும்போதும் நான் ராஜியின் முகத்தைப் பார்க்கவில்லை. சீக்கிரம் மறுபடியும் வாங்கடா என்று சாமி அறையின் உள்ளிருந்து கத்திக் கொண்டிருந்தான். நாங்கள்

சாலையில் இறங்கி நடந்தபோதும் அந்தக்குரல் வெகுநேரம் எனக்குள் ஒலித்தவாறிருந்தது.

நான் சாமியைக் கடைசியாகப் பார்த்தது அன்றுதான். மீண்டும் இப்போது மருத்துவமனையில்தான் பார்க்கிறேன். அதன்பிறகு அவனுக்கு நடந்ததை கண்ணன் என்னிடம் கதையாகச் சொன்னான்.

விபத்தில் சிக்கிய ஒரு மாணவனைக் காப்பாற்றும் முயற்சியில் ஈடுபட்டதால் மதுரையில் நான் பார்த்துவந்த கல்லூரிப் பணியை இழக்கும்படி ஆனது. நீண்ட முயற்சிக்குப் பிறகு திருநெல்வேலியில் வேலை கிடைக்க நான் அங்கே போய்விட்டேன். அங்கிருந்து வாராவாரம் சாமியைப் பார்க்கப்போவது சாத்தியமில்லை என்றான நிலையில் அவ்வப்போது போனில் மட்டும் பேசி வந்தேன். சில மாதங்களுக்குப் பிறகு அதுவும் இல்லாமல் ஆனது.

சாமிக்குப் பார்த்துவந்த ஹோமியோபதி மருத்துவமும் கைகொடுக்கவில்லை. அவனது உடல்நிலை மோசமாகிக்கொண்டே வந்து ஒரு கட்டத்தில் படுத்த படுக்கையாகிப் போனான். ராஜியும் அவளின் குடும்பமும் சேர்ந்து மகனின் வாழ்க்கையை நாசமாக்கியதாகச் சொல்லி சாமியின் அம்மா அவனை விருதுநகருக்குக் கூட்டிப் போயிருக்கிறார். அங்கு முத்துவின் வீட்டில் எந்த மருத்துவமும் பார்க்காமல் அவனை அப்படியே போட்டுவிட்டார். விருதுநகரில் அவன் கட்டிவந்த வீட்டையும் சாமியின் கைரேகை வைத்துத் தனது பேருக்கு மாற்றிக்கொண்டார். இனி அவன் பிழைக்கமாட்டான் என்ற சூழ்நிலையில் ராஜியின் வீட்டுக்குத் தகவல் சொல்லிவிட்டு அவனை மீண்டும் மதுரை ரயில்வே ஆஸ்பத்திரிக்குத் தூக்கி வந்திருக்கிறார். இதை எல்லாம் எனக்கு கண்ணன் விளக்கிச்சொல்லி மருத்துவமனைக்கு வரும்படி அழைத்த அதேநேரம் சாமியின் அம்மாவும் கூப்பிட்டதால் நான் கிளம்பி வந்தேன்.

***

மருத்துவமனைக்குள் நுழைந்து சாமி இருந்த வார்டுக்கு வந்தேன். சாமியின் அம்மாவும் ராஜியும் இருபுறமும் அமர்ந்திருந்தார்கள். என்னைப் பார்த்ததும் ராஜி எழுந்து ஓடிவந்தாள். கண்களில் மாலைமாலையாய்த் தண்ணீர். எனது கைகளை இறுகப் பற்றிக் கொண்டாள். “அண்ணா… அவரு…” நான் அவளின் கண்களுக்குள் பார்த்தேன். சாமி எப்போதும் பெருமிதத்தோடு

சொல்லும் அவளின் குழந்தைத்தனத்தை என்னால் அவற்றில் பார்க்கமுடியவில்லை. ராஜி கண்களைத் தாழ்த்திக் கொண்டு சொன்னாள், "அண்ணா... நானும் மனுசிதானே... எனக்கும் ஆசாபாசங்கள் இருக்கும்தானே?" நான் ஒன்றும் சொல்லவில்லை. சாமியின் கட்டிலினருகே சென்று நின்றேன். எதுவும் தெரியாமல் அவன் இன்னும் உறங்கிக் கொண்டிருந்தான். ஒரு மிக நீண்ட பயணத்தின் களைப்பு முகத்தில் ஒரு சால்வையைப் போல போர்த்தியிருந்தது.

சாமிக்கு அருகே சென்று கன்னத்தைத் தட்டினேன். "சாமி... சாமி..." அவன் முகத்தில் மெலிதாய் சலனங்கள். மிகவும் சிரமப்பட்டுக் கண்களைத் திறந்தான். அவனுடைய விழிப்பரப்பில் மரணத்தின் சாயல் தேங்கி நின்றது. தனக்கான புதைகுழிக்குள் மெல்ல அமிழ்ந்து கொண்டிருந்தவன் எதையோ பேச முயன்றான். ஆனால் வார்த்தைகள் கோர்வையாக வரவில்லை. காட்டு மிருகத்தின் உறுமலைப் போன்ற ஒலிகள் மட்டுமே வெளிவந்தன. மிகுந்த சீற்றத்தோடு நெருங்கி வரும் எதையோ பார்த்து அஞ்சுவதைப்போல அவனது உடல் நடுங்கியது. அவனுடைய தோள்களைப் பற்றி அவனை நான் எழுப்ப முயற்சித்தேன். ஆனால் முடியவில்லை. உடல் உருகி உருக்குலைந்து போனாலும் ஏதோ பலம் அவனுக்குள் மீதமிருந்தது. யாருமில்லாதபோதும் நான் மட்டும் எனக்குப் போதும் எனும் சாமியின் வைராக்கியம் எனக்கு நினைவுக்கு வந்தது. பாதசாரியின் காசி எனக்குள் வந்துபோனான்.

அவனுடைய கண்கள் எனது முகத்தின் மீது கூர்மையாகக் குத்தி நின்றன. ஆழமாக என்னையே வெறித்துப் பார்த்துக் கொண்டிருந்தவனின் கண்களில் தண்ணீர் தளும்பியது. யாரும் எதிர்பார்த்திராத ஒரு தருணத்தில் திடீரென்று வெறிகொண்டவனைப் போலக் கைகளைக் காற்றில் வீசி என்னைத் தாக்க முற்பட்டான். ஒன்றிரண்டு அடிகள் என் மீது விழுந்தன. ராஜி ஓடிச்சென்று நர்ஸை அழைத்துவந்தாள். நர்ஸ் உடனடியாக அவனுக்கு ஒரு தூக்கத்துக்கான இன்ஜெக்சனைத் தந்தாள். "அப்பப்போ இப்படித்தான் வெறி பிடிச்ச மாதிரி ஆகிடுறாரு. எல்லாம் மாத்திரையோட சைடு-எஃபெக்டு..." ராஜி என்னிடம் சொல்லி அழுதவேளையில் சாமியின் அம்மா டிவியின் அருகில் உட்கார்ந்து நாடகம் பார்த்துக் கொண்டிருந்தார்.

மறுபடியும் தூங்கிப் போயிருந்த சாமியின் முகத்தைப் பார்த்தபடி நான் சிறிதுநேரம் உட்கார்ந்திருந்தேன். அவனுடைய கால்மாட்டில்

சாமி | 153

கட்டிலின் மீது தலையைச் சாய்த்து ராஜி தூங்கிப் போயிருந்தாள். நான் சுற்றுமுற்றும் பார்த்தேன். சாமியின் அம்மாவை எங்கும் காணவில்லை. எழுந்து சாமியின் அருகே சென்றேன். என் தலையை அவனுடைய நெற்றியின் மீது வைத்தேன். அதிகம் போனால் இரண்டு நிமிடங்கள். உள்ளுக்குள் எதுவோ அதிர்ந்து உடைந்தது. சட்டென்று அங்கிருந்து விலகி வெளியேறி நடந்தேன்.

***

மூன்று நாட்களுக்குப் பிறகு சூலக்கரை சுடுகாட்டில் சாமிக்குக் கொள்ளி போட்டவர்களில் நானும் ஒருவனாயிருந்தேன்.

முழுக்க எருவால் மூடப்பட்டுக் கிடந்த அந்த உடலுக்கு இனி சாமி என்ற பெயர் கிடையாது. அவனோடு நான் வீதிகளில் ஓடியாடி விளையாடியிருக்கிறேன். எண்ணற்றக் கதைகளைப் பேசி இருக்கிறேன். என்னுடைய எல்லாவற்றையும் பகிர்ந்து கொண்டிருக்கிறேன். தோளில் சாய்ந்து சிரிக்கவும் அழவும் செய்திருக்கிறேன். ஆனால் இனி சாமி என்பவன் இல்லை.

காலத்தில் உறைந்த பழைய நினைவுகளைப்போல எனது நினைவுகளின் அடுக்குகளுக்குள் சாமியும் ஒரு தழும்பாக மாறிப் போயிருந்தான்.

ஆவநாழி, 2023

தேரின் நிழல் – நினைவின் குற்றம்

அகரமுதல்வன்

நவீனமளிக்கும் துக்கிப்பின் புழுக்கம் தாளாது மூச்சுத்திணறுகிறார்கள் மனிதர்கள். இழந்த ஞாபகங்கள் திடுக்கிட வைக்கும் அவர்களிடம் மிஞ்சியிருப்பது கசப்பும் மீளமுடியாத இருள் திசையும். அறவீழ்ச்சிகளின் சிதிலங்களின் மீது அதிநவீனத்தின் நுகர்வு வெளிச்சம். அனைத்து தனித்துவங்களும் அழிந்துபோன நிலவெளியில் நிறுத்தப்பட்டிருப்பவர்களின் பன்னெடுங்கால மரபையும் மனோபாவத்தையும் கதைகளின் வழியாக நினைவூட்டுவது எளிய இலட்சியமன்று. எல்லோருக்கும் ஒரு வாழ்வு இருக்கிறதென கரிசனம் கொள்ளும் எழுத்துக்கள் கலையின் அர்த்தத்தோடு முதன்மை பெறுகின்றன. கார்த்திகைப் பாண்டியனின் 'ஒரு சாகசக்காரனின் கதை' என்கிற சிறுகதைத் தொகுப்பு பரிதவிக்கும் கனவுகளின் ஆத்மார்த்த வாழ்வுக்காய் தன்னைப் படையல் அளிக்கிறது.

"மனதின் மிகச் சுருக்கமான பகுதியோடு கொண்டிருக்கும் தொடர்பையே 'நான்' என்றெண்ணி இயங்குகிறான் மனிதன்" எழுத்தாளர் சுந்தர ராமசாமியின் கூற்றினை அடிக்கடி நினைத்துக்

கொள்ளும் வாய்ப்பை இந்தத் தொகுப்பிலுள்ள கதைகள் நல்கின. ஏனெனில் வாழ்வின் எண்ணற்ற சித்திரங்களாக உழன்று எரியும் மனிதர்களின் சிதையருகில் அமர்ந்திருந்து வெறிக்கின்ற கதைசொல்லியின் இயலாமை மானுட அல்லல் மட்டுமே. "நான்" என்கிற அகங்கார அடையாளத்தின் மீது கோடாரியால் பிளக்கும் காலத்தைத்தான் கார்த்திகைப் பாண்டியன் கதைகள் தமது உலகெனக் கருதியுள்ளன. அனைவரின் சுயத்தையும் அழிக்கும் லட்சியத்தோடு இயங்கும் அரூபம் இறைவன் அல்ல. அது உலகமயமாக்கல் எனும் ஒரு பிசாசு. எல்லா அடையாளங்களும் அழிவுற்றபிறகு, அது கடைசியில் மனிதர்களை விழுங்கிக் கொள்ளும் சுகத்திற்காகக் காத்திருக்கிறது.

காஃப்காவின் கரப்பான்பூச்சி படிமம் துர்சகுனத்தின் அபாய சமிக்ஞை. மனிதகுலம் இன்று எதிர்கொள்கிற மூச்சுத்திணறல்களை அந்தப் படிமம் அப்படித்தான் எதிர்வு கூறியது. அவ்வளவு வெறுமையும், அழுத்தமும் கூடிய நூற்றாண்டொன்றில் உருவான கரப்பான்பூச்சி நடப்பு நூற்றாண்டில் வண்ணத்துப்பூச்சியாக உருமாற்றம் கொள்கிறது. 'வண்ணத்துப்பூச்சிக்கெல்லாம் ஒரே நிறம்' என்ற சிறுகதை வாசகனுக்கு அளிக்கும் பதற்றம் நேரடியானது அல்ல. மாறாக வெறுமையையும் கசப்பையும் தணிக்க இயலாது குறுகும் மனத்தின் எதிர்வினையை எங்ஙனம் எதிர்கொள்வது எனும் கொந்தளிப்பே எழும். இதுபோன்ற மனோபாவங்களைக் கொண்ட கதைகளைப் படைப்பது சாதாரணமல்ல. ஒரு தனியுலகையே சவாலுக்கு அழைக்கும் திராணி வேண்டும். அது கார்த்திகைப் பாண்டியனுக்கு நிறையவே உண்டு.

ஒரு படைப்பாளி உளவியலை எவ்வாறு கையாள்கிறான் என்பது மிக முக்கியமானது. அதுகுறித்த அவனின் வெளிப்பாடுகள் ஒரு மரபை அடியொற்றி நிகழ்கிறதாவென ஆராய்வேன். பிராய்ட்டின் சில கருத்துக்கள் நமக்கு ஒத்துப்போகாதவை. காலங்காலமாக நிலம்புகுந்து கிளைவிரித்த மரபின் மீதே எம் இலக்கியங்கள் அமைகின்றன. துரதிர்ஷ்டவசமாக நாம் இழந்த கதைகளும், நம்பிக்கைகளும், அறங்களும் ஏராளம். சட்டங்களின் முன்பாக குற்றமாக்கப்பட்ட சாமானியர்களை அர்த்தமான பாத்திரங்களாக ஆக்கியதில் ஆச்சரியப்பட வைக்கிறார் கார்த்திகை பாண்டியன்.

உதாரணமாக 'பிளவு' கதையில் வருகிற மாரிச்சாமி அண்ணனின் பாத்திரம். எத்தனை தடவை சொன்னாலும் ஆறாத ரணங்களால் ஆனவை. எழுத்தாளர் ஜி.நாகராஜனின் 'ஓடிய கால்கள்'

கதையின் நீட்சி. "அடி, உதை, அவமானம், இன்னும் குறையாத போதை, இத்தனைக்கும் கீழே ஒரு வகையான விகாரமற்ற அமைதி, இத்தனையையும் பொறுத்துக்கொண்டு விட்டோமே என்ற உள்ளார்ந்த எக்களிப்பு, இவற்றின் விளைவால் உறங்கிக் கொண்டிருந்தான் கைதி" என்று ஜி.நாகாராஜன் எழுதியிருக்கிறார். இந்தக் கதையில் வருகிற மாரிச்சாமி தனது மகளைக் காணவில்லையென முறைப்பாடு அளிக்கச் செல்லும்போது அடையும் அவமானமும் வதையும் மாபெரும் தத்தளிப்பு. ஆற்றமுடியாத சீழ்ப்புண். சாமானியனை வீழ்த்தும் அதிகாரத்தின் வன்முறையை சகிக்க இயலவில்லை. ஓடிய கால்களுக்கும் பிளவுக்குமிடையே சரியாக முப்பத்தாறு ஆண்டுகள் கரைந்திருக்கின்றன. ஆனால் மாரிச்சாமி போன்றவர்கள் அடைந்த காயங்கள் ஆறாத தழும்புகள்.

மனிதனின் உலகியல் ஆசைகளுக்கும் ஏக்கங்களுக்கும் இடையே அதிகாரம் பின்னிய கண்ணியில் இரையாகும் மாரியின் உளத்தவிப்பு நாகரீகமான லட்சிய மனம்கொண்ட மனிதர்களை தலைதாழ்த்தச் செய்கிறது. கார்த்திகைப் பாண்டியனின் இந்தக் கதை மிகமிக முக்கியமானது. ஏனெனில் இதில் நிகழக்கூடிய குற்றங்கள் ஆழமானவை. கலையம்சம் பிசகாது வாசக நேர்த்தியைக் கோரும் கதை. தமிழ்ச் சிறுகதைப்பரப்பில் விவாதிக்கப்படவேண்டிய அவதானிக்கப்படவேண்டிய கதையாகவே அறிவிக்கிறேன்.

"இருள் உலகின் தெய்வங்களுடன் நிரந்தரமாக போரிட்டபடியே வாழ்ந்தவர் தாஸ்தோவெஸ்கி" என்கிறார் நீட்சே. ஏனெனில் குற்றங்கள் பற்றிய அவரின் கலைத்துவச் செழுமை கண்டு வியக்காதவர் எவர்? கார்த்திகைப் பாண்டியன் வெறுமையும் கசப்புமாய் அலைதிரட்டும் கடலின் அலைகளில் குற்றங்களோடு மிதப்பவர்களைப் பார்க்கிறார். அவர்களில் அரிதிலும் அரிதாக சிலரை மட்டுமே தன்னுலகிற்குள் அழைத்து வருகிறார். அதன் விளைவாகவே இந்தத் தொகுப்பின் ஏனைய கதைகளிலும் நினைவுகளும், குற்றங்களும் தகிக்கின்றன. நினைவே பெருங்குற்றம் என்பதும் உண்மை. "உயரமாய் நின்றிருந்த மரத்தேரின் சக்கரங்கள் இறந்தகாலத்தில் உறைந்திருந்தன" என்ற வரிகள் இந்தத் தொகுப்பின் முகவரியாகவே எனக்குத் தோன்றுகிறது. மூளைகள் பெருகிவிட்ட தமிழ்ச் சிறுகதைப் பரப்பில் உளத்துக்கு உற்றதுணையாகும் ஒருவித மீட்சியே இத்தொகுப்பு.

கார்த்திகை பாண்டியன் சிறுகதை வடிவத்தின் மீது தீராத ப்ரியம் கொண்டவர். அவருடைய எந்தக் கதைகளிலும் பொருள் மயக்கமில்லை. விளக்கங்கள் அளிக்கும் கலைக்குதவாத அபத்தச் சேட்டைகள் இல்லை. வலிகளைச் சகித்து தீவிரமாகப் பாதிக்கப்பட்டு குரல் நெரியுண்டிருக்கும் சமகால வாழ்வின் கீழ்மையைப் பற்றி துல்லியமாக எழுதுகிறார். "நான் தோற்று விட்டேன். எல்லாவற்றிலும். வாழ்க்கையிலும். இதிலிருந்து என்னால் ஒருபோதும் மீள முடியாது" எனும் குரல்கள் இந்தத் தொகுப்பின் எழுத்தாளருக்கு மட்டுமே கேட்கின்றன. ஏனெனில் இவை எல்லோரையும் வந்து சேர்வதில்லை. ஏன்? அதுவொரு அசாதாரண கொடை. தமிழ்ச் சிறுகதையுலகில் கார்த்திகைப் பாண்டியனின் பங்கு தொடர்ந்து சிறந்து விளங்கவேண்டுமென்பதே எனது இனிய அவா.